ጣዩ-ራ ቁስል

‘በእውነተኛ ታሪክ ላይ የተመሰረተ’

ክንፈሚካኤል ዘፉኛን-ቢራ

ለ

ተስፋዬ መኮንን ባይለየኝ (ዶ/ር)

እንደተረከው

ጣምራ ቁስል

© የደራሲው መብት በሕግ የተጠበቀ ነው

© All Rights Reserved

United States Copy Right Office

Registration Number: **TXu 2-030-185**

ISBN: 978-1540347107

የመጀመሪያው እትም 2009

First Printing 2016

ይህን መፅሐፍ ያለ ደራሲው ፈቃድ በከፊልም ሆነ በሙሉ መተርጎም፣ ማባዛት፣ መልሶ ማሳተም፣ በፎቶግራፍም ሆነ በፊልም መቅረፅና በማንኛውም መልኩ ማሰራጨት አጥብቆ የተከለከለ ነው።

<u>መታሰቢያነቱ</u>

በአራቱም ማዕዘን ለኢትዮጵያ አንድነት፣ ሰላምና ክብር ለደከሙ፣ ለቆሰሉ፣ ክቡር የሆነውን ህይወታቸውን ቤዛ ላደረጉ የኢትዮጵያ ልጆች በሙሉ ይሁንልኝ።

ማስታወሻ

በዚህ መጽሐፍ ውስጥ ያሉትን ምስሎች ህፃናት፣ በዕድሜ ለጋ የሆኑ ወጣቶች፣ እርጉዞችና በሰው አካል ላይ በደረሰ ጉዳት የሚፈስ ደም ሲያዩ መንፈሳቸው የሚረበሽ ሰዎች ባያዩዋቸው ይመረጣል። በመሆኑም ለማየት የሚከብዱ ምስሎች ያሉበት ገፅ ላይ ሲደርስ ደርቦ ለመግለጥ ያመች ዘንድ በቀዳሚዎቹ ገጾች ላይ ማሳሳቢያዎ ተጨምረዋል።

ይህ መጽሐፍ በእውነተኛ ታሪክ ላይ ተመርኩዞ የተተረከ ነው። በጽሁፉ ውስጥ የተጠቀሱት አበይት ጉዳዮች በተራኪው እይታ በቀጥታም ሆነ በተዘዋዋሪ የተፈፀሙ፣ የታዩ ወይም የተሰሙ ናቸው። ታሪኩ አንባቢው ያሳለፈውን፣ አሁን የሚገኝበትንና የወደፊት ምኞቱንና ህይወቱን እንዲዳስስ ያደርጋል። በታሪኩ የተካተቱት የዓበይት ገፀ ባህርያት ስሞች ተራኪው የፈጠራቸው ናቸው። በስመ ሞክሼ መጽሐፉ ውስጥ ከተጠቀሱት ሰዎች ጋር ስማቸው ተመሳሳይ የሆኑ ሰዎች ካሉም የግጥምጥሞሽ ጉዳይ እንጂ ሆን ተብሎ የተደረገ አይደለም፡፡

በተቻለ መጠን ተራኪው ክንፈሚካኤል ዘ-ፉኛን-ቢራ የተረከውን አንባቢያን ለመረዳት ይረዳቸው ዘንድ ቀለል ባለ አማርኛ ለማቅረብ ሞክርያለሁ።

ክንፈሚካኤል ዘ-ፉኛን ቢራ ከልጅነት ጀምሮ ያልተለየኝ ጓደኛዬ ነው። አብሮ አደጌ ነው፣ አብረንም ፊደል ቆጥረናል። ከቄስ ትምህርት ቤት እስከ ከፍተኛ ትምህርት አብረን ዘልቀናል። በስራ ዓለምም አብሮ የመስራት ዕድሉ ገጥሞናል። ክንፈሚካኤል በህይወት ዘመኑ የገጠመውን አስደሳችም ሆነ አሳዛኝ ሁኔታዎች በወረቀት ወይም በአእምሮው መዝግቦ ያስቀምጣል። ወይ ሊፅፈው ወይ ለሰው ሊተርከው።

ከእነዚህ ከመዘገባቸው ታሪኮች አንዱን የነመራን (ስሙ ተለውጧል) ታሪክ በሰባት ተከታታይ ረጃጅም ምሽቶች አጫወተኝ። እኔም በእግዚአብሔር ፈቃድ በዚህ መልኩ አቅርቤዋለሁ። ምንም እንኳን ደራሲ ነኝ ለማለት

ሞራሉም ብቃቱም ባይኖረኝም ይህን የሰማሁትን ያልተነገረ ታሪክ በጽሁፍ መልክ ማስቀመጡ ትምህርታዊ ጠቀሜታ ይኖረዋል የሚል ግምት አለኝ።

የዚህ መጽሐፍ ዓይነተኛ ዓላማ በወለጋ አካባቢ በአንድ ወታደር ላይ የደረሰውን እውነተኛ አደጋ፣ መከራና ስቃይ፣ አደጋው ከደረሰበት አካባቢ ጋር በማዛመድ ለመተረክ ነው። የጉዳተኛውን ማንነት ላለመግለፅ ሲባል ምስሎቹ ላይ ያሉት ሰዎች እንዲሸፈኑ፣ አደጋው የደረሰበት ስፍራም በሌላ ስለተተካ በታሪኩ ውስጥ የተጠቀሰው ስፍራ እውነተኛው አይደለም። በጽሁፉ ውስጥ የተገለፁት ባህላዊ፣ ታሪካዊ እንዲሁም የአነጋገር ዘይቤዎች ተራኪው ከህይወት ገጠመኞቹ ጋር በማያያዝ እንዳቀረባቸው ሳይለወጡ የቀረቡ ናቸው።

ታሪኩ የአንባቢውን የህዘንም ሆነ የቁጭት ስሜት ይቀሰቅሳል፣ ይኮረኩራል። እግረ መንገዱንም የህክምና አገልግሎት ሁኔታን፣ ታሪካዊና ማህበራዊ እንድምታዎችን ይዳስሳል። ለአንባብያን ግንዛቤ ይረዳ ዘንድ በፅሁፉ ውስጥ የተጠቀሱ ዋና፣ ዋና ቦታዎችና የጉዞ አቅጣጫዎች መጽሐፉ መግቢያ በኢትዮጵያ ካርታ ላይ ተመላክተዋል።

በሌላ በኩል ይህ መጽሐፍ በህክምናው በተለይ በቅድመ ሆስፒታል የህክምና አገልግሎት ዘርፍ ጎልቶ የሚታየውን ችግርም ሆነ በማህበራዊ ኑሮ ውስጥ አላላውስ ያሉ ግን ሊፈቱ ለሚችሉ ችግሮች መፍትሄ ለማፈላለግ የሚረዱ መጠነኛ የመፍትሄ ሀሳቦችን ይጠቁማል። እነኚህ ሀሳቦች የተራኪው የግል አስተያየት እንጂ የማንንም ተቋምም ሆነ ስብስብ አመለካከት አያንፀባርቁም።

በተረፈ አንባብያን ከዚህ መጽሐፍ ውስጥ በራሳቸው ውሳኔ በበጎ መልኩ ይጠቅማል ያሉትን ግንዛቤ ወይም እውቀት ብቻ እንዲወስዱ አሳስባለሁ።

ደራሲው

ምስጋና

ይህን መጽሐፍ ሳዘጋጅ ወድ የሆነውን የቤተሰብ ጊዜ በመለገስ ከፍተኛ ድጋፍና ትብብር ያደረጉልኝን አለምነሽ ተወልደ (ዶ/ር)፤ ብሩክ ተስፋዬ መኮንን፤ ቤተልሔም ተስፋዬ መኮንን፤ ሜላት ተስፋዬ መኮንንን በእጅጉ ላመሰግን እወዳለሁ።

ሁሌም ጸሎትና ምርቃቷ ላልተለየን ውዷ እናቴ ወ/ሮ አበበች ደስታ ዋቅጅራ፣

የመጽሐፉን ረቂቅ ተመልክተው እርማትና አስተያየት በመስጠት እንዲሁም ከፍተኛ ማስተካከሉን ከተወጡት መሀል ቅድሚያውን ለሚይዙት ደራሲ ኤፍሬም እንዳለና ዘነበ አብርሀም፣

የአሜሪካን የኑሮ ሩጫ ተያይዘው ካላቸው ጊዜ መስዋት በማድረግ ረቂቁን አንብበው አስተያየታቸውን ለለገሱኝ አምሃ አስፋው፤ ጌታቸው በላይነህ (ዶ/ር)፤ ታደሰ ኃይለየሱስ፤ እስራኤል ሆራ፤ ተሾመ ፍስሀ፤ ሳባ ዕቁባይ፤ እያሱ ሀብቱ (ዶ/ር)፤ ክንፉ ዳመነ፤ ማስረሻ ዘነበ (ጤ/መ)፣ የሺጥላ መርሻ (ኮሎኔል)፤ እንዲሁም ኦሮምኛ ቃላቶችንም ሆነ ዘይቤዎቹን በማረም ለረዳኝ ገመቹ በየነ (ዶ/ር)፣

ረቂቁን በማንበብም ሆነ የህትመት ሥራው ሲከናወን ከፍተኛውን ትብብር ላደረጉት ለወንድምና ጓደኞቼ አቶ ግዛቸው የማነ፤ ስለሺ መኮንን፣ እህቴ አንቺንአሉ መኮንንና ይፍቱስራ መኮንን፣ ብርቱካን መኮንን፣

ትረካውን በከፊል ሰምታችሁ እንዲጻፍ በተደጋጋሚ ላበረታታችሁኝ ጓደኞቼና የስራ ባልደረቦቼ፣ እንዲሁም በተለያየ መልኩ ይህ መጽሐፍ እንዲታተምና እንዲሰራጭ ትብብራችሁን ላደረጋችሁ ሁሉ ከፍተኛ የሆነ ምስጋናዬን አቀርባለሁ።

ተስፋዬ መኮንን ባይለይኝ (ዶ/ር)፤
አትላንታ፣ ጆርጅያ
መስከረም 2009 ዓ.ም

ጣምራ ቁስል

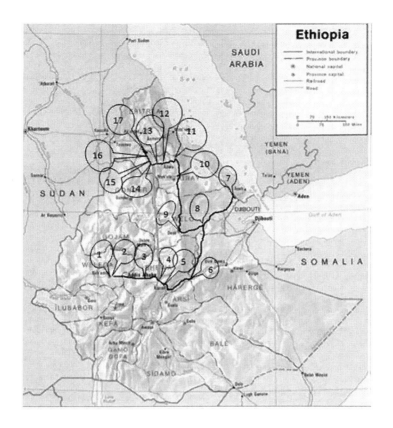

የታሪኩ ቦታዎችና የጉዞ አቅጣጫዎች በከፊል
_____ የመኪና ጉዞ
------- ሽሬ አዲስ አባባ የበረራ መስመር አቅጣጫ
1. ነቀምቴ 2. ባኮ 3. አምቦ 4. አዲስ አበባ
5. ደብረዘይት 6. አዋሽ 7. ቡሬ 8. ሚሌ 9. ደሴ
10. መቀሌ 11. አዲግራት 12. አድዋ 13. አክሱም
14. ሽሬ 15. ዓዲ ዳዕሮ 16. ዓዲ ኮከብ 17. ባድመ

ምዕራፍ 1

እናትና ልጅ የእትብት ውላቸው ተቋርጦ ባላንጣ ሆኑ፤ የበኩር ልጂት እናቷን "ዓይንሽ ለአፈር" አለቻት፣ ወንድም እህቱን እህት ወንድሟን ካዱ፣ ተካካዱ፡፡

በ1990ዎቹ መጀመሪያ እንዲህም ሆነ፡፡

ወላጅ ሳይመርቅ ቄስ ሳይቀድስ በ1983 ዓ.ም. ሦስት ጉልቻ ጎሊታ ከያንያኑ "እቴ አበባሽ ስትለኝ ከርማ" እንደሚሉት በሰኔ ክረምት፣ በሐምሌ ጨለማ ኮብልላ ድክ ድክ የምትል፤ አውራ ዶሮዎቹ እንግሊዝና ጣልያን ያስታቀፏት የከፋት ዕንቁላል ጊዜ ጠብቆ እየተፈለፈለ ደም ሲፋሰሱ ኖረው ክንፋቸውን በቅጡ ሳይሰበስቡ የጋራ ባህል፣ የጋራ መግባቢያ፣ የጋራ ስነ ልቦና ያላቸው፣ በደም በጋብቻ በኃይማኖት የተሳሰሩ የአንድ ወንዝ ልጆች ዳግም ሰይፍ ተማዘዙ፡፡

በ1990ዎቹ መጀመሪያ እንዲህም ሆነ፡፡

የትናንት አንድ አካል፣ አንድ አምሳል የዛሬዋ ጎረቤት ኤርትራ ከጫጉላ ቤቷ ሳትወጣ ሚያዚያ 28፤ 1990 ማክሰኞ ለረቡዕ አጥቢያ ምዕራብ አጥራችንን በውድቅት ሰብራ ጦርነት አወጀች፡፡ ዜናውም ከዳር እስከ ዳር አስተጋባ። ባድመ በምትባል ስፍራ ምድር በመትረየስ፣ በመድፍ፡ በቦምብ ናዳ ዳግም ትሾቅ ጀመር፡፡

በ1990ዎቹ መጀመሪያ እንዲህም ሆነ፡፡

በማለዳው በኢትዮጵያ ሬድዮ "የሻብያው መንግሥት በትግራይ ምዕራባዊ ክፍል ያልተጠበቀ ጦርነት ከፍቶ የባድመን ከተማና አካባቢዋን በእብሪት ወረረ" ተባለ። ድፍን ኢትዮጵያን ያስገረመውን ዜና ለመቀበል ከተቸገሩት አንዱ የአቦ ደበሌ ነገዎ የልጅ ልጅ የትላንት ገበሬ የዛሬው ወታደር የአሥር አለቃ

ነመራ ገመቹ ነበር። ታሪኩን ክንፈ ሚካኤል ዘ-ፉኛን ቢራ ይተርካል....

ጣምራ ቁስል

በሚቀጥለው ገፅ ላይ የሚገኘውን ምስል ማየት ካልፈለጉ ከዚህ ገፅ ጋር ደርበው ይግለጡት።

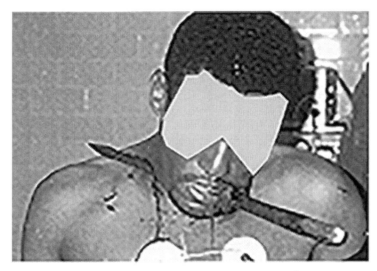

እነሆ የአስር አለቃ ነመራ ገመቹ፣ የጣምራ ቁስል ዋና ባለ ታሪክ።

ጣምራ ቁስል

ሆን ተብሎ የተተወ ገፅ

ነመራ ያደገው ከነቀምቴ በስተምሥራቅ 80 ኪ.ሜ ርቃ በምትገኘው ባኮ በምትባል የገጠር ከተማ ነው፡፡ ከተማዋን ይወዳታል፣ ከተማዋም ትወደዋለች፡፡ በማህበራዊ ኑሮው ትልቁንም ትንሹንም የሚያከብር፣ ደከመኝ ሰለቸኝ ሳይል በጠመዳቸው በሬዎች እገዛ ከባኮ ድንግል መሬት ጋር ሲፋለም ውሎ የሚያመሽ የአካባቢዋ ብርቅዬ ተወላጅ ነበር፡፡

በትምህርቱም እስከ 8ኛ ክፍል ዘልቋል፡፡ ነመራ ከአባቱ ጋር አደን ሲወጣ አልሞ ተኳሽነቱን አስመስክሯል– ገና በብላቴንነቱ፡፡ በዚህም ክህሎቱ የአካባቢው ሰዎች የአገሩ ልጅና የኢትዮጵያ የላቀ ጅግና ሊሻን ተሸላሚውን አሊ በርኪን ይተካል ይባልለት ነበር ። በክብረ በዓላት ወቅት በተለይ በጥምቀት በዓል ታቦቱ ከጥምቀተ ባህሩ ወደ አጥቢያው የመልስ ጉዞ ሲጀምርና የቡድን ጭፈራ ሲደምቅ ነመራ መረዋ ድምፁን ያስረቀርቀዋል፡፡ ዙሪያውን ከበው እንደ ፈረስ ግልቢያ ሽቅብ የሚነጥሩትን የቀዬውን ልጆች ጭንቅላታቸውን ለመምታት በሚመስል ዱላውንም እያሽከረከረ የቀኝ እጁን ሲሰነዝር የዕድሜ አጋሮቹ "ኢጆሌ ወለጋ" እያሉ ይመለከታሉ፣ አፀፋውንም ይመልሳሉ፡፡ ዙሪያውን ቀለበት ሠርተው እልልታቸውን የሚያቀልጡት ኮረዶች ነመራን ለማየት በእግሮቻቸው ጥፍሮች ይንጠራራሉ፡፡ ነመራ ለዝምድና ወይ ለጋብቻ ወይ ለአበልጅነት የሚመኙት በርካታ ነበሩ – አይበዛበትምም፡፡

በገና በዓል የሰፈር ጎልማሶች ለጉግስ ውድድር ፈረሶቻቸውን ሸልመው፣ ኮርቻ ጭነዉ ሲወጡ ነመራም ነጭ ፈረሱን 'ፈርዳ ጉዳ'ን አጥቦና ሸልሞ ከውድድር ሜዳው ይቀላቀላል፡፡ ነመራ በውድድሩ መሸነፍ አለመሸነፉ ሳይለይ የኮረዶቹ ልቦች ለእሱ መሸነፋቸው እርግጥ ነበር፡፡ እንደ ጉግሱ ውድድር ሁሉ በኮረዶቹ መሀልም ይፋ ያልወጣ ውድድር ነበር – የነመራን

አትኩሮት ለመሳብ፡፡ በፈገግታ ሹሩባቸውን እየነሰነሱ፣ ዳሌያቸውን ከዳንኪራ መለስ እየወዘወዙ ባጠገቡ መለስ ቀለስ ይላሉ።

የአገር ሽማግሌዎች ከገና መጫወቻው ሜዳ በስተምዕራብ በምትገኝ ዋርካ ስር ተሰይመው የተናጥልም ሆነ የቡድን ውድድሮችን በምርቃት ያስጀምራሉ፣ ባህልና ወጉ እንዲሁ ነበርና፡፡ ነመራ ለደረቱም ይሁን ለግንባሩ የተወረወረን ጦር መሳይ ሽመል በቀኝ እጁ በያዘዉ ጋሻ መክቶ በሽምጥ አፈትልኮ በመውጣት ዐፀፋዉን ሲመልስ ያየ ወዳጅም ሆነ ጠላት በእርግጥም ጉብዝናውን ያደንቃል፡፡ “እናትህ ትባረክ፤ የአንተ አይነቱን መንታ መንታውን ትውለድ…” እያሉም ይመርቁታል።

የባኮና አካባቢዋ ቆነጃጅት ነመራን የማማለል መለስ ቀለስ ከሙከራ አያልፍም፡፡ ነመራ የአንዲት የባኮ ውብ ንብረት ነበርና፡፡ ለግላጋዋ፤ አንገተ ብርሌዋ፤ ቅላቷ የራሱን ብርሀን የሚፈነጥቀውና ወገቧ ላይ የተዘናፈለው ፀጉሯን ሹሩቤ ለመሥራት ሙሉ ቀን የሚፈጀው፣ ጥርሰ ፍንጭቷና ልቅም ያለችዋ ቆንጆ ዲምቱ ለታ ቀድማቸዋለች፡፡ የሁለት ወንዶችና የአንዲት ሴት አባትም አድርገዋለች – የአቦ ለታ ዋቅጅራ ልጅ ዲምቱ ለታ።

ዝንተ ዓለም የሰው ደም ካልተገበረለት ሰላም ላያድር ለሰይጣን ቃል የገባ በሚመስለው የሰሜኑ ድንበር ዳግም በጥይት ባሩድ ሲታጠን፣ በፈንጂ ሲደረማመስ፣ በመድፍ የላዩ ታች፣ የታቹ ላይ ሲሆን ነመራ ተረጋግቶ መቀመጥ አልቻለም፡፡

በ1990ዎቹ መጀመሪያ እንዲህም ሆነ፡፡

ነመራ ከቤቱ ደጃፍ ቆሞ ውስጡ ይብሰለሰላል፡፡ “እንዴት ሊሆን ይችላል? ነፉስ አይግባው የተባለው ፍቅር፤ በሰላም አብሮ ለመኖር መፍትሄው መገንጠል

ነው ተብሎ ተለፍፎ ከበሮ ሲደለቅ፣ ቄጤማና ፈንደሻ ሲነሰነስ ተከረሞ ለፀብ ተነሱ?" ሊሆን አይችልም፣ ሀሰት ነው ወይም ድብቅ አላማ አለው!" ብሎ ራሱን ይነቀንቃል፣ እንደ ዳዊት ደጋሚ ያጉረገርማል።

ፀሐይ እየደመቀች ስትሄድም የጦርነቱ ወሬ የአካባቢው ሰው መነጋገሪያ ሆነ። ወጣቱም አዛውንቱም ሲገናኙ የእግዜአብሔር ሰላምታን ተለዋውጠው ቀጣዩ የመነጋገሪያ ርዕስ "በኤርትራና በኢትዮጵያ መሀል ጦርነት ተነሳ" የሚለው ነበር። ሁሉንም አንድ የሚያደርጋቸው የዜናውን እውነትነት መጠራጠራቸው ብቻ ነበር።

"ውሸት እንኳን ሲደጋገም እውነት ይሆናል..." እንዲሉ ሬድዮው፣ ቴሌቪዥኑ እየደጋገመ ለሳምንታት ስለ ጦርነቱ ሲለፍፍ እውነትነቱን መቀበል ጀመሩ።

አብሮ አደግ ጓደኞሞች ወይም ዘመዳሞች ሲገናኙ ብቅ ብለው ካቲካላ ወይም ጠጅ ፉት እያሉ በሚጫወቱባት ስፍራም ወሬው ስለ ጦርነቱ ብቻ ሆነ። ነመራም ከእነዚህ ቦታዎች በአንዱ በተደጋጋሚ ተገኝቶ ከጓደኞቹ ጋር "እንዝመት፣ አንዝመት፣" በሚለው ሀሳብ ብዙ ተከራክሯል። በተለይ እዶሳ ዳባ የተባለው የትምህርት ቤት ጓደኛውና አብሮ አደጉ ባገኘው ቁጥር የነመራን ጉብዝና እያደነቀ እንዲዘምት ገፋፍቶታል። የጦር ሜዳ ኒሻን ተሸላሚ ሲሆን፣ ትከሻው በኮኮብና ዘምባባ ሲያሸበርቅ እንደታየው ትንቢታዊ ትንታኔ ሲሰጥ ከረመ። "የቤተሰብ ነገር የሚያሳስብህ ከሆነም ለእኔ ተወው፣ እኔ ጓደኛህ አለሁ..." ብሎ ምሎ ተገዘተ። የነመራን እጅ አስር ጊዜ እየጠፈጠፈ፣ "እንደ አንተ ጥሩ ተኳሽ ብሆን ኖሮ እኔን የሚቀድመኝ አልነበረም። ለጠብመንጃ የተፈጠርኩ አይመስለኝም። ከዘር ነው መሰል አባቴን ጨምሮ ወንድሞቼ ሁሉ ብረት እንፈራለን፡፡ አባቴም ቢሆን በጣልያን ወረራ ዘመን ለጣልያኖች ሲያገለግል የተማረውን ምግብ

መሥራትን ነው ትንሽም ቢሆን ያስተማረኝ፡፡ እንደ አንተ ጎበዝና ደፋር አይደለሁም፡፡ ብረት እፈራለሁ…" እያለ ራሱን ዝቅ አደረገ። የነመራን ሞራል ለመገንባትም ቃላቶችን እየደረደረ ገፋፋው።

ምሽት ላይ ነመራ ከቤቱ ሲገባም ጎሬቤቶቹም ሆኑ ዘመዶቹ ተሰብስበው ቡናቸውን ፉት እያሉ ሲጫወቱ ነመራ የመዝመት ፍላጎት እንዳለው ገለጸላቸው፡፡ ጥቂቶች ሲደግፉት ብዙዎቹ ተቃወሙ። በተለይ ዲምቱ እልተዋጠላትም። አጥብቃ ተቃወመች።

በ1990ዎቹ መጀመሪያ እንዲህም ሆነ፡፡

የአፀፋው ጦርነት ነጋሪት ሲጎሰም፣ ተረስተው የነበሩ የሀገር ፍቅር ስሜት ቀስቃሽ ዜማዎች እየተፈለጉ ቀኑን ሙሉ በሬድዮ ሲለቀቁ ቀናቶች አለፉ። የመቀሌው አይደር ትምህርት ቤት በመለማመጃ አውሮፕላን በቦምብ ሲደበደብና የህፃናት ደም በየሜዳው ሲፈስ የሚያሳየው ምስል በጋዜጣና በቴሌቪዥን ሲለቀቅ "እንዴት ሲደረግ እንዲህ አይነት ድፍረት!" ተባለ። ከአራቱም ማዕዘናት የህዝብ ማዕበል ይወድቅ፣ ይነሳ ይገማሸር ጀመር፡፡ ጉዞ ወደ ማሰልጠኛ ጣቢያዎች ሆነ፡፡ ጣቢያዎቹም በአሥርና በመቶ ሺዎች ወጣቶችና ጎልማሶች ተሞሉ፡፡ የነመራም ልብ በእልህና በቁጭት ከተንገበገበት አንዲ ነበረች፡፡ "ይህንንማ እጄን አጣምሬ አላይም!" ሲል ለራሱ ቃል ገባ፡፡ ጨርቄን ማቄን ብሎ ነገር የለም፡፡ የሚወዳት ሚስቱን ልጆቹን፣ የደከሙ አባቱንም ተሰናበተ፡፡ ቀላል ስንብት አልነበረም፣ ጉዞው ወይ አሸንፎ በሆታና በእልልታ የሚመለስበት፣ ወይ ተሸንፎ በረሀ ላይ የአሞራ ሲሳይ ነበርና፡፡

ከበርካታ ጓደኞቹ ጋርም በአቅራቢያው በሚገኘው የዴዴሳ ማሰልጠኛ ጣቢያ ገባ።

ዕድሜው ከሌሎች ከፍ ያለ ቢመስልም በሠላሳዎቹ ውስጥ የሚገኝ ቀልጣፋ፣ በርካታ ቋንቋዎች የሚናገር ተግባቢና ጨዋታ ወዳድ ጎልማሳ ነው።

ማሰልጠኛ ጣቢያ በገቡ በሦስተኛው ቀን ወታደራዊ ስልጠናው ተጀመረ። ስልጠናውም ከዕለተ ሰንበት በቀር በሳምንት ስድስት ቀናት ነበር፡፡ ለ5 ወር ከ21 ቀን ወታደራዊ ሰልፍ፤ በጦር ሜዳ የማጥቃትና መከላከል፤ የሽምቅ፤ የሌሊት ውጊያ ስልቶችና የጨበጣ ውጊያ፤ የመሳሰሉ ስልጠናዎችን ወሰዱ።

ባለቻቸው ጥቂት የእረፍት ሰዓት ሲዝናኑ ነመራ ጨዋታው የሚደምቅለት፣ ዘፈኑ የሚሰምርለት ሰልጣኝ ሆነ። በተለይም በሱዳናዊው አቀንቃኝ ተደርሶ ቀደም ሲል የጉራጊኛ ዘፋኝ ተጫውቶት በስተኋላም የኦሮሚኛ ድምጻዊ ዜማውን ተውሶ ያቀነቀነውን “አንዱፌን ጅራ ማሉማ ያኢንተሎ አስባኢኮን” ሲዘፍን የሆነ ምትሀት ነበረው፡፡ ትርጉሙ የገባውም፣ ያልገባውም ጠመንጃውን እንዳነገተ አቧሯው ቀጥ ብሎ ሽቅብ እስኪጥመለመል ይጨፍራል።

በዕለተ ሰንበት ዴዴሳ ወንዝ ወርደው የሚችሉት ሲዋኙ፤ የማይችሉት ወንዙ ዳርቻ ገላቸውን ሲታጠቡ ነመራ በለሰለሰ ድምፁ “ያኒኮ ገመኬቲ ያኒኮ ሲቢራ”ን ወይም፡ “ፈገኛቲ ነዶኦፍ ማሌ፤ ሲያዲ ኢንድፍኔ ሀደኮ፤ ማሊን ጎዳ ገሩ ፈገኛት ተሀአማቱ አቱን ነጋን ታኢ”ን ሲያዜም የሁሉም ሆድ ይባባና ይንቦጫቦጭ ነበር። በዚህ ባህሪውና ክህሎቱ ከትንሹም ከትልቁም፡ ከተራው ሰልጣኝ እስከ ከፍተኛ አዛዦች በቀላሉ እንዲግባባ አስቻለው፣ በማሰልጠኛ ጣቢያውም ታዋቂና የተከበረ ሰው ሆነ።

የመንፈቅ ስልጠናው ተጠናቀቀ፡፡ የቁርጡም ቀን ደረሰ፣ የነመራና ጓደኞቹ ጦር ሜዳ መሄድም እርግጥ ሆነ፡፡ ስንቅና ትጥቅ ተዘጋጅቶ ነመራና ጓደኞቹ ፈረስ ኮቴና የነፍስ ወከፍ መሳሪያቸውን ከ240

ጥይት ጋር ጠፍረው "ተነቃነቅ" ወታደራዊ ትዕዛዝ ሲጠባበቁ ሦስት ቀናቸው። በአራተኛው ቀን ከምሽቱ ሁለት ሰዓት የማሰልጠኛ ጣቢያው ጸጥታ ድንገት በደረሱ በሩስያ ሠራሽ ዑራል 10 መኪኖች ተጥለቀለቀ። የአዶጋ ጊዜዋ ፊሽካ በማከታተል ሁለት ጊዜ በረጅሙ ጮኸች። ሁሉም በየምድባቸው በፍጥነት የተድበለበለች አረንጓዴ ሻንጣቸውን በሸራ በተሸፈኑት መኪኖች ላይ ጭነው እነሱም ተሳፈሩ፡፡ የአዲስ አበባው አራት ኪሎ ባሻ ወልዴ ችሎት ጠጅ ቤት አግዳሚ ወንበሮችን በመሳሰሉ ደረቅ መቀመጫዎች በግራና በቀኝ በሁለት፣ በሁለት ረድፍ ተኮልኩለው ረጅሙን የምሽት ጉዞ ተያያዙት።

ከደዴሳ ማሰልጠኛ አዲስ አበባ መገንጠያ ድረስ ያለውን ጠመዝማዛ መንገድም በኤሊ ፍጥነት ተከታትለው ወጡ፡፡ የማሰልጠኛው አዛዥ ኮሎኔል ክንፈ ወልደገብርኤል በቶዮታ ላንድክሩዘራቸው ወደፊትና ወደኋላ መለስ ቀለስ እያሉ የተደረደሩትን ዑራሎች ለመጨረሻ ጊዜ ቃኙ፡፡ ከጦሩ አዛዥ ሌ/ኮሎኔል ሀብቶም ገብረአብ ጋር የስንብት ሰላምታ ተለዋውጠው "በህይወት ያገባችሁ..." ብለው ጦሩን አሰናበቱ።

በሙሉዋ ጨረቃ ቀዝቀዝ ያለውን ነፋሻማ አየር እየማጉ ለሙን የነቀምት መሬት ሰንጥቀው የጉቴ፣ አኖ፣ የነመራን የትውልድ ከተማ ባኮን፣ ኢርጂን፣ ጌዶን፣ የወይን መዲናዋ ጉደርን፣ አምቦን፣ አዲስ ዓለምንና ሆለታን አቋርጠው ወፍ ጭጭጭ ሲል በቡራዩ በኩል አዲስ አበባ ጄኔራል ዊንጌት ት/ቤት አካባቢ ብቅ አሉ። ወደ ቀኝ ታጥፉና በኮልፌ 18 ማዞሪያ መንገድ የመዲናዋን ብልጭ ድርግም የሚሉ መብራቶች እየቃኙ ወደ ድሮው አውሮፕላን ማረፊያ አቆራርጠው በቄራ በኩል የቃሊቲን መንገድ ተያያዙት።

ዑራል መኪኖቹ እንደ ጤፍ አውድማ ተለቅልቆ በጥቁር ቀለም የተቀለመ በሚመስለው አስፋልት መንገድ ላይ ፍጥነታቸውን በመጨመር ዱከም ከተማ ደረሱ፡፡ ቀጥ ብሎ እንደ ዘንዶ የተጋደመውንና ዘወትር በመኪና አደጋ ብዙዎችን እንደወጡ ያስቀረውን የዱከም-ደብረዘይት አስፋልት መንገድን ጨርሰው ጀግናውን የኢትዮጵያ አየር ኃይል እንዲሁም አየር ወለድን ያፈራችውን የደብረዘይት ከተማን ሰንጥቀው አለፉ፡፡ በስተምስራቅ የከተማዋ ዳርቻ በ1920ዎቹ መጀመሪያ የነበረው ትውልድ አባላት መዳፋቸው እስኪላጥ በመጥረቢያና በገጀራ መንጥረው በአካፋና በዶማ ቆፍረው ያቋቋሙትን የደብረ ዘይት ጦር አውሮፕላን ማረፊያና የኢትዮጵያ አየር ኃይል ጠቅላይ ሠፈርን በስተቀኝ እየቃኙ ነጎዱ፡፡ ሞጆንና ናዝሬትን አልፈው እንኩሮ በመሰለ የአፈር ክምር የተሞላቸው የመተሀራ ከተማ ከመድረሳቸው በፊት በሰቃ ሐይቅ ሲደርሱ ተደርድረው ቆሙ።

ከሀያ ደቂቃ እረፍት በኋላ የስምጥ ሸለቆን ሞቃት አየር እየማጉ ጉዟቸውን ቀጠሉ፡፡ የአዋሽን ከተማ እንዳለፉ ወደ ድሬዳዋና ሐረር የሚወስደውን መኪና መንገድና ከ100 ዓመት በፊት በአጼ ምንሊክ ዘመነ መንግሥት ከአዲስ አበባ ጅቡቲ የተዘረጋውን ብቸኛው የኢትዮጵያ ምድር ባቡር መስመርን ወደ ቀኝ በመተው እነ አርዲ፣ ሰላምና ድንቅነሽ (ሉሲ) አፅሞች መገኛ አፋር አቀኑ። አዋሽ አርባን፣ ሚሌን በመጨረሻም ሰመራን አቋርጠው በአካልና አእምሮ ዝለው ከደዴሳ በተነሱ በሦስተኛው ምሽት ከምድብ ቦታቸው ቡሬ ግንባር ደረሱ።

ሌ/ኮሎኔል ሀብቶም ገብረዓብ ይዞት ከመጣው ጦር መሀል ጥቂቶቹ ተቀንሰው በኮለኔል ዳዲ ብሩ እየተመራ ሲከላከል ከቆየው ጦር ጋር እንዲቀላቀሉ ተደረገ፡ ነመራ አንዱ ነበር፡፡

እነ ነመራ የሰለጠኑባቸውን የውጊያ ዘዴዎች በአሰብ ቡሬ ግንባር በተግባር የሚያውሉባት ሰዓትም እነሆ ደረሰች፡፡

የነፍስ ወከፍ ጓዛቸውን ቦታ፣ ቦታ አስያዙ፡፡ የመሳሪያዎቻቸውን አፈሙዝ አፈር ተሞልተው ግድግዳ በሠሩት ከረጢቶች መሀል በሚገኙ ትንንሽ ቀዳዳዎች አሾልከው አሻግረው ይቃኙ ጀመር– ጠላትን ከርቀት አንድ በአንድ ሊቀልቡት፡፡ በተከታታዮቹ ቀናትም ቅኝቱ ቀጠለ፡፡

ነመራና ጓደኞቹ ሙቀቱን ለመልመድ ትንሽ ቢቸገሩም ከህንድ ውቅያኖስ አቅጣጫ የሚነፍሰው ቀዝቃዛማ ነፋስ ታደጋቸው፣ በቀላሉም ተመሳሰሉ።

የአንዲት ጥይት ድምፅ ሳይሰማ ድፍን ሳምንት አለፈ፣ በዚሁ አልዘለቀም እንጂ፡፡

ጦርነቱ ተባብሶ ቀጠለ፡፡ አዲስ ቀን እየተወለደ አሮጌው እየሞተ ጊዜም ነጎደ፡፡ ስድስት ወርም ሞላ፡፡

ነመራ በቡሬ ግንባር በተዋጋባቸው በእነኛ ስድስት ወራት ጠላት በሰነዘራቸው ሦስት መጠነ ሰፊ የማጥቃት ውጊያዎች፣ እንዲሁም በመከላከልና በመልሶ ማጥቃት አኩሪ ውጤት ካስመዘገቡት ብርቅዬ የኢትዮጵያ ልጆች አንዱ ሆነ፡፡ በልጅነቱ ከአባቱ ጋር አደን ሲወጣ የተካነው አልሞ ተኳሽነት ጦር ሜዳ ላይ ነጥሎ መች አደረገው፡፡ ቁልፍ የጠላት አጥቂዎችን ግንባር፣ ግንባራቸውን እየነደለ አነጠፋቸው፡፡ ውጊያዎች በረድ በሚሉበት ወቅት የሞቱት ጓዶቹን አፈር እያለበሰ፣ የቆሰሉትን ደግፎ ሀኪሞች ወዳሉበት እያደረሰ፣ የጦር ሜዳ ውሎና አዳራቸውን እያስታወሱ የሚተክዙ ጓዶቹን እያጽናና እንደ አባትም፣ እንደ ወንድምም ከለላና መከታ በመሆን ሲያግዝ ሰነበተ።

በተለይም ጠላት ሦስተኛውን ዙር ጥቃት የሰነዘረባት ዕለት ለነመራ ልዩ ነበረች፡፡ ጥቃቱ

ሲሰነዝር በአዛዡ በኮሎኔል ዳዲ ብሩ ትዕዛዝ ወደ አሰብ ከሚወስደው መንገድ በስተግራ ባለች ጉብታ ስር ሀምሳ ወታደሮችን እየመራ በቆረጣ ስልት ከጠላት ጀርባ ገብቶ ለወሬ ነጋሪ እንዳይተርፉ አድርጓቸዋል– ወደ ጠላትነት የተለወጡትን የትላንት ወንድሞቹን፡፡

ኮሎኔሉ የማጥቃት ትዕዛዝ ሰጥተው የጠላትን ምሽግ ፊት ለፊት ከምድር በመድፍ፣ በፈንጂና በ40 ተኳሹ ሩስያ ሠራሹ ቢ.ኤም ተገተጉት፡፡ በሰማይ ደግሞ ሚግ 23 እና ኤስ.ዩ 27 የጦር አውሮፕላኖች አፋቸውን እንደ ንብ አሹለው ከምድር የሚላተሙ ይመስል ቁለቁል እየተወረወሩና እንደገና ሽቅብ እየከነፉ የቦምብ ዶፋቸውን አዘነቡት፡፡ ምድር ላይ ደግሞ እግረኞች የነፍስ ወከፍ መሳሪያቸውን እንደተልባ እያንጣጡ ወደፊት ሲገፉ ነመራ ድምፁን አጥፍቶ ከጓደኞቹ ጋር ከተራራዋ ጀርባ እንደ ዘንዶ በደረታቸው እየተሳቡ ነበር።

ሰማይን ተቆጣጥረው ሲፈልጉ ቀይ ባህር ሲሻቸው አሰብ ወደብ ላይ አንባርቀው ዳግም የቡሬ ምሽግ ላይ ድፍት ይሉ የነበሩት በ1983 ዓ.ም. ወታደራዊው መንግሥት ሲወድቅ ዘብጥያ ተወርውረው፤ የትም ተጥለው በጅምላ የተፈረደባቸው የሰማዩ ንስሮች ነበሩ፡፡

ሆኖም የጭንቁ ቀን መጣ፡፡ እነኛ ባጎረሱት የተነከሱት የኢትዮጵያ ልጆች በባትሪ ከየቦታው ተፈልገው እንደገና የአገር ድንበር ለመጠበቅ ተመሙ፡፡ ምሽግ ደርማሽ እየተባሉ በሚጠሩት ሄሊኮፕተሮች ተኩሱን ሲያንጣጡት ጠላት ቁስለኞቹን ሳያነሳ፣ የሞቱትን ሳይቀብር እግሬ አውጪኝ ይል ገባ፡፡ እንዲህም ሆኖ ለእግረኛው መንገዱን ሙሉ ለሙሉ ጠረጉለት፡፡ በዚህ ጊዜ ነበር ነመራና ጓደኞቹ ጠላትን በሁለት አቅጣጫ መፈናፈኛ አሳጥተው ባለአገልግል መትረየሶቻቸው ጥይት ማርከፍከፍ የጀመሩት።

በተለይ የነመራ ወኔ ልዩ ነበር፣ ተኝቶ መተኮስ ብሎ ነገር አይገባውም፡፡ እንደ ፍርሀትም ይቆጥረዋል፡፡ አንዳንዴ ቆም፣ አንዳንዴ በርከክ ብሎ "ኢጆሌ ወለጋ!" እያለ መትረየሱን አንዷዷደው፡፡ የቀኝ ትከሻው የመትረየሱን ሰደፍ ተደግፎ ብቻውን እንደ ወሎ ዳንኪረኛ ሲርገበገብ ልዩ ትዕይንት ነበር።

የዚያን ዕለት ጦርነት በቀላሉ አልበረደም – በሁለቱም ወገን የፈሳው የአንድ እናት ልጆች ደም ነበርና፡፡ ለአራት ሰዓታትም ምድር ቀውጢ ሆነች፡፡ ፈንጂው ዘነበ፣ ጥይቱ ተርከፈከፈ፣ ወጣቶችና አዛውንቶች ተረፈረፉ – በአጭር ከተቀጩ ረጅም ህልሞቻቸው ጋር፡፡ ቀስ በቀስም ከጠላት በኩል የሚመጣው የቀላልና የከባድ መሳሪያ ተኩሶች ነጠፉ፣ ፀጥታም ሆነ።

ጥቂቶች ዕድለኞች ለወሬ ነጋሪነት ተረፉ፣ ብዙዎች ዕድለ ቢሶች ከምሽግ አፈር ጋር ተቀየጡ። በኮሎኔል ዳዲ ትዕዛዝ በሁለቱም ወገን የሞቱት እንዲቀበሩ፣ የቆሰሉት እንዲታከሙ ተደረገ። ነመራ ይዟቸው ከወጣው 50 ወታደሮች አሥሩ እስከወዲያኛው አሸለቡ፣ አሥሩ ቆሰሉ፡፡ የቻለው መሳሪያውን ተመርኩዞ፣ ያልቻለው በሰው ተደግፎ ወደ እርዳታ መስጫ ቦታዎች እንዲሄዱ አደረገ።

ከወራሪዎቹም የቆሰሉትን የዛሬ ጠላት የትናንት ወንድሞቹን አቅፎ ደግፎ የህክምና እርዳታ እንዲያገኙ አደረገ። ከቁስለኞቹ መሀል ዘለግ ብሎ በቀኝ በኩል ሆዱ አካባቢ የተመታና በከፊል ራሱን መሳት የጀመረ የጠላት ወገን ነበር፡፡ ነመራ ከጓደኞቹ ጋር ይህንን ሰው ይዞ ኮሎኔል ዳዲ ብሩ ያሉበት አካባቢ ሲደርስ ቁስለኛው ቀና ማለት ጀመረ፡፡ ጭርሱን ራሱን አለመሳቱ እነ ነመራን እፎይ አሰኛቸው፡፡ በወሳንሳ በያዟት የተወጠረች ሸራ አልጋ መሳይ ነገር ላይ በሁለቱም ክንዶቹ ደገፍ አለ፣ ከራስና ከደረቱ ቀና

አለ፡፡ ህመም ባደከማቸው ዓይኖቹም ለአፍታ ያህል ኮሎኔል ዳዲ ላይ አፈጠጠ፡፡ በሰለለ ድምጽ "እኔ አላምንም!" ሲል በአካባቢው አግራሞት ሆነ፡፡ ከአሁን አሁን ሞተ እየተባለ ሲጠበቅ የነበረው ሰው ነፍስ ዘርቶ ሲናገር የሁሉንም አትኩሮት ሳበ፣ የኮሎኔል ዳዲን ጨምሮ፡፡ ነመራና ጓደኞቹም ተደናግሯቸው ያዩት ጀመር። አከታተለናም ከበፊቱ ከፍ ባለ ድምጽ "ኮሎኔል ዳዲ!" ሲል ጮኸ፡፡

ኮሎኔል ዳዲም ቁስለኛውን አየት አድርገው ሳይናገሩ ጮሁ፡፡ መላ ሰውነታቸው ከተፈጥሮ አቋሙ ተዛነፈ፡፡ የወባ ንዳድ እንደተነሳበት ህመምተኛ ተርገፈገፉ፡፡ የተወሰኑ ወታደሮችም ድንገት ይውድቁ ይሆናል ብለው በመስጋት ተጠጉ፡፡

"ፍሬሰናይ!" የኮሎኔል ዳዲ ደምጽ በዛ የደም ምድር አስተጋባ፡፡ "እጄን በእጄ፤ ፍሬሰናይ! የእኔው ፍሬሰናይ!" የኮሎኔል ዳዲ ሰውነት ተንዘፈዘፈ፡፡

የቁስለኛውም ዕንባ በጉንጮቹ ቁልቁል ተንዠቀዠቀ፡፡ የደምሳሹ ጦር አዛዥ ቁልቁል፣ የተደመሰሰው ጦር አዛዥ ሽቅብ እየተያዩ ተንሰቀሰቁ፡፡ በአንድ ወቅት በጦር ግንባር በተመሳሳይ ግንባር ተሰልፈው የነበሩ ጓዶች በጠላትነታቸውም ተላቀሱ – ኮሎኔል ዳዲ ብሩና ኮሎኔል ፍሬሰናይ ገብረእግዚ፡፡

ኮሎኔል ፍሬሰናይ ከኮሎኔል ዳዲ፤ ከጄኔራል አበዱላሂ፤ ከኮሎኔል አበበ፣ ከኮሎኔል አርአያ ጋር ሐረር በታዋቂው ወታደራዊ አካዳሚ አብሮ የተማረ፤ የ7ኛ ዙር ምሩቅ ነው፡፡ ኮሎኔል አርአያ በ1969 ዓ.ም. የሶማሊያ ጦር ድንበር ተሻግሮ ወደ ካራማራ ሲዘልቅ ቀብሪደሐር ላይ አረንጓዴ ቢጫ፣ ቀዩዋ የኢትዮጵያን ባንዲራ ሰቅሎ፤ ገመዱን ግራ እጁ ላይ አስሮ፤ ፊቱን ወደ ቀራሂ ሜዳ አዙሮ፤ የሚወዳቸውን ልጆቹን አልማዝንና ዳንኤልን ስሞ ሳይሰናበት እንደ ቋራው ቴዎድሮስ ሽጉጡን የጠጣ ነው፡፡

ኮሎኔል ፍሬሰናይ፣ ከኮሎኔል ዳዲና ከኮሎኔል አበበ ጋር የሶማልያን ጦር ጠራርጎ ለማስወጣት በፋፊም ወንዝ፡ በዳለቻና ካራማራ ተራራ ላይ በተደረጉት ወሳኝ ውጊያዎች እንደ ጭላዳ ዝንጀሮ አቀበቱን ቧጥጠው፣ በቀበሮ ጉድጓድ ተኝተው ወታደራዊ ብቃታቸውን ያስመሰከሩ ናቸው ይባልላቸዋል። በወጣትነታቸው ዘመን በሐረር አካዳሚ ስልጠና ወቅትም ከኮሎኔል ዳዲ ጋር ልዩ ቀረቤታ ነበራቸው፡፡ በሚያገኟት የእረፍት ጊዜም አብረው የቡቴን ቡና ቤቶች አተራምሰዋል፣ የጀጎልን ግንብ እየዘለሉ አንደኛ መንገድን፣ መጋላ ጉዶን፣ ሸዋበርን ከቀመሮና ከአሙቴላ ጋር ተናፍሰውበታል፣ ተንሸራሽረውበታል፣ ዓለም ዘጠኝ ብለውበታል። የሐረርን ሀለዋ፣ ዘይቱናና ግሽጣም ተካፍለው በልተዋል።

በቀይ ኮከብ ዘመቻ ወቅትም ከረን፣ ናቅፋ፣ አቆርዳት ላይ በተደረጉ ውጊያዎች ላይ ትከሻ ገጥመው ተሰልፈዋል። በአስመራ በአባኮራ ሰፈር፣ በነፊያሜታ መንደር ተምነሽንሸው በእምባይሶራ ሆቴል "መሎቲ ቢራ ተወዲኡ..." ሲባሉ (ሲያልቅ) በውስኪ እየቀየሩ ሲጨፍሩ አንግተዋል። አንዳንዴም ቆንጆ አስመሪናዎችን በዋዝ መኪናቸው ጭነው የአሉላ ፈረስ ቁልቁል ያየው ወደነበረው ቀይባህር ምፅዋ ላይ ሄደው ዋኝተዋል፣ ተምነሽንሸዋል። አልፎ ተርፎም በአንድ ቤተክርስትያን የማንነታቸው መገለጫ በሆነው በግዕዙ አስቀድሰው የኮሎኔል ፍሬሰናይ ባለቤት ሲስተር ግደይ ከብሌና ቆንጆ የወለዳትን የዳዲን ሴት ልጅ ሰመሐር ዳዲን ክርስትና አንስታ አበልጅ ሆነዋል።

ኮሎኔል ዳዲና ኮሎኔል ፍሬሰናይ በአካል ከተለያዩ ስምንት ዓመት ከአራት ወራቸው። አስመራ ላይ መጨረሻ የተያዩት ግንቦት 16 ኤርትራ 'ነፃነት' ብላ ከማወጇ አንድ ወር ቀደም ብሎ ኮሎኔል ዳዲ

የደም ግፊታቸው አስጊ ደረጃ በደረሰ ጊዜ ለአስቸኳይ ህክምና ወደ አዲስ አበባ ሲላኩ ነበር። ኮለኔል ዳዲም ከግንቦት 20, 1983 ዓ.ም. በኋላ “ምን ሆኑ!” የሚላቸው ጠፍቶ ሲገኝ ከዘመድ፣ ሲጠፉ ከቤተክርስቲያን እየተጠለሉ ስምንት የመከራ ዓመታትን አሳልፈዋል። ከሐረር አካዳሚ ሲመረቁ ተንበርክከው ለማሉላት አረንጓዴ፣ ቢጫ፣ ቀይ ባንዲራና ለኢትዮጵያ ክብር ሲሉ በዱር በገደሉ በየምሽጉ ህይወታቸውን ሙሉ ሲንከራተቱ ስለኖሩ ያፈሩት ሀብት፣ የቋጠሩት ጥሪት፣ የሚሸጡት መሬት፣ የተሸለሙት መኪና፣ የዘረፉት ቤሳ ቤስቲኒ አልነበራቸውም፣ እያከራዩ የሚጦሩበትም ሕንፃ አልገነቡም።

ኮሎኔል ዳዲ ለባድመ ጦርነት ዳግም ጥሪ ሲደረግላቸው ሳያመነቱ ምላሽ የሰጡ በሚያውቋቸው ዘንድ “አንበሳው!” የሚባሉ የቁርጥ ልጅ ናቸው፡፡ ተንሳቁለውም፣ ከሰው በታች ተደርገውም፣ ውለታቸው በሙሉ ዳዋ ለብሶም ጡት አጥብታ ያሳደገቻቸው እናት ኢትዮጵያ ስትደፈር ዝም ብሎ የሚያይ ልብ አልነበራቸውም፡፡

ሆኖም በጦር ግንባር ህይወት አቅጣጫ ሳተች፡፡ ባልተጠበቀ አቅጣጫ ሄዳም የጥንቱ የጠዋቱ ጓዳቸው፣ አብሮ አደጋቸው፣ ከአንድ እናት ባይወለዱም እውነተኛ ወንድማቸው ኮሎኔል ፍሬሰናይን የጠላት ጦር አዛዥ አድርጋ ወንድማማቾቹን ፊት ለፊት አፋለመቻቸው– አንዳቸው ስለሌኛቸው ሳያውቁ፡፡ ኮሎኔል ፍሬሰናይ ተሸነፉ፣ ኮሎኔል ዳዲ አሸነፉ፡፡ ተሸናፊውም በአበልጃቸው እጅ ላይ ወደቁ።

ኮሎኔል ፍሬሰናይ የቆሰሉት በቀኝ በኩል ጉበታቸው አካባቢ ነበር፡፡ ደማቸው እየተንዠረገዠረ ትንሿ ቃሬዛ ላይ ተለስኗል። ትንፋሻቸው እየተቆራረጠና ፊታቸው ከስሎ መላ ሰውነታቸው ከተፈጥሮ ወዘናው ወጣ። “አይተርፍም…” አሉ ኮሎኔል

ዳዲ ለራሳቸው፡፡ ዙሪያውን የከበቡት እነ ነመራም ገጽታዎቻቸው ላይ፣ “አይተርፍም…” የሚል ድምዳሜ በጉልህ ተጽፏል፡፡

ኮሎኔል ዳዲ ጣር ላይ ያሉ ወደጃቸውን ራስ ደባበሱ፣ አባት ልጁን እንደሚደባብስ፡፡ “ውድ ወንድሜ!” አሉ ኮሎኔል ዳዲ፡፡ “እውነት፣ እውነት እልሀለሁ፣ አሁንም ወንድሜ ነህ፣” አሉ፡፡ ቀኝ እጃቸውን ከኮሎኔል ፍሬሰናይ ቀኝ እጅ፡ ግራቸውን ከግራ አጠላልፈው ቁስለኛው ዓይኖች ላይ አተኮሩ።

ኮሎኔል ፍሬሰናይ ገጽታ ላይ ጭል፣ ጭል የምትል ፈገግታ ብልጭ አለች፡፡ ጥረት የጠየቀች ፈገግታ፣ የስቃይን ግድግዳ ደርምሳ የወጣች ፈገግታ፣ ጠላትነትን የረሳች ፈገግታ፡፡ በረጅሙ ተነፈሱም፡፡ “እኔም የምወድህ ወንድሜ ነህ…” አሉ፣ በሰለለ ድምጽ፡፡ ኮሎኔል ፍሬሰናይ ቀና ለማለት ሞከሩ፡፡ ልትጨልም ያለችውን ፈዛዛ ፈገግታ ገጽታቸው ላይ ለማቆየት እየታገሉ ነበር፡፡ “እነ ስምሐርም ደህና ና…” አበቃ! አከተመ! ተከታዮቹ ፊደላት ከኮሎኔል ፍሬሰናይ ትንፋሽ ጋር ጠፉ፡፡

የአንድ ዘመን ፍጻሜ፡፡

ግድቡ ፈረሰ፣ የኮሎኔል ዳዲ ዕንባ ጎርፍ ሆነ፣ የቁስለኛውን ፊትም አረጠበው፡፡ በአንድ ባንዲራ ስር ተሰልፈው “ከአንተ በፊት ያስቀድመኝ” ሲባባሉ የነበሩ ጓዶች የጊዜ ምት ተዛንፎ በሁለት ባንዲራ ስር ሆኑና አንዱ ሟች፣ ሌላኛው አልቃሽ ሆኑ፡፡ ለኮሎኔል ፍሬሰናይ ተንስቀሰቁ፣ ዜናቸውን ለመስማት ጫፍ ደርሰው ለነበሩት ልጃቸውና ባለቤታቸው አለቀሱ፡፡

የሰላም ምድር ሳቅን የደም ምድር ለቅሶ አጨለመው፡፡ ሁሉም ነገር ‘ነበር’ ሆነና ቀረ፡፡

በህይወት ንቁ የነበሩት የኮሎኔል ፍሬሰናይ ዓይኖች በሞትም ላለመከደን አመጹ፡፡ የመላእክትን

መምጫ፣ ወደ ቅዱሳኑ መዳረሻ መንገድን ይፈልጉ ይመስል በጠራው ሰማይ ላይ ተሰክተው ቀሩ።

ዕንባው የኮሎኔል ዳዲ ብቻ አልነበረም፡፡ ነመራና ጓደኞቹ አብረው ይንሰቀሰቁ ጀመር፡፡ የኮሎኔል ፍሬሰናይ ሞት ተራ ሞት አልነበረም፡፡ አስከሬኑ የሚገባውን ሽኝት ማግኘት ባይችልም፣ የተቻለውን ያህል ክብር አልነፈጉትም፡፡

በወታደራዊ ክብር ሰባት ወታደሮች በቀኝ፣ ሰባት በግራ ተሰልፈው አስከሬኑን ሙሉ ወታደራዊ ልብሱን ከነማዕረጉ አልብሰው ከቢ.ኤም. ጥይት መያዣ በተሠራች ሳጥን ውስጥ ከተቱት፡፡ በነፍስ ወከፍ አካፋ ጫር፣ ጫር ወደተደረገች ጉድጓድም አጅበው ወሰዱት። ኮሎኔል ዳዲም ሙሉ ማዕረጋቸውን እንዳደረጉ፡ "በብረት ሰላም በል" ሲሉ ትዕዛዝ ሰጡ፡፡ ወታደሮቹ ያነገቧቸውን ሳንጃ የወደሩ መሳሪያዎች በሁለት እጆቻቸው ይዘው ከደረታቸው ትንሽ ራቅ አደረጉና አትኩረው ይመለከቱት ጀመር። ኮሎኔል "ግባ መሬት" ብለው ሰላምታ የሰጡበትን የቀኝ እጃቸውን ሳያወርዱ ወታደሮቹ ሰባት ጥይት ወደ ሰማይ፣ ሰባት ጥይት ወደ ምድር ተኮሱ። ግብአተ መሬትም ሆነ፡፡ ከመቃብሩ ራስጌም የመስቀል ምልክት ተተከለ።

ያቺ የደም ምድርም በሚከብድ ዝምታ ተዋጠች – የእልቂት መህል ዝምታ፡፡

ምዕራፍ 2

ነመራ ቡሬ በገባ በሰባት ወሩ ኮሎኔል ዳዲ የሚመሩት ጦር ከበላይ በተሰጠ ትዕዛዝ በሞቱትና በቆሰሉት ምትክ ከሌላ ማሰልጠኛ ጣቢያ ወታደሮች ተላኩለት፡፡ ወደ ባድመ ግንባር እንዲንቀሳቀሱም ተነገራቸው –ነመራና ጓደኞቹን ያላስደሰተ ትዕዛዝ። እንደነሱ ፍላጎት ድንበር ተብሎ በርቀት የሚታየውን መስመር የለሽ መሬት በርግደው ቢሄዱ በወደዱ፡፡ ፍላጎታቸው የአሉላም ፈረስና የአሊሚራህ ግመል ቀይ ባህር ላይ ሲጠጡ ወይም አሁን 12 ኪ.ሜ. ሰርቀው 66 ኪ.ሜ. ርቀት ላይ የቸከሉትን 'የኤርትራ መንግሥት ግዛት' የሚለውን ምልክት ቢያንስ በንጉሡም ሆነ በደርጉ ጊዜ በነበረበት ቦታ 54 ኪ.ሜ. ርቀት ላይ ባለችው ሊሾ ጉድጓድ ውስጥ መልሶ መትከል ነበር። ነመራ በልቡ እያዘነ የቡሬን ምሽግ ለተተኪዎቹ አስረክቦ፣ ትንሽዬ ሻንጣ አንጠልጥሎና በቀኝ ጎኑ ቀበቶው ላይ ውሀ የተሞላች አነስተኛ ኮዳ ሰክቶ ዳግም ዑራል መኪናው ላይ ተሳፈረ።

ዑራል መኪኖቹ በደቡብ አቅጣጫ በሌሊት ጉዟቸውን ጀመሩ፡፡ ፀሐይ የማለዳ ጨረሯን ስትፈንጥቅ ሚሌ ከተማ እንደደረሱ ወደቀኝ ታጥፈው የባቲና ኮምቦልቻን ጥርጊያ መንገድ ተያያዙት። ከመኪናው በስተኋላ እየተጠቀለለ ሽቅብ የሚወጣው አቧራ ልብሳቸውንና ፊታቸውን አልብሶት የአሸዋ ክምሮች አስመስሏቸዋል፡፡ ዓይናቸውን ካላርገበገቡ ወይም ፈገግ ካላሉ አንዱን ከአንዱ ለመለየት ያስቸግር ነበር። የአፋርን በረሃ ንዳድ ተቋቁመው ሁሊም ነፋሻ አየር ከሚያጅባት የባቲ ከተማ ቀትር ላይ ደረሱ።

በየመሀሉ ከሚሰጣቸው የ10 ደቂቃ እረፍት በቀር ዑራላቸው ላይ እንደተሰቀሉ የንጉሥ ሚካኤልን (ራስ አሊ) አገር ወሎን ለማቋረጥ ረጅሙን መንገድ ተያያዙት። የኮምቦልቻን ከተማ አቋርጠው የጦሳን

ተራራ ደረት እያስተዋሉ በርቀት ከተራራው ጫፍ በቀኝ በኩል የሚካኤል ቤተ ክርስትያንና ያለምንም ችግር ሁለት እስካንያ የጭነት መኪና ከነተሳቢው የሚያስጋልበውን በንጉሥ ሚካኤል ዘመን ግብር ይበላበትና ጠጅ እንደ ውሃ ይቀዳበት የነበረውን 'አይጠየፍ አዳራሽን' በርቀት እያዩ ተራራውን ሰንጥቀው፣ ደሴ፣ ሐይቅ፣ ውጫሌ፣ መርሳ፣ ወልድያና ቆቦን አቋርጠው ነጎዱ፡፡ አላማጣ ሳይደርሱ ወደ ግራ ታጥፈው መቀሌ መዳረሻ ወደ እምባ አርዓዶም ተራራ አቅጣጫ ከዋናው መንገድ ትንሽ ወጣ ብሎ በነበረ ሜዳ ላይ ለአዳር ሰፈሩ።

እነ ነመራ በተሰጣቸው አንፃራዊ ረጅም የእንቅልፍ ሰዓት እግዜርን እያመሰገኑ ከንጋቱ 11 ሰዓት የተነቃነቅ ትዕዛዝ ሲሰጥ ተጣድፈው ዳግም ከዑራላቸው ላይ ተሳፈሩ። እንደ ግመል ተከታትለው የሚጓዙት ዑራል መኪኖችም በየቦታው ከተነሳው የኢትዮጵያ ጠላት ጋር ሲፋለሙ በመጨረሻ ለማተባቸውና ለኢትዮጵያ ክብር አንገታቸውን ለጠላት ሰይፍ ሰጥተው የተሰዉት የዓፄ ዮሐንስ አራተኛ መንበረ መንግሥት መቀመጫ የነበረችውን መቀሌ ከተማን በዝግታ አቋረጡ፡፡ በስተደቡብ ምዕራብ ከመሰቦሲሚንቶ ፋብሪካ አቅራቢያ ሲደርሱ የጀግናው የጦር ጄነራል አሉላ አባነጋ የትውልድ መንደር ተምቤን ዓብዪ ዓዲ የሚወስደውን መንገድ በስተግራ ትተው በውቅሮ በኩል በሰባተኛው ክፍለ ዘመን መጀመርያ አቢሲኒያ ከነቢዩ መሀመድ የተላኩትን የመጀመሪያዎቹን 12 የእስልምና ኃይማኖት ስደተኞች ባስተናገደችበትና አፅማቸው ባረፈበት ቦታ ያለውን ጥንታዊ የነጋሲ መስጊድ አለፉ፡፡ ወደ አዲግራት የሚወስደውን መንገድም በጠዋት ተያያዙት።

እንቅልፉ ያልወጣለት መሳሪያውን ደገፍ ብሎ አሸልቧል። ነመራ ካደገበት አካባቢ በእጅጉ የሚለየውን

ተራራማና ድንጋያማ አካባቢ ዙሪያውን እየቃኘ፣ በልቡ ዲምቱን እያስታወሰ 'አስኮቱ አሲን ኢጅራ' እና 'ያኸርልኝ ቀጠሮ'ን እያፈራረቀ በለሆሳስ ያዜማል። በከፊል አስፋልት ገሚሱ ጠጠራማ የሆነው ወጣ ገባ መንገድ እንደ ቅቤ ቅል እየናጣቸው ትንሽ ከተጓዙ በኋላ ከአዲግራት ከተማ መዳረሻ ላይ ለዕረፍት ቆም አሉ።

በነፍስ ወከፍ በሻንጣቸው ከያዙት ኮቾሮና ወሎ ኮምቦልቻ ሠራሹን ዝግን የቆርቆር ስጋ አውጥተው ቀማመሱ። የኮሎኔል ዳዲ ምክትል ሻለቃ ክብሮም ጦሩን እየተዘዋወረ ይፈትሻል፤ ያበረታታል። እነ ነመራ አካባቢ ሲደርስ ከኮዳው ውሀውን እየተጎነጨ "አይዟችሁ፣ ደርሰናል፡፡ ይሄ የምታዩት ከተማ አዲግራት ነው፤ የያዝነው መንገድ እዚህ ለሁለት ተከፍሎ አንዱ የምታዩትን ተራራ ዞሮ ወደ ሰሜን በማቅናት 32 ኪ.ሜ ርቀት ላይ የምትገኘው የትግራይ የመጨረሻዋ የድንበር ከተማ አቋርጦ፣ በሳንአፌ ደቀምሐሬ በኩል አስመራ ይዘልቃል። ከዛላንበሳ 90 ኪ.ሜ. ቢሆን ነው። እኛ ግራውን መንገድ ይዘን ወደ ምዕራብ አቅጣጫ በመጓዝ አድዋና አክሱምን አቋርጠን ማምሻችንን ሽሬ እንዳሥላሴ እንገባለን..." እያለ ምናባዊ የመልከአ ምድር በአእምሮአቸው ይቀርጻል። ቀሪውን መንገድና ድካም እያሰላሰሉ ኮቾሯቸውን በውሃ አወራረዱ። ሻለቃው "ለአሁኑ ይብቃን እንንቀሳቀስ..." ብሎ ወደ ሩስያ ሠራሿ ዋዝ መኪናው ፊጠን ብሎ ተራመደ።

መኪኖቹ እያቃሰቱ ተጠጋግተው በጠመዝማዛው መንገድ ላይ በዝግታ ይጓዙ ጀመር። የተወሰኑ ወታደሮችን ጭነው መትረየስ የጠመዱ ሁለት ፒካፕ መኪናዎች ከፊት ይመራሉ፡፡ የአዲግራትን ተራራዎች ወጥተውና ወርደው የአቢሲኒያ ታሪክ መሰረት ወደሆነውና ክርስቶስ ከመወለዱ በፊት በ5,500 ዓመተ

ዓለም ወደታነፀው የየሃ ቤተ ጸሎት ሕንፃ የሚወስደው መገንጠያ ላይ ሲደርሱ ወደ ግራ ታጠፉ፡፡ ትንሽ እንደተጓዙም በ1888 ዓ.ም የካቲት 23 ለድፍን ኢትዮጵያና ለዓለም ጥቁር ህዝቦች መኩሪያ የሆነው ድል የተፈፀመባት ታሪካዊቷ የአድዋ ከተማ አፋፍ ሶሎዳ ተራራ አጠገብ ብቅ አሉ።

የሶሎዳ ተራራ ከአድዋ ከተማ በሰተምስራቅ እግዚአብሔር በጥበቡ ጠርቦት ያስቀመጠው በአንድ በኩል ሰውም ሆነ ዝንጀሮ እንዳይወጣ ቀጥ አድርጎ የፈጠረው አላፊ አግዳሚውን እንዲታዘብ እግዜር የተከለው የማይናገር ዋርዲያን በስተቀኝ ትተው በልባቸው እንዳሁኑ በመኪና ሳይሆን በእግርና በአጋሰስ አራትና አምስት ወራት በባዶ እግርና ያለበቂ ስንቅ ከመላው ኢትዮጵያ ከየአቅጣጫው ወደዚች ስፍራ ተጉዘው፣ ጥንት ያኔ ጥቁር ህዝብ በድፍን ዓለም ሲናቅ በእምዬ ምንሊክ መሪነት በመለኛይቱ ጣይቱ አጋርነት በአሉላና በአባ መላ ሀብተጊዮርጊስ የጦር አበጋዝነት ድፍን የአቢሲኒያ-ኢትዮጵያ ጀግኖች ገድል በዓይነ ህሊናቸው እያሰላሰሉ ድምፃ መረዋዋ አቀንቃኝ፣

“የሰው ልጅ ክቡር፣ ሰው መሆን ክቡር

ሰው ሙቷል ሰው ሊያድን፣ ሰው ሰውን ሲያከብር

በደግነት በፍቅር፣ በክብር ተጠርቶ

በክብር ይሄዳል፣ ሰው ሊኖር ሰው ሞቶ

የተሰጠኝ ህይወት ዛሬ በነፃነት

ሰው ተከፍሎበታል፣ ከደምና፣ ካጥንት

ስንት ወገን ወደቀ በነፃነት ምድር።

ትናገር ዓድዋ ትናገር ትመስክር

ትናገር ዓድዋ ትናገር ሀገሬ

እንዴት እንደቆምኩኝ ከፊታችሁ ዛሬ

የሚለውን ዜማ በልባቸው እያዜሙ በሀሳብ ነጎዱ። የታሪክ ባለተራዎቹ ወጣት ወታደሮች።

ነመራ ከአባቱና በባኮና አካባቢዋ ከሚገኙ አዛውንቶች ሲሰማና ሲያነባቸው የነበሩ ታሪኮች ሁሉ በሚያየው ትዕይንት ነፍስ ዘርተው በአእምሮው በምስል መልክ ተመላለሱበት፡፡ ከወታደሮቹ አንዱ በአንድ እጁ ከሶሎዳ ተራራ በስተቀኝ ወደሚገኛው ሥፍራ ጣቱን ቀስሮ "ታሪካዊው የጊዮርጊስ ቤተ ክርስቲያን በዚህ በኩል ነው። አፄ ምንሊክ፤ የካቲት 23, 1888 በዕለተ ሰንበት ጥዋት ያስቀደሱበት፤ የቁም ፍታት የተቀበሉበት፡፡ ይሄ አዲሱ መንገድ ከመሠራቱ በፊት መንገደኛው ሁሉ በርቀት እየተሳለመ ነበር በስሩ የሚያልፈው፡፡ አሁን ግን ቤተ ክርስትያኑም አይታይ፣" ሲል ነመራ ፈገግ ብሎ

"እንቺ አድዋ፤ አንች ሶሎዳ፤

የታሪክ ጓዳ፣

የደም እዳ፣"

አለ ድንገት ሳያስበው አባቱ የነገሩት ታሪክ ትዝ ብሎት።

ኡራል መኪኖቹ እንደ ግመል ቅፍለት ተከታትለው አድዋንና ተራሮቿን አልፈው ነጎዱ፡፡ ጻድቁ አቡነ አረጋዊ በዘንዶ ጅርባ ወጥተውበታል የሚባለውን ደብረ ዳሞ ገዳምን በስተቀኝ በርቀት ተሳልመው፣ የኢትዮጵያ ስልጣኔ መሰረት የሆነችውንና ፅላተ ሙሴን በሆዷ ደብቃ ከክርስቶስ ልደት በፊት በ1,500 ዓመተ ዓለም የተተከሉት ሀውልቶቿ ተንተርሳ ከተመሰረተችበት ተራራ በላይ ከፍ ብለው ጥንታዊነቷን የሚያበስሩላት፤ ደጀ ሰላም ደርሰው ጸሎት ካላደረሱ እህል የማይቀምሱ ልጆች፤ መሬት ፈልፍለው ባህረ-

ነጋሽ ሰንኣፌ ወጥተው፤ ቀይ ባህርን ተሻግረው ወንድም ታግደው እንዲሁም በ270 እና በ525 ዓ.ም በየመንና በአሁኗ ሳውዲ ዓረቢያ ደቡባዊ ግዛት ኃይማኖትን (ክርስትናን) ያስከበሩ፤ የኢትዮጵያ ኦርቶዶክስ ተዋህዶ ኃይማኖት ብቸኛ መለያዋን በአራተኛው ክፍለ ዘመን ግዕዝ፣ አራራይና ዕዝል እግዚአብሔርን ማመስገኛ ዜማን የደረሰ አባት (ቅዱስ ያሬድ)፤ የራሳቸውን በአፍሪካ ብቸኛ ፊደል ቀርፀው፤ ቀንና ዘመን መቁጠሪያን ቀምረው፤ ብራና ፍቀው ቀለም ጠቅሰው፤ ታሪክን ለትውልድ በሳባ፤ በግዕዙም ሆነ በአማርኛ ቋንቋ ከትበው ያለፉ ሊቃውንት፤ ካህናትና ዲያቆናትን ያፈራች፣ እየሱስ ክርስቶስ ባረገ በአምስት ወሩ ማለትም በ34 ዓ.ም. በመጽሐፍ ቅዱሱ በሐዋርያት ሥራ ምእራፍ ፰፣ በቁጥር ፳፮-፵ እንደተጻፈው ኢትዮጵያዊው ጃንደረባ ባኮስ በፍልስጤም ምድር በክርስቶስ አምኖ በሐዋርያው ፊሊጶስ ተጠምቆ ወደ ሀገሩ ከገባበት ቀን ጀምሮ ክርስትናን ማስተማርን "አሀዱ" ብለው ጀምረው በድፍን አቢሲኒያ ያስፋፉ አባቶችን፤ ክርስቶስ ጴጥሮስን የቤተክርስትያን መሰረቷ ትሆናለህ እንዳለው በክርስትና እምነታቸው እነሱም እንደ ጴጥሮስ ፀንተው ለእምነታቸውና ለማተባቸው መስዋት የሆኑ አባቶች፤

ህፃናትን በየዛፉ ስር ሰብስበው "ሀ-ለ-ሐ-መ...፣ አ-ቡ-ጊ-ዳ-ሂ-ው-ዞ......፣ እንዲሁም ሏ-ሟ-ሯ-ሷ-ሿ-ቋ-ቷ--ቿ-.....እያሉ ፊደል አስቆጥረው፤ ወንጌሉን ዳዊቱን "አባባ ቄሱ" ወይም "የኔታ" ያለ ምንም ክፍያ በነፃ አስተምረው ብዙ ደብተሮች ወይም ሊቆች ያፈሩ፤ ትውልድ ያነፁና ለዘመናዊው ትምህርት ቤት እርሾ የሆኑ የቤተ ክርስትያን ሊቃውንቶችን ያፈራች፤ የ3,500 ዓመት ታሪክ ባለቤት በሆነችው የድፍን ኢትዮጵያ ህዝብ መኩሪያና መለያ የአቢሲኒያ ዋና መዲና ወደነበረችው ጥንታዊቷ አክሱም ከተማ ደረሱ።

በ530 ዓ.ም እንደተቀረፀ የሚገመተው በየመን ዛሪፍ ተብላ በምትጠራው ከተማ በቃህሳስ 2008 ዓ.ም ከመሬት ተቆፍሮ የተገኘ "ዘውድ ያጠለቀ ሰው" (ምስለ መቅረፅ በጀርመናዊው ፖል ዬሌ) ኢትዮጵያ የመንን ትገዛ እንደነበር ማስረጃ ነው ተብሎ ይገመታል፡፡

አክሱምን በቀኝ በኩል ትተው በግምት ከከተማዋ 2 ኪ.ሜ ርቀት ላይ የሚገኘውን ገናናዋና እሷም እንደ መፅሀፍ ቅድሱ ሙሴ ኢትዮጵያዊ ከአይሁድ በደም ያስተሳሰረችውን የንግሥተ ሳባን (ማክዳ) ቤተመንግሥት ፍርስራሽ እየቃኙ አቧራቸውን እያቦነኑ ወደ ሰለክለካ ከነፉ።

ብዙም ሳይቆይ ተራራማና ድንጋያማው መሬት ተለውጦ በሰፊና ለጥ ባለ የእርሻ መሬት አቆራርጠው ሽሬ እንደሥላሴ ገቡ። ከከተማዋ በስተምዕራብ ወደ ሁመራ የሚዘልቀውን የእንደ አባጉናን መንገድ ትተው ወደ ሰሜን ታጠፉና ባድመና ሽራሮ የሚወስደውን

መንገድ ተያያዙት፡፡ የዓዲ ኮከብን ሜዳ ጨርሰው ዓዲ ዳዕሮ የምትባል የገጠር ከተማ ሲዳረሱም አልፎ፣ አልፎ ከርቀት የሚያስተጋባ የመድፍ ድምፅ መስማት ጀመሩ።

በጦር ቀጠናው አካባቢ እንደደረሱ የከተማዋን ደቡብ ምዕራብ ሙሉ ለሙሉ ሽፍኖ ጭራውን ወደ ዓዲ ነብሪኢድ፣ ሆድና ጀርባውን ወደ ዓዲ ዳዕሮ አድርጎ ሁለት እግሩን ወደፊት ዘርግቶና አንገቱን ቀና አድርጎና ዓይኖቹን አፍጥጦ በሽሬ እንደሥላሴ ወደ ተምቤን አሻግሮ እያየ “የአሉላ ልጆች የታሉ?” እያለ የሚፈልግና ‘የተኛ አንበሳ’ የሚመስል ቅርፅ ያለው ተራራ ስር ለደቂቃዎች ዕረፍት እንዲደረግ ኮሎኔል ዳዲ ወሰኑ።

ፀሐይ በስተምዕራብ ለስንብት ዓይኖቿን አስለምልማ አድማሱን ደም አስመስላዋለች። የዓዲ ዳዕሮና አካባቢው ህዝብ ወደ ጦሩ ዘመመ። በገንቦ ነጭ ማር፤ ስዋ (ጠላ) አዝሎ፤ በሰፌድ አምባሻ፤ በቁና ቆሎና ፈንድሻው፤ በትሪ እንጀራ በወጥ፤ ባጠቃላይ ቤት ያፈራውን ይዘው ነገ ወደ እሳት የሚገቡትን ልጆቻቸውን ‘የመጨረሻ እራት’ ያበሉና፣ ያጠጡ ጀመር። ነመራና ጓደኞቹ ከቤት ከወጡ ለወራት ያላገኙትን እንጀራ እያጣጣሙ ተመገበው ህዝቡን አመሰገኑ።

የሁለት ሰዓታት እረፍት አድርገው የኮሎኔል ዳዲ ጦር ዓዲ ዳዕሮንና ዓዲ ነብሪኢድን አቋርጦ በደብዛዛ መብራት ታግዞ የጦርነቱ መነሻ ወደሆነችው ባድመ በሚወስደው መንገድ በዝግታ ያዘግሙበት ጀመር።

ለወትሮው ከዓዲ ዳዕሮ ባድመ ደቂቃዎች የሚፈጀው መንገድ ያን ጊዜ በሰርጎ ገብ ወይም በውስጥ አደር የሹምባሽ ከህዲ የተቀበረ ፈንጂ ስለማይጠፋ ፈንጂ አምካኞች የሚያደርጉት ፍተሻ

ጉዞውን አንተተው። ዓዲ ነብሪኢድን አልፈው ጥቂት እንደተጓዙ ከመኪናቸው ወርደው በእግር ጉዞ ከባድመ በሰሜን ምስራቅ አቅጣጫ ወደተመደበላቸው የጦር ቀጠና በውድቅት ሌሊት ደረሱ። በስፍራው የሰፈረው ጦር በቆፈረው ምሽግ የመከላከያ ቀጠናዎችን በማጠናከር ቦታ ቦታቸውን ይዘው የደከመ ሰውነታቸውን ለአፍታም ቢሆን ዘና አድርገው ለመተኛት ሞከሩ።

ነመራ ቀን ሲጓዝበት የዋለው መልክዓ ምድር፣ የትውልድ መንደሩ ትውስታ፣ የዲምቱና የልጆቹ ናፍቆት እያባነነው ሲያሸልብና ሲነቃ የንጋት ወፎች ጭጭጭ ማለት ጀመሩ። የሰውነት እንቅስቃሴ፣ መሳርያ ፍተሻ፣ የሰው ኃይልና ጥይት ቆጠራ ተደርጎ የቅኝትና ልምምድ ሥራ ጀመሩ።

በሁለቱም በኩል ለሞት የተሰለፉት ወታደሮች ለወራት ዝግጅታቸውን አጧጡፈው ከርመዋል። "ተዉ፣ የወንድም፣ የእህት፣ የእናትና ልጅ ፀብ በደም አይፈታም" ብሎ የሚገዝት የኃይማኖት አባት ጠፍቶ፣ ይቅር ባይ ሆደ ሰፊ ኢትዮጵያዊ ማንዴላ ጠፍቶ፣ በዚህ በኩል "ዘመቻ ፀሐይ ግባት" ተብሎ "ሁሉም ነገር ወደ ጦር ግንባር" ይጓዛል። አሜሪካን ሠራሹ ቲ 131 የጭነት አውሮፕላን በየቀኑ ሽሬ እያረፈ ጥይቱንና ቦምቡን ያራግፋል፣ የጭነት መኪናዎችም ከነተሳቢዎቻቸው ጭነታቸውን በየጦር ቀጠናው ያከፋፍላሉ። ከወዲያ ማዶ "ፀሐይ አትገባም" ዘመቻን ለፍፈው ከበሮ እየደለቁ መሬት ይሰረስራሉ። ነመራና ጓደኞቹ የመከላከል፣ የማጥቃት፣ የከበባና የቆረጣ ትምህርታቸውን ይከልሳሉ። እንጨት ሰብረው ወይም ውሃ ቀድተው ሲመለሱ "ይለያል ዘንድሮ"፣ "ላሊ ጉማ" እያሉ የመኪናውን አካል እየቀጠቀጡ ይዝታሉ። አልፎ፣ አልፎም በምሽት ሰብሰብ ብለው መልካም ድምፅ ያላቸው እነ አባቴነህ "በላይ በላይ" ሲሉ ነመራ

“አቢቹ ደራ ደራ” ጌታቸው ደግሞ “ገበየሁ ቢሞት ተተካ ባልቻ፤” እያሉ በህብረት እየጨፈሩና እየሸለሉ የቁርጧን ቀን ይጠባበቃሉ።

ያበጠው መፈንዳቱ፣ የተወጠረው መተንፈሱ አይቀርምና ያቺ ቀን ደረሰች። ሄሊኮፕተሮች በቅርብ ርቀት እየበረሩ ቅኝት አበዙ፤ ተዋጊ ጄቶች ደመና ሰንጥቀው ከልካይ በሌለበት ሰማይ ላይ ተመላለሱ። ከፍተኛ የጦር አዛዦች፣ የፖለቲካ ኃላፊዎችና ጋዜጠኞች በቀጠናው ተበራክተዋል። የመገናኛ፤ የህክምና፤ ስንቅና ትጥቅ፤ ማመላለሻ፤ ታንከኛና መድፈኛ ሙሉ ዝግጁነታቸውን ለአዛዦቻቸው አረጋግጠዋል። ኮሎኔል ዳዲ በቀኝ ጎናቸው ማካሮቫቸውን ታጥቀው የጦር ሜዳ መነፅራቸውን ደረታቸው ላይ እዳንጠለጠሉ የመገናኛ ሠራተኛውን አስከትለው የጦር ቀጠናውን እየቃኙ ማስታወሻቸው ላይ ሲሞነጫጭሩ ሰነበቱ።

ምዕራፍ 3

ለወራት አልፎ፣ አልፎ ሲቆራቆሱ ቢከርሙም የኮሎኔል ዳዲ ጦር ባድመ በገባ በአስራ አንደኛ ወሩ፣ ሰኔ ወር መጀመሪያ በውድቅት ሌሊት የ"ዘመቻ ፀሃይ ግባት" መጠነ ሰፊ የማጥቃት ዘመቻውን በሦስት ግንባሮች ከፈተ። ፈንጂ አምካኝ መሀንዲሶች በውድቅት ሌሊት ወደ ጠላት ምሽግ በደረታቸው ተስበው በሺህ የሚቆጠሩ ፀረ-ሰውና ፀረ-ታንክ ፈንጂዎችን አመከኑ፣ ለእግረኛው ጦርም መንገዱን አመቻቹለት። መድፎች በርቀት ሲያጓሩ፣ የተራራን ጀርባ አሻግረው ምድሩን የሚያንቀጠቅጡት ባለ 80 እና 120 ሚሊ. ሜ. ሞርታሮች ድብልብል ሹል ጥይቶችን በማከታተል እየተኮሱ ጋራና ምሽጉን ናዱት። ጎህ ሲቀድም የአየር ኃይል ንስር አሞሮች እየከነፉ ለወራት የተካቡትን የድንጋይ ምሽጎች እየናዱ፣ ከምድር ተመሳስሎ የተደረደረውን ታንክ ከከሰለው ምድር ጋር ለወሱት። ምሽግ አፍራሽ ሄሊኮፕተሮች መትረየሶቻቸውን እያርከፈከፉ ቦምቦቻቸውን ሲያዘንቡ፣ አከታትለው 40 ሚሳይል የሚተፉት ቢኤሞች ረጅም ርቀት ተወንጭፈው የጠላትን የደጀን ጦርና እንዲሁም ስንቅና ትጥቅ ክምችታቸውን አጋዩት። አካባቢው ለሦስት ተከታታይ ቀናት በከባድ መሳሪያና ከአየር በሚዘንቡ ቦምቦች ሲቀጠቀጥ ሰነበተ፡፡

እግረኛው ጦር ጣቱን ቃታው ላይ እንዳደረገ ትዕዛዝ ይጠባበቃል። በሦስቱ ቀን የከባድ መሳሪያ ድብደባ በተዳከመው ጦር ጀርባ በቀድሞው ብርጋዴር ጄነራል የህብረተሰባዊት ኢትዮጵያ ጀግና አንደኛ ደረጃ ኒሻን ተሸላሚ፣ የኢትዮጵያ አየር ወለድ መስራችና አባት ከነበሩት ከሜጀር ጄኔራል ደምሴ ቡልቶ ጋር የሰለጠኑት፣ የደርግ አየር ወለድ ተብሎ ተበትኖ የነበረውን ጦር አሰባስበው ዳግም የተሰለፉት ብርቅዬ

የኢትዮጵያ ልጅ ብርጋዴር ጄኔራል ተስፋዬ ሀብተማርያም የሚመሩት አየር ወለዶች ጨለማን ተገን አድርገው ከግዙፉና ቀርፋፋው አውሮፕላን ላይ እየዘለሉ የመውረጃ ዣንጥላ ዘርግተው ወርደው ቀድሞ በተጠና ሥፍራ ቦታ ቦታቸውን ይዘዋል። ተዋጊ አውሮፕላኖች የሰኔን ደመና ሽፋን አርገው ከሰማይ ከርቀት ባፍጢማቸው ወደ መሬት እየተወረወሩ ቦምባቸውን ያዘንቡት ጀመር። መድፍና ቢ.ኤም፣ ሞርታርና ባዙቃው በአንድነት አፋቸውን ሲከፍቱ ወደ ጠላት ምሽግ በሦስቱም አቅጣጫ ተጠግቶ ያደረው እግረኛ ጦር የነፍስ ወከፍ መሳሪያውን ጠላት ምሽግ ላይ ወድሮ ያርከፈክፈው ጀመር። የተኩሱ እሩምታ እያስተጋባ ከሚፈጥረው የገደል ማሚቱ ድምፅ ጋር ተዳምሮ አካባቢውን በጣም ረበሸው፣ ምድርና ሰማይ ሾቁ። የሚወድቅ የሚነሳውን መለየት አልተቻለም፡፡ ገሚሱ ይፎክራል፣ ገሚሱ ይጣራል የሚለው ግን አይሰማም፣ ተኩስ በሳሳበት መስመር በሬድዮ መገናኛ እየተጠራሩ ከሁለተኛ፣ ትንሽ ቆይቶ ከሦስተኛ ረድፍ የኋላ ደጀን ጦር ይተካል። ሄሊኮፕተሮች ዝቅ ብለው ጠንካራ የሚባሉ ምሽጎችን ይደረምሳሉ። አየር ወለዶች የቀረ የኋላ ደጀን ርዝራዥን ጦርን በሄሊኮፕተሮች እየታገዙ ይተገትጉት ያዙ። የዕዝ ሰንሰለቱ ተበጣጥሶ ግራ የተጋባው የትላንት ወንድም የዛሬ ጠላት ጦር የሚጨብጠው ሲያጣ በሦስቱም መስመር ያሉት መከላከያዎችን ደርምሰው ከጠላት ጉያ እየዘለሉ ምሽግ መግባት ጀመሩ። እንደ ሰንሰለት ተያይዞ የተሠራውን ምሽግ ተጠግተው የተቀበሩ ፀረ-ሰው ፈንጂዎች ብዙ ሰው ጎዱ።

ነመራና ጓደኞቹ በኮሎኔል ዳዲ እየተመሩ እጅ የሰጠውን የጠላት ወታደር አንድ ስፍራ ኮልኩለው ቀጠናቸውን አሰፉና ወደ ፊት ገሰገሱ። ሆኖም ከነበሩበት መስመር ትንሽ ራቅ ብላ በምትገኝ ተራራ ስር የመሸገ አንድ ልዩ ሻለቃ ጦር መፈናፈኛ አጥቶ

አድፍጦ ሲጠብቅ ድንገት ስለደረሱበት የሞት የሽረት ትንቅንቅ ጀመረ። አሳቻ ቦታ ይዞ ስለነበረም ኮሎኔል ዳዲ ጦር ላይ ከባድ ጉዳት አደረሰ። ነመራ ባለአገልግል መትረየሱን ከቀኝ ትከሻው አስማምቶ አንዴ ለጥ እያለ፣ እንደገና በርከክ እያለ ጥይቱን ያዘንበው ገባ። ኮሎኔል ዳዲ ለወሰኑ የጨበጣ ውጊያ ዝግጅት በተዋረድ "ሳንጃ ባፈሙዝ" የሚል ትዕዛዝ አስተላለፉ፡፡ ወታደሮቹም ተከትሎ የሚመጣውን "ወድር፣ ተቀላቀል" ትዕዛዝ እየጠበቁ በቅርብ ርቀት ባለው ምሽግ ላይ የእጅ ቦንባቸውን ይወረውሩበት ጀመር።

ኮሎኔል ዳዲ ተጨማሪ ኃይል ጠይቀው ተቆርጦ የቀረውን ጦር ያርበደብዱት ገቡ። ነመራ እንደለመደው መትረየሱን ከትከሻው አጣብቆ ጥይቱን ያንተከትካል። አንዱ ሰንሰለት ጥይት ሲያልቅ ከትንሽ የብረት ሳጥን ውስጥ ሌላውን አውጥቶ መሳሪያውን እያጎረሰ እሱም እንደ ጓደኞቹ ተራራዋን በጥይት አሾቃት። አውሮፕላኖቹ ከመቀሌ ማረፊያቸው ወደ ሰማየ ሰማያት እየተወነጨፉ ጠላት ከለላ ያደረገው ተራራ ላይ አስካኩበት። በአንድ ዙር ድብደባም እንዳልነበረ አድርገውት ሌላውን ሥራ ለኮሎኔል ዳዲ ጦር ተዉለት። ኮሎኔል ዳዲም የጦር ሜዳ መነፅራቸውን ከፍ ዝቅ እያደረጉ ያችን ተራራ በመድፍና በሞርታር አስቀጥቅጠው እግረኛውን "ወደ ፊት" ብለው እሳቸውም የነፍስ ወከፍ መሳሪያቸውን ተራራዋ ላይ እያርከፈከፉ አብረው ይጓዙ ጀመር። አፍታም ሳይቆይ የተረፈው የጠላት ጦር ነጭ ባንዲራ እያውለበለበ ለምርኮኛ ወደተዘጋጀለት ሥፍራ ይተም ጀመር። ከተማረኩት መሀል ጥቂት ወጣት ሴቶች ይገኙበት ነበር። ኮሎኔል ዳዲ ምርኮኞች ባጠገባቸው ሲያልፉ የወለደ አይጨክንምና "ድንገት ብትኖር" ብለው እስከ አሥር ዓመቷ ያልተለዩዋትን፣ አቅፈው

ስመው ያሳደጓትን የስጋቸውን ቁራጭ ከብሌኗ ቆንጆ የወለዷትን ሰመሐር ዳዲን በዓይናቸው ይፈልጋሉ።

እግረኛው እያጠቃ በገሰገሰ ቁጥር የህክምና አባላት ዱካውን እየተከተሉ ገሚሱን ቁስለኛ በዚያች በተወጠረች ሸራ ቃሬዛ ነገር ሁለት ከፊት፣ ሁለት ከኋላ ሆነው ይዘው ወደመጡበት ይመለሳሉ። መንቀሳቀስ የቻለው ቁስለኛ መሳሪያውን ተመርኩዞ ወይም በሰው ተደግፎ እያነከሰ ወደ እርዳታ መስጫው ቦታ ይሄዳል።

ከባድመ በስተግራ የሰፈረው ጦር ምሽግ ደረማምሶ ወደ ባድመ ገስግሶ የኢትዮጵያን ባንዲራ ሰቅሏል። የማረከውን ማርኮ የተረፈውን ወደመጣበት ወደ መንደፈራና ባሬንቱ አቅጣጫ አባሮታል። ከድሉ በኋላ የሞተን መቅበር፣ የቆሰለን መሰብሰብ ሥራ ተጀመረ።

ኮሎኔል ዳዲ የሁለቱም ወገን ሬሳዎች ተሰብስበው በክብር እንዲቀበሩ አዘዙ። ወታደሮቹም በየሜዳው የተረፈረፉትን የወንድማማቾች ሬሳዎች ሰብስበው ወንድና ሴት፤ ጠላትና ወገን ሳይለዩ በሰፋፊ ጉድጓዶች እየደራረቡ አፈር አለበሷቸው።

ኮሎኔል ዳዲ እየተዘዋወሩ የቆሰሉትን ያበረታታሉ፤ መመሪያ ይሰጣሉ፤ የሬድዮ መልእክት ያስተላልፋሉ። ስለ ጦራቸው አቋምም ለበላይ አዛዦች ማብራሪያ ሰጡ። የመጨረሻዋ ጥቃት በተፈጸመባት አሳቻ ስፍራ አምርተው ሟቹን ከቁስለኛው እየለዩ የሚቀብሩትን ወታደሮቻቸውን ሲያበረታቱ ስሜታቸው ተረበሸ። በአንድ ጉድጓድ ሊቀበሩ ከተሰበሰቡት ከመቶ በላይ የጠላት አስከሬኖች በርከት ያሉ የሴቶች አስከሬኖች ያሉበት ስፍራ ሲያገኙ የሰውነታቸው ስርአት ተዛባ፣ አንጀታቸው ተላወሰ፣ ልባቸው ነጠረ፣ ዓይኖቻቸው ዳርቻም ረጠባቸው – የሴት ልጅ አባት ናቸውና። ወታደሮቹ ሁሉንም ደራርበው ሲጨርሱ

አፈር ከማልበሳቸው በፊት ከላይ ካሉት የአንዷ አስከሬን የኮሎኔሉን ስሜት ሳበው።

ማንነቷን መለየት አስቸጋሪ ነበር፡፡ አብዛኛው ገጽታዋ በደም በተነከረው ጸጉሯ ተሸፍኗል፡፡ አሰቃቂ ትዕይንት ነበር፡፡ ዕድሜዋ በግምት 18-19 ይሆናል፡፡ በጸጉር ያልተሸፈነው የፊቷ ክፍል ቢሆንም በቀላሉ ለመለየት የሚያስችል አልነበረም፡፡ ምናልባት እንደሆን እርግጠኛ ባይሆኑም የሆነ ነገሯ ሳባቸው፡፡ ካሉበት ሆነው ለረጅም ጊዜ አፍጥጠው ቀሩ፡፡ ሁኔታቸውን ያዩ ወታደሮች የአዛዣቸውን እንቅስቃሴ በአግራሞት እየተከታተሉ ነበር፡፡

ኮሎኔል ዳዲ በርከክ አሉ፡፡ በደም የተለወሰውን ልብሷን ገለጥ አድርገው ቀበቶዋ ላይ በቀኝ ጎኗ በኩል የተሰካውን ኮዳ መያዣ ሽራ ነገር ተመለከቱ፡፡ ሳምባዎቻቸው አመጹ፡፡ የልባቸው አድራሻ ለአፍታም ቢሆን ጠፋ፡፡ በሁለት እጆቻቸው ፊታቸውን ግጥም አድርገው ያዙ፡ ቀና ለማለት ያቃታቸው ይመስል በተንበረከኩባት ስፍራ ይበልጡኑ ሰመጡ፡፡ የተወሰኑ ወታደሮች ሊደግፏቸው ጠጋ ሲሉ በእጃቸው እንቅስቃሴ መለሷቸው፡፡ ኮሎኔሉ እንደምንም ቀና ለማለት ሞከሩ፤ አስቸጋሪ ነበር፡ የሰውነታቸው ነርቮችና መጋጠሚያዎች አመጹባቸው፡፡ ቆፍጣናው ወታደር ራሳቸውን እንኳን መቆጣጠሩ አወካቸው፡፡ እንደምንም ገድገድ እያሉም ቆሙ።

ከወታደሮቹ አንዱ ጠጋ ብሎ አዛገቡ ሲያዩት በነበረው ላይ አተኮረ፡፡ በሬሳው የኮዳ መያዣው ሽራ ላይ በጥቁር ቀለም 'ሰመሐር ዳዲ ብሩ' የሚል ጽሁፍ ነበር፡፡

ኮሎኔል ዳዲ ሽቅብ አንጋጠጡ፡፡ "ምነው ፈጣሪዩ ምን አደርኩህ! ምን በደልኩህ?" ሲሉ ፈጣሪን ሞገቱት፡፡ እንደገና በረክክ አሉና ተንሰቀሰቁ። ምክንያቱ ባይገባቸውም አብዛኞቹ ወታደሮች

ዓይኖቻቸውን ያባብሱ ጀመር፡፡ የአለቃቸው ሀዘን የእነሱም ሀዘን፣ የሀገርም ሀዘን ነበርና፡፡ ዳግም ቀና ሲሉ እንባቸው በሁለት ጉንጫቸው ይንዠቀዠቅ ነበር፡፡

ዙሪያቸውን ተመለከቱ፡፡ ምንም ያልሆኑትንና የነገና የተነገ ወዲያ ተረኞችን፣ የቆሰሉትንም፣ የሞቱትንም ተመለከቱ፡፡

በሰለለ፣ የእሳቸው ባልሆነ ድምጽ መናገር ጀመሩ፡፡ “ድመቷ ፌጦ የሚረጫት አጥታ ልጆቿን በላች አሉ፡፡ እኔ ማለት ያቺ ድመት ነኝ፡፡ ዘመዶቼን፣ ወዳጆቼን ሁሉ ጨረስኩ፡፡ ከእንግዲህ ምን ቀረኝ!” ድምጻቸው ጨመረ፡፡ “ባዶ ነኝ፤ አይታያችሁም!…ባዶ ነኝ፡፡ እንደ አሳማ ሆዴን እየሞላሁ የምኖር ባዶ!”

ዳግም ዙሪያቸውን ተመለከቱ፡ በዛ ሰዓት ዓይኑ ያልረጠበ ወታደር ማግኘት አስቸጋሪ ነበር፡፡ ነመራ ተንደርድሮ ከፊታቸው ቆመ። “ኮሎኔል!” ሲል ደጋግሞ ተጣራ፤ መልስ ግን አልሰጡትም። ንግግራቸውን ቀጠሉ “ልጆቼ በርቱ። ሙሉ ዕድሜዬን ለዚች አገር ስንከራተት ኖርኩኝ። ወለድኩኝ እንጂ አባት አለሆንኩኝም፣ አቅፌ ለማሳደግ አልታደልኩም። ጫካ ለጫካ ስሹለኮለክ፤ ከድንጋይ ድንጋይ ስዘል፤ ሽቅብና ቁልቁል ተራራና ጋራ ስቧጥጥ፣ የቀበሮ ጉድጓዱን ሳሎኔና መኝታ ቤቴ አድርጌ ስኖር አሻግሬ የተሻለ ጊዜ፣ የተሻለች አገር እያየሁ ነበር፡፡ አንድ ቀን ከጦርነት እልቂት ወጥተን ሁላችንም በፍቅር እንኖራለን የሚል ተስፋ ሰንቄ ነበር። አልሆነም፣ ወገኖቼ ያኔም፤ አሁንም አልሆነም!” መሀረባቸውን አወጡና በእንባ የተነከረ ፊታቸውን በግራ እጃቸው ጠራረጉ፡፡ ቀኝ እጃቸውን ወደ ወገባቸው፤ ወደ ኪሳቸው እያፈራረቁ ያስጠጉ ነበር።

ነመራ የኮሎኔሉ ሁኔታ እጅግ ቢያስጨንቀውም፤ ንግግራቸው በጣም ስቦታል።

በሁለት እጁ መትረየሱን ደገፍ ብሎ ቁጢጥ አለ። ይበልጡኑ እየሰለለ የሚሄደው የኮሎኔል ድምፅ ጆሮውን እየሰነጠቀ ሲያቋርጥ የልጆቹን ናፍቆት፣ የቤተሰቡን ትውስታ ቀሰቀሰበት።

ኮሎኔሉ በቀኝ እጃቸው የጦር አውድማውን እያመላከቱ ያለፈውን በማስታወስ ንግግራቸውን ቀጠሉ፣ "ምን ያደርጋል፣ በንፁህ ልብ ኢትዮጵያን ዕድሜዬን ሙሉ ባገለገልኩኝ ከእነጓደኞቼ 'ጨፍጫፊዎች' እየተባልን ስንሰደብ ኖርን። እኔም ከዚያ ሁሉ መከራ በመውጣቴ እፎይ ብዬ ዘወትር የሰው ሬሳ ከመራመድ ያወጣኝን አምላክ ተመስገን ብዬ የምድር መከራዬን እየተቀበልኩኝ፣ ሌት ተቀን የሚመርጉብኝን ስድብ እየጠጣሁ ስኖር ዳግም ለጦርነት ተጠራሁ። የአገር ጉዳይ ነውና፣ ቅር የተሰኘሁት በወንድሞቼ እንጂ በአገሬ አልነበረምና የሰቀልኩትን መለዮዬን እንደገና አጠለኩት፣ ፈረስ ኮቴዬን አነገብኩ፡፡ ጦርነቱ አብቅቶ ሰላም ሲሰፍን እንደሌሎቼ ወንድሞቼ ልጄን የማየት እድሉ ይገጥመኛል፣ የአብራኬን ክፋይ ልጄን፣ ስሜ ያልጠገብኳትን፣ አቅፌ ናፍቆቴን ያልተወጣሁባትን ልጄን ሰመሀር ዳዲን በዓይነ ስጋ አያለሁ የሚል ተስፋ ሰንቄ ነበር፡፡" ወደተከመሩት የሴቶች ሬሳዎች በትካዜ ተመለከቱ፡፡ ነመራን ጨምሮ ሁሉንም ወታደሮች የልቅሶ ሲቃ ላንቃቸውን ዘጋው።

"ይኸውላችሁ፣ ጭራሹኑ እጄን በእጄ ቆረጥኩላችሁ!" የተረጋጋ የመሰለው ዕንባቸው ግድቡን አፈረሰ፡፡ ወታደሮቻቸውም ድምጽ አውጥተው አብረዋቸው ይላቀሱ ጀመር፡፡ "ግዴለም፣ አሁንም ተስፋ አለኝ፡፡ በዓለማዊ ኑሮዬ ያላገኘኋትን ልጄን፣ የምወዳትን አንድ ልጄን ሰው ሠራሽ ድንበር በሌለበት፣ አሳሪና ታሳሪ፣ አባራሪና ተባራሪ በሌለበት የሰማይ ቤት አገኛት ይሆናል።" ሲሉ ነመራ

ከተቀመጠበት ተነሳ። በግራ እጁ የመትረየሱን አፈሙዝ እንደያዘ ቀስ እያለ ኮሎኔል ወደ ቆሙበት ቦታ ይጠጋ ጀመር።

ትንሽ አረፍ የሚሉበት ይፈልጉ ይመስል ከጀርባቸው ምድሩን ገረመሙት፡ ሊቀመጡበት የሚችሉበት ስፍራ ነበር፤ አልተቀመጡም፡፡

“ልጆቼና ወንድሞቼ፣ ከእንዲህ ያለው መርገምት እግዚአብሔር ይጠብቃችሁ፤” አሉና ሁለት እጆቻቸውን ወደፊት ዘረጉ፡፡ ሲቃ በተናነቀው ድምጽም መናገር ቀጠሉ፡፡“አውቄም ሆነ ሳላውቅ ያስቀየምኳችሁ ካላችሁ ይቅር በሉኝ።” በእጃቸው ወደ ሴሜን አቅጣጫ እያመላከቱ “ከዚያ ጊዜያዊ ሰው ሠራሽ ከድንበር ማዶ ላሉትም ወንድሞቼና እህቶቼም ንገሩልኝ። ይቅር በሉኝ ብሏችኋል በሉልኝ፡፡ እባካችሁ በህይወት ያላችሁትም ብትሆኑ በአንድ ገበታ የበላችሁ ሁሉ ይቅር ለእግዚአብሔር ተባባሉ። ለውዷ ባለቤቴ ለሰመህር እናት ለአፀበህት እንደምወዳት ንገሩልኝ። በምድር ብንለያይም ይግባኝ በሌለበት፣ አድልዎ በሌለበት፣ እኩይ ሃሳቦች በሌሉበት በሰፊው ሰማይ ቤት እንገናኛለን ብሏል በሉልኝ፡፡ በአንድ በኩል ባሏን፤ በሌላ ደግሞ ልጇን አሰልፋ ስቃዩዋን ለምታየው የጣምራ ቁስል ህመምተኛ ውዷ ባለቤቴ ብርታቱን ይስጥሽ ብሏል በሉልኝ።

“የገደለው ባልሽ

የሞተው ወንድምሽ

ሀዘንሽ ቅጥ አጣ

ከቤትሽ አልወጣ፣

አለች አሉ ሙሾ አውራጇ፡፡ ሀዘኗ ከቤቷ ያልወጣው አፀበህትም ጉዷን ትወቀው፡፡ ልጇ ሰመህርን፣ ልጄ ሰመህርን ምናልባትም እኔው ራሴ

ካዘዝኳቸው ወታደሮቼ በአንዱ በተተኮሰ ጥይት እንደሞተች ነገሯት።"

በዚህ ወቅት አካባቢው በለቅሶ ድምጽ ተሞልቷል፡፡ የከሎኔል ዳዲ እያንዳንዷ ቃል ለቅሶውን አባባሰችው፡፡

"እግዜር ፈቅዶ በግንባር የልቤን ባለመግለጼ በጣም እንዳዘንኩኝ ለህዝቤ ንገሩልኝ።

"በሁለቱም በኩል ያሉትን አባቶች ትውልዱን ምከሩ በሏቸው። ፍቅር ይንገሥ። ሰው ሠራሹ ድንበር ተጥሶ ወሰን የሌለው ፍቅር በሁሉም ላይ ይንገሥ፡፡ በሁለቱም በኩል ለሞቱት 70፣ 80፤ 100፤ 120 ሺህ ወንድማማቾች ለእያንዳንዱ ሰው አንድ ዘንባባና አንድ የቴምር ዛፍ ከምስራቅ በኩል ከአሰብ ቀይ ባህር ዳርቻ፣ በአፋር ቡሬ ግንባር፤ በመሀል ዛላንበሳ ፆረና፣ እንዲሁም ባድመ፣ ሽራሮ፣ በምዕራብ እስከ ሱዳን ጠረፍ ድረስ በሰፊው ይተከል። አንዱ ቢደርቅ ሦስት እግር ይተካ። ከሁሉም በኩል ያሉ አገር ተረካቢዎች አትድረሱበት የሚባል ሰው ሠራሽ ድንበር እንዳይሆን። ትውልድ ያለፈውን ቁስል ረስቶ ፍቅርን ያለገደብ እንደ ውሀ የሚጠጣበት፤ እንቡጥ አበባ የሚቀጥፍበት ስፍራ አድርጉት።

"ብዙዎቻችሁን በዕድሜ ስለምበልጥ ልጆቼ ልበላችሁ። ደጉን ቀን ያምጣላችሁ፡፡ ከልጄ፤ ከወንድሞቼም፣ ከወታደሮቼ እንዳትለዩኝ፣ አደራ! እኔ ሩጫዬን ጨርሻለሁ፣" ብለው ሳይጨርሱ በቅርብ የሚገኘው ነመራ ከተቀመጠበት ተነስቶ እንደ ነብር ወደ እሳቸው ዘለለ – አልደረሰባቸውም። ሽጉጣቸውን በምን ፍጥነት ጆሮ ግንዳቸው አድርሰው ቃታውን እንደሳቡት ለሁሉም ግራ አጋቢ ነበር፡፡ አይደለም ተወርውረው ሊሰፈሩባቸው፣ አይደለም ሽጉጥ ሊያስጥሏቸው እየሆነ የነበረውን በቅጡ ሳይለዩ ሁሉም ነገር አበቃ፡፡ አንድ ጊዜ ብቻ የሽጉጥ መተኮስ ድምጽ

ተሰማ፡፡ ከኢትዮጵያ የቁርጥ ቀን ልጅ ከዳዲ ብሩ ጭንቅላት የተፈናጠረው ደም የነመራን ደረትና ፊቱን አለበሰው። የኮሎኔል ዳዲ ግዙፍ ሰውነት ተዝለፍልፎ በተቆፈረው ጉርድጓድ ወደቀ – ከሰመሐር ዳዲ ብሩ አስከሬን በስተቀኝ።

ህይወት ያራራቃቸው አባትና ልጅ ሞት አገናኛቸው፡፡

አካባቢው ተተራመሰ፣ ወታደሮቹ የሚሆኑት ጠፋቸው፡፡ ማንም ማንንም ማረጋጋት አልቻለም፡፡ የኮሎኔል ዳዲን ጭንቅላት የበረቀሰችው አንድ ጥይት የሁሉንም ልብ በርቅሳ ነበርና፡፡

በህማማት እንደሞተ ሰው አባትና ልጅ፤ ወንድምና እህት፤ ወንድምና ወንድም ፍታት ሳይደረግላቸው ሁሉም ተቃቅፈው በአንድ ጉድጓድ ለዘላለም አንቀላፉ። ከንፈራቸው እንደ ኩበት የደረቀ፣ ፊታቸው አቧራ የለበሰው ወታደሮች በእንባ ተራጩ። ልቅሶአቸው በዛ የእልቂት ሜዳ ተራራና ጋራ፣ ሸንተረርና ገደል እያስተጋባ ርቆ ተጓዘ – ወደላይም ወደ ጎንም፣ ወደ ፈጣሪም፣ ወደ ፍጡርም፡፡ የተወሰኑት ወታደሮች መሳሪያዎቻቸውን ወደ ሰማይ አንጣጡት። ኮሎኔል ዳዲን ለመሰለ ጀግና ተዋጊና አዋጊ የሚያንስ ሽኝት ነበር፡፡ ከሎኔል ዳዲ ጦር ሜዳ ኖረው፣ ጦር ሜዳ አለፉ፡፡ የእሳቸው የታሪክ ድርሳን ተዘጋ፣ የአገር የታሪክ ድርሳን ግን ቀጠለ፡፡

ምዕራፍ 4

የባድመ የጦር ቀጠና ለተከታታይ ሦስት ቀናት አልፎ አልፎ ከሚሰማው የቦንብ ፍንዳታና የነፍስ ወከፍ መሳሪያ ድምፅ በስተቀር ፀጥ ብሏል። የአዛዦቻቸው እንዲሁም የብዙ ወንደሞቻቸው ሞት ሀዘን ከአእምሯቸው ያልወጣው ነመራና ጓደኞቹ መሳሪያቸውን ወልውለው ጥይት አሚልተው ቀጣዩን ግዳጅ ይጠባበቃሉ። "ሞትና ህይወት ጓደኛ የሆኑበት ምድር፣" አለ ነመራ ከተቀመጠበት እየተነሳ።

የነመራ እናት ክፍለ ጦር በሞቱትና በቆሰሉት ምትክ ወታደሮች ተተክተውላት ቁጥሯን አሚልታለች፣ ለክፍለ ጦሯ አዲስ የተመደበው አዛዥ ሌ/ኮሎኔል ፍፁም አብርሀ እየተዘዋወረ የጦሩን ዝግጁነት ጎብኝቷል። የጦር ቀጠናዋ አንፃራዊ ፀጥታ ብዙም አልዘለቀ። ለወታደራዊው መረጃ ክፍል ከጠላት በኩል በቅርቡ ከማሰልጠኛ ጣቢያ የወጣ ጦር በሦስት ቀጠና ለማጥቃት እንደተዘጋጀ ዝርዝር መረጃ ደርሶታል። ሌ/ኮሎኔል ፍፁም ከበላይ በተሰጠው ትዕዛዝ መሰረት የውጊያ ንድፉን በተዋረድ ለበታች ሹሞቹ አስተላለፈ። እነ ነመራ ዳዲ በመሩት ውጊያ ከያዙት መሬት ወደ ፊት ሶስት ኪ. ሜ. ገደማ ዘልቀው ምሽግ ቆፍረው ይጠባበቁ ጀመር።

ብዙም አለቆየ። ሲጠበቁ የነበሩትና ለሞት የታጬት ወታደሮች ከሦስት ቀናት በኋላ የንጋት ጨለማን ተገን አድርገው ከምሽግ ደረሱ። ዳግም የመድፎች ላንቃዎች ተከፈቱ። ባዙቃው፣ መትረየሱ በተራሮቹ ላይ ያስካካ ጀመር። ግማሽ ቀን ከፈጀ እልህ አስጨራሽ ጦርነት በኋላ በአየር ሀይል ከፍተኛ ድብደባ ጠላት ወደመጣበት ማፈግፈግ ሲጀምር ሌ/ኮሎኔል ፍፁም "ዱካውን እየተከተልክ በለው። እጁን በሰላም የሰጠን ወይም ነጭ ባንዲራን ያውለበለበን ግን እንዳትነካው፣" የሚል ትዕዛዝ አስተላለፉ። ጦሩም

የሚሸሸውን ጦር እየተከተለ ሲያርበደብድ ተቆርጦ የቀረ የጠላት ጦር ነመራንና ጓዶቹን አላራምድ አላቸው። በዚህ ጊዜ ነው ያልተጠበቀው የሆነው፡፡ የወለጋው ጎበዝ፣ የቡሬ ጥይት ያልደፈረው ነመራ ድንገት በከፍተኛ ድምፅ "ኢጆሌ..." ብሎ ሳይጨርስ ከነበረበት ቦታ ቁልቁል ተሽበለለ። ከቀኝ እጁና እግሩ እንዲሁም ከሆዱ አካባቢ ደም ይንዠቀዠቅ ጀመር።

እንደ አባትና እንደ ወንድም የሚያዩት ከቡሬ ምሽግ ጀምረው ያልተለዩትና በቅርቡ ያሉት ሦስቱ ጓደኞቹ ምንም እንኳን በተለይ የሬድዮ መገናኛ ወይም መትረየስ ተኳሽ ለጠላት ኢላማ የተጋለጠ መሆኑን ቢያውቁም ለእሱ ያላቸው ፍቅርና ክብር በልጦባቸው ዘለው ነመራ ከወደቀበት ጉድባ ገቡ። ጠላትም አነጣጥሮ ይጠብቅ ስለነበር ጥይቱን ያርከፈክፍባቸው ጀመር። ቢሰጥ ታረቀኝ፣ ነመራ ደረት ላይ፣ ተክላይና ከድር እግሮቹ ላይ ተከታትለው የስቃይ ድምፅ እያሰሙ ወደቁ። ለደቂቃዎች ትንፋሾች ፀጥ አሉ። የአራቱም ደም እንደጎርፍ እየወረደ በዚህ የሰው ደም በለመደ ቀጠና ዳግም የአንዱ ደም ከአንዱ እየተደባለቀ አፈሩ ላይ መርጋት ጀመረ። ከጥቂት ደቂቃዎች በኋላ ግን የቢሰጥ ቀኝ እጅ ተንቀሳቀሰ፣ ቀና ብሎም ተክላይንና ከድርን ቢነካካ ምላሽ አላገኘም፡፡ እስከ ወዲያኛው አሸልበዋል። መለስ ብሎም የነመራን ራስ ሲደባብሰው ነመራ በደከመ ድምፅ፣ "አለሁ ጂንራ..." አለ። ቢሰጥ በሬሳ መሀል በደም እንደተነከረ በአንድ ክርኑ በጎን ተንበርክኮ ሁለቱም ዓይኖቹ ዕንባ አቀረሩ።

የህክምና ባለሙያዎቹ እነነመራ በወደቁበት ቦታ ሲደርሱ ቢሰጥና ነመራን ከሞቱት ለይተው ሽራ ቃሬዛው ላይ ጫኗቸው፡፡ ሁለቱም እያቃሰቱ "እባካችሁ አትለዩን፣ እዚሁ ጨርሱን! ስለ ወንድ ልጅ አምላክ፣ በፈጠራችሁ! ሰለ እግዚአብሔር!" እያሉ ይለምኑ

ጀመር። በተለይም ነመራ "እባካችሁ ከድርም፣ ተክላይም እግሬ ላይ ተደፍተው ደማቸውን ከደሜ ደባልቀው የሞቱት እኔን ለማዳን ነው፣ እባካችሁ አትለዩኝ!... አትለያዩኝ!... አትለዩኝ! እባካችሁ!" ብሎ ቢማፀንም ሰሚ አላገኘም። ከመጀመሪያ እርዳታ መስጫ ወደ ሁለተኛው እየተቀባበሉ አምቡላንስም፣ የጭነት ማጓጓዣ በሚያደርጉትና በጦር ሜዳ ሁሉን ግዳጁን የሚወጣው ዑራል መኪና ላይ ጫኗቸው። ጉዞ ወደ ዓዲ ነብሪኢድ ሆነ።

ነመራንና ሌሎች ቁስለኞችን የጫኑት መኪኖች እንደ ቅፍለት ተከታትለው በዓዲ ነብሪ አልፈው ዓዲ ዳዕሮ ተዳርሰዋል። ነመራ ደም እየፈሰሰውና ህመሙ እያሰቃየው ላዩ ላይ ወድቀው ህይወታቸው ያለፉትን ጓደኞቹን እያስታወሰ ዓይኖቹ በዕንባ ተሞልተዋል፡፡ በጦርነቱ ወቅት እንደ ሆስፒታል ወዳገለገለውና በቅርብ ወደተሠራው ዓዲ ዳዕሮ ጤና ጣቢያ በምሽት ደረሱ።

ከመደበኛው የሥራ ምድቡ ከአምቦ ሆስፒታል የመጣው የቀዶ ጥገና ባለሙያ ከማለዳ ጀምሮ ያለ እረፍት ሲቀድና ሲጠግን ውሎ አምሽቷል፡፡ አንዱን ቀዶ፣ ሰፍቶ ሲጨርስ የሚቀጥለውን ጉዳተኛ እስከሚያዘጋጁለት በሚያገኛት አጭር ጊዜ ወጣ ብሎ ህሙማኑን ሲጎበኝና መድሀኒት ሲያዝ ውሏል። ለዕለቱ ከተዘጋጁት ቁስለኞች የመጨረሻውን ለመሥራት ከመግባቱ በፊት ፊቱን ወደ 'አንበሳ ተራራ' ዞሮ ሲጋራውን እየሳበ በመተላለፊያው ሲንጎራደድ እነነመራን ከያዙት 26 መኪኖች የመጀመሪያው የጤና ጣቢያዋን ዋና በር አልፎ ከፊቱ ድቅን አለ፡፡ ልክ ከምሽቱ ሁለት ሰዓት ነበር፡፡

ቁስለኞችን ለማስተናገድ የተመደቡት ወታደሮች ህሙማኑን ተራ በተራ ያወርዷቸው ጀመር። ዶክተሩም እጅግ በጣም አዝኖም ተበሳጨ፡፡ ሲጋራውን የከባድ መኪና ጭስ ማውጫ አስመሰለው፡፡

ለራሱ ብቻ በሚሰማ ድምጽም "አሁንስ በዛ! የሞኝ ጦርነት አደረጋችሁት እኮ! የአሥራ አራተኛው ክፍለ ዘመን ጦርነት አስመሰላችሁት፣" እያለ እያጉረመረመ መንጎራደዱን ቀጠለ።

ዶክተሩ በሥራው ብዛት ሰውነቱ ቢዝልም ተተኪ ባለመኖሩ ከታሸገ ብርቱካን ወይም ሎሚ ዱቄት የሚዘጋጅ 'ብጥባጥ' የሚባል መጠጥ፤ 'ዙር በጎኔ' የሚሉት የተበጠበጠ በሶ፣ ቡና እንደ ስሙ በላይ በላዩ ደጋገመ፡፡ ቡናውን የምታፈላው ህይወቷን ሙሉ ባሩድ እንደ እጣን እያሸተተች ኑሪ የሚል መለኮታዊ ፍርድ የተላለፈባት የምትመስለው ከምሽግ ዙሪያ የማትጠፋው ቅዱሳን ነበረች፡፡ የመጡትን ቁስለኞች በሙሉ በየጉዳታቸው መጠን ከነርሶቹና ከሌሎች ጤና በለሙያዎች ጋር በመተጋገዝ አደላድለው ጨረሱ።

ለገሚሶቹ የቁስላቸው እሽግ ሲቀየርላቸው፤ ለተወሰኑት ግማሽ ጄሶ ገባላቸው፡፡ ሶስቱ ጉዳታቸው ከፍተኛ በመሆኑ ህይወታቸው በጉዞ ላይ አልፏል። ጤና ባለሙያዎቹ መሞታቸውን አረጋግጠው አስከሬናቸውን ወደ አንድ ክፍል ወስዱት። ከሞቱት መሃል አንዱ ነመራን ለማዳን ከተረባረቡት ጓደኞቹ ከፉኛ ቆስሎ የነበረው ቢሰጥ ታረቀኝ ነበር። ነመራን ጨምሮ አምስቱ ደግሞ አስቸኳይ ቀዶ ጥገና ስለሚያስፈልጋቸው በቅደም ተከተል እንዲዘጋጁ ዶክተሩ አሳስቦ ወደ ቀዶ ጥገናው ክፍል ገባ።

ከንጋቱ አሥራ አንድ ሰዓት። ጨረቃዋ ብርሀኗን ሳትሰስት ለቃለች፡፡ መጋረጃ አልባ የቀዶ ጥገና ክፍል መስኮቶች በተገጠመላቸው መስታወት የጨረቃዋን ብርሀን እያስገቡ ክፍሉን ቀን አስመስለውታል። አልፎ፣ አልፎም ከርቀት የከባድ መሳሪያ ድምጽ ሲሰማ መስኮቶቹ ከቤቱ ጋር እየተነቃነቁ ድምጽ ያሰማሉ። በሰው ትንፋሽና በደም ጠረን የታፈነው ክፍል ይከብዳል። ዶክተሩም

በሽተኞቹን ሲቀድና ሲሰፉ ውሎና አድሮ መጨረሻ ደካከመ፡፡ ራሱን ለማበረታታት ቢሞክርም ስጋ አሸነፈው፤ የቅዱሳን ቡናም ሆነ ሮዝማን ሲጋራው የዛለውን ሰውነቱን ሊያነቃቃው አልቻለም።

ዶክተር በላይ ሁሉም ነገር ከአቅም በላይ ሆነበት፡፡ ክፍሉ ውስጥ በነበረችው ባለ ሦስት እግር ክብ በርጬማ ላይ ተቀምጦ ግድግዳውን እንደተደገፈ እንቅልፍ ጭልጥ አድርጎ ወሰደው። የነመራ ተራ ደርሶ ነበር፡፡ ሲገፏት ከፍ ባለ ድምጽ በምትንሲያጠጠው ተንቀሳቃሽ አልጋ እየተገፉ ወደ ክፍሏ ሲገባ ዶክተር በላይ ባነነ። ድልህ ዓይኖቹንም አርገበገበ። በክፍሉ ውስጥ ከነበሩት ነርሶች አንዷ "ዶክተሬ በጣም ደክሞሀል፣ መውደቅም እኮ አለ! ባይሆን ትንሽ አረፍ ብለህ ይህን..." ብላ ሳትጨርስ አቋረጣት፡፡ "ግድየለም እንጨርስ፤ ነገም ሌላ ቀን ነው፣" ብሎ ግማሽ ቀዝቃዛ ውሀ የተሞሉ ሁለት ባልዲዎች እንድታመጣለት አዘዛት።

ንግግራቸውን የሰማው ነመራ ተጎድቶ እንኳን ወደ ቀዶ ጥገና ጠረጴዛዋ እንዳሻገሩት መናገር ጀመረ፡፡ "እባካችሁ ትረፍ ካለኝ እተርፋለሁ፡፡ እንዲህ ደክሚችሁ እናንተም ከምትጎዱ የእኔ ቢቆይስ!" አለ፡፡ ዶክተር በላይ መልስ ለመስጠት ሲያኮበኩብ ነመራ ቀጠለ፡፡ "እኔ ብሞትም ችግር የለም፤ ሺዎች አሉ፡፡ ከእግዚአብሔር በታች በሺህ የሚቆጠር የሰው ህይወት ያለው በእናንተ እጅ ነው። ብሞትም ደስ ይለኛል፣ የምሄደው ወደ ጓደኞቼ ወደእነቢሰጥ፣ ከድርና ተክላይ ነውና..." እያለ ሲለምን አንደኛዋ ነርስ አቋረጠችው፡፡ "ግድየለም፣ እኛ አልደከመንም፣" አለችውና ጊዜም ሳይሰጡት ከራስጌው ያሉት ሰመመን ሰጪ ባለሙያዎች እየደባበሱ የሆነ ነገር አሸተቱት፡፡ እንደ መናገርም ከንፈሮቹ እየተነቃነቁ እንቅልፍ ዓለም ገባ።

ዶክተር በላይ እንቅልፉ ሙሉ ለሙሉ አልቀቀውም፡፡ የህክምና ትምህርቱን በጥቁር አንበሳ ሆስፒታል ሲከታተል ለልምምድ ወደ ጦር ኃይሎች ሆስፒታል ሲመደብ በተገኙ ጊዜ የሚሰጡት ትምህርት የሚጣፍጥላቸው፣ በተለይ በናቅፋና ቃሮራ፣ በተሰነይ፣ በአቆርዳትና በከረን በየምሽጉ ያካበቱትን ልምድ ለተማሪዎች ሲያካፍሉ የሚሰምርላቸው፣ ከሐረር አካዳሚ በውትድርናው፣ ከዩጎዝላቪያ በህክምናው የተመረቁትና፣ በህይወት ያልነበሩት የሆሳዕናው ጀኔራል ዶክተር ጋጋ ኦጀዋን ያስተማሩትን… "እግርን ውሀ ውስጥ ከትቶ እንቅልፍን የማባረር ስልት፣" ይጠቀምበታል፡፡ ግማሽ ድረስ ውሀ በተሞሉት ሁለት ባልዲዎች እግሮቹን ከቶ የነመራን እጅና እግር እንዲሁም ሆዱ አካባቢ ያለውን ቁስል አጣጠበው፡፡ የሚሰፋውን ሰፋለትና ለከፍተኛ ህክምና ወደ አዲስ አበባ መሸኛ ጽፎለት እስከዛው ድረስ ግን ዓዲ ኮከብ ወደሚገኘው ማገገሚያ እንዲወሰድ አዘዘ። ከጠዋቱ 1፡15 ሲል ለደቂቃዎችም ቢሆን ትንፋሽ ለማግኘት ወደ ማረፊያ ክፍሉ አመራ።

ምዕራፍ 5

ነመራ በዓዲ ኮከብ በሚገኘው ጊዜያዊ ማገገሚያ ጣቢያ ዙሪያቸው በቆርቆሮ ተሠርተው ከተደረደሩት አዳራሾች አንዱ ውስጥ ሦስት ቀናት በህመም እየተሰቃየ ቆየ። በእነኚሁ ቀናት ምንም ህመማቸው ቢበዛም የጦር ሜዳ ውሏቸውና የተሰዉት ወንድሞቻቸው ከነመራና ጓደኞቹ አእምሮ አልጠፉም። ነመራ በተለይም የኮሎኔል ዳዲን የመጨረሻ ንግግርና አሟሟት የፈጠረበት የሀዘን ጥላ ሊገፍለት አልቻለም። የጦር ሜዳ ጓደኛው ቢሰጥ በህይወት ሳለ የመልሶ ማጥቃት ዘመቻው ከመጀመሩ ከጥቂት ቀናት በፊት ምሽግ ውስጥ ጎንደር ስለሚገኙት ቤተሰቦቹ ያጫወተው እንዲሁም ትዕግስትና ትህትና የተባሉ ሁለት ሴት ልጆቹን ለማየት የነበረውን ከፍተኛ ጉጉት አስታውሶ ፊቱ ከሰለ፣ የሀዘን ጥላ ለበሰ።

ከሦስት ቀናት በኋላ በሀኪም ትዕዛዝ ከሌሎች ጓደኞቹ ጋር ለከፍተኛ ህክምና ወደ አዲስ አበባ ለመብረር በዕለተ ዓርብ ከጠዋቱ ሁለት ሰዓት ወደ ሽሬ እንደሥላሴ አውሮፕላን ማረፊያ አመሩ። ሲጥል ያደረው ዝናብ ለወትሮው መኪናዎች በከነፉ ቁጥር ቀጥ ብሎ ሽቅብ የሚጥመለመለውን አቧራ አጥፍቶታል። ከዓዲ ኮከብ እስከ ሽሬ ባለው የ13 ኪ.ሜ. መንገድ ላይ መኪኖቹ አልፎ፣ አልፎ ያቆረ የጎርፍ ውሀ ሲገጥማቸው እንደመቆም ብለው ዳግም እየተንደረደሩ በመካከለኛ ፍጥነት ተጉዘው ከአውሮፕላን ማረፊያው ደረሱ። ከመኪናቸው ሳይወርዱም ከአዲስ አበባ የሚመጣውን አውሮፕላን መጠበቅ ያዙ።

እንደ ዑራል መኪኖቹ ሲፈለግ የጭነት ማጓጓዣ፣ ሲፈለግ ደግሞ አምቡላንስ የሚሆነው ግዙፉ C-130 አውሮፕላን የሚያበሩት የኢትዮጵያ አየር ኃይል ባልደረባና 'የዚያ ትውልድ አሻራ' የሚባልላቸው ጄኔራል ሰይፈ (ሰይፈሥላሴ) ነበሩ፡፡ አውሮፕላኑ እንደ

መልካ ጀብዱ ጥቅል የልብስ ቦንዳ የተድበለበሉ እቃዎችንና ብዛት ያላቸው ከሰው ቁመት በላይ የሆኑ የከበዱ የእንጨት ሳጥኖችን ጭኖ ከቦሌ ዓለም አቀፍ አውሮፕላን ጣቢያ ተነስቶ ከአዲስ አበባ በስተሰሜን አቅጣጫ ወደ ሽሬ ይከንፍ ጀመር። ከ50 ደቂቃ በኋላ ከሽሬ፣ ከመቀሌ ወይም ከቡሬ የጦር ግንባሮች የሚመጡትን ቁስለኞች ወይም በሌላ ህመም የተጎዱ ወታደሮችን እንደ ህመማቸው አይነትና መጠን እየመረመረ ወደ ጦር ኃይሎችና ማዕከላዊ ዕዝ ሆስፒታሎች እንዲሄዱ የሚወስነው አንድ ስፔሻሊስት ሀኪም፣ አራት ነርሶች፣ አሥር ጤና ረዳቶችን ያካተተው ቡድን ሁለት መለስተኛ አውቶቡሶችና ስምንት የቀይ መስቀል አምቡላንሶችን ይዞ በአውሮፕላን ማረፊያው እየተጠባባቀ ነበር።

የህክምና ቡድኑ አባላት ቀጫጭኖቹን ወደ ፋሪ ተራራ ለመግፋት የሚዳዳውን የአዲስ አበባ ቦሌ አውሮፕላን ማረፊያ ነፋስ ተቋቁመው እንደወትሮው ከሽሬ ወይም ከመቀሌ አውሮፕላኑ መነሳቱንና የተጫኑትን የህሙማን ቁጥር የሚገልፀውን የስልክ መልዕክት ቢጠብቁም ስልኩም አልጮኸ፣ አውሮፕላኑም አልመጣ። የቡድኑ መሪ በልዩ ትዕዛዝ ተፈቅዳ ለሆስፒታሉ የተመደበችውን ብቸኛዋን 'ኤሪክሰን' የእጅ ስልክ እየነካኩ "ሀሎ! ሀሎ!" ማለት አብዝተዋል። ሌሎቹ ባለሙያዎች በአካባቢው ይንጎራደዳሉ። የቡድን መሪው ድንገትም ስልኩን ግራ ጆሮው ላይ እንዳጣበቀ የቀኝ እጁን እያወናጨፈ "ሊሆን አይችልም፣ ምን ሆኖ! እንዴት?" እያለ ጮኸ፡፡ የከበቡት ባለሙያዎች አውሮፕላኑ የተከሰከሰ መስሏቸው ተደናገጡ፣ ልባቸውም በሀዘን ተሞላ፡፡ ሴቶቹም ባላወቁት ነገር ራሳቸውን መያዝ ጀመሩ።

ግዙፉ የአየር ኃይል አውሮፕላን ክንፎቹን ዘርግቶ ከሰባ አምስት ደቂቃ በረራ በኋላ ደረቱን ወደ

መሬት አስጠግቶ ከሆድ ዕቃው በዘረገፋቸው ጎማዎቹ በሽሬ አውሮፕላን ጣቢያ ለማረፍ ተንደርድሯል። ፍጥነቱን እየቀነሰም ከማረፊያው መጨረሻ አካባቢ መዞር ጀመረና ቀጥ አለ። በቆመበትም ከፍተኛ ድምፅ ያወጣ ጀመር፣ ሆኖም አንዲት ሚሊ ሜትር እንኳን አልተንቀሳቀሰም። በአካባቢው የነበሩት ኃላፊዎችና የአደጋ ጊዜ ሠራተኞች መኪኖቻቸውን እያስነሱ በፍጥነት ወደ አወሮፕላኑ በረሩ።

የሽሬ አውሮፕላን ማረፊያ አዲስ አበባ፣ መቀሌና ጋምቤላ እንዳሉት አውሮፕላን ማረፊያዎች አስፋልት አልነበረም፡፡ ስፋቱ ዘና ካለ አገር አቋራጭ መንገድ ትንሽ ሰፋ የሚል በወቅቱ ቀይ አፈር የለበሰ ጥርጊያ መንገድ የመሰለ ነው፡፡ ለሲቪል አውሮፕላኖች ማረፊያነት ገና አልተከፈተም፡፡ በጊዜያዊነት ለወታደራዊ አገልግሎት ብቻ የተመደበ ነበር። ቁስለኞችን ሊወስድ ሲከንፍ የመጣው አውሮፕላን ራሱ ቁስለኛ ሆኖ ዝናብ በዘነበ ቁጥር በሚጨቀዩ አውራ መንገዶች በመረሬ ጭቃ ተይዘው እንደሚያጓሩት የተጫኑ ኤንትሬ መኪናዎች የሰማዩ አሞራም መነቃነቅ አቅቶት ጭቃ ውስጥ የሰመጠ ዝሆን መስሏል።

መኪኖች በዚህ አይነት ችግር ወቅት ወደ ኋላ የመሄድ አማራጭ አላቸው። አውሮፕላኑ ግን ወደፊት እንጂ ወደ ኋላ እንዳይሄድ የኋላ ማርሽ አልተገጠመለትም። ለመነቃነቅ በሞከረ ቁጥርም ይበልጡኑ ይሰምጣል። የጫነውን አራግፎ፣ ደረቅ አፈር ሞልቶ ዑራሎቹ ጎትተው እስከሚያወጡት ቢያንስ አንድ ሙሉ ቀን ስለሚፈጅ እነነመራና የአዲስ አበባው ተቀባይ ቡድንም ወደየመጡበት እንዲመለሱ ቀጭን መልዕክት ተላለፈ። እነ ነመራ ዳግም እያቃሰቱ፣ ሌላ የህመምና ስቃይ ምሽት ለማሳለፍ ወደ ዓዲ ኮከብ ተንቀሳቀሱ።

ከሽሬ አካባቢ ለመንገድ ሥራ የተሰማሩ የአውራ ጎዳና መሥሪያ ቤት መኪኖችና በባድመ መስመር ካለው ወታደራዊ መሀንዲስ ክፍል በመጡ ቁሳቁሶችና ባለሙያዎች ጭቃ ተዝቆ፣ ኮረትና አፈር ተሞልቶ የተቀረቀረው አውሮፕላን እንደምንም ተጎትቶ ወጣ። ከመቀሌ በሄሊኮፕተር የመጡ የአየር ኃይል የጥገና ክፍል ሙያተኞች አውሮፕላኑን መርምረው ለበረራ ዝግጁነቱን አረጋገጡ። እነነመራም ቅዳሜ ከቀኑ ሰባት ሰዓት ዳግም ከዑራላቸው ላይ ተጭነው አውሮፕላን ማቢያው ደረሱ። በህሙማን አስተናጋጆች አማካኝነት ዘጠና የሚሆኑ ወታደሮች እንደ ጉዳት መጠናቸው ገሚሱ ነመራን ጨምሮ በመጣበት ስትሬቸር እንደተንጋለለ፣ ከፊሉ እንዲቀመጥ ተደርጎ ከቀኑ ዘጠኝ ሰዓት አውሮፕላኑ ሽሬን ለቆ ወደ አዲስ አበባ መክንፍ ጀመረ።

የአዲስ አበባው የጦር ኃይሎች ጠቅላይ ሆስፒታል በዋናና በምክትል ዳይሬክተርነት በሚመሩት በወታደራዊ ማዕረግ እስከ ሻለቃና በኋላም እስከ ኮሎኔል ደረጃ በደረሱ ሁለት ሴት ሀኪሞች ስር ሦስት ቡድኖች አዋቅሮ በፈረቃ ከግንባር የሚመጡትን ጉዳተኞች ያስተናግዳል። እንደ ወታደራዊ የእዝ ቅደም ተከተል በሻምበልና የመቶ አይደርጁ እንጂ በሦስት ንዑሳን ክፍሎች ማለትም ህክምና (ዶክተሮች፣ ነርሶችና ጤና ረዳቶች፣) ሎጂስቲክስ (ምግብ፣ አልባሳትና ፅዳት፣) አስተዳደር (ጥበቃ፣ ትራንስፖርትና ጠቅላላ አገልግሎት) ተደራጅተው መድፍና ቢ.ኤም የማይጮህበት የጦር ቀጠና በመሰለው ሆስፒታል ሲዋከቡ ውለው ሲካለቡ ያድራሉ። ቅዳሜና እሁድንም ጨምሮ ያለማቋረጥ ይሠራሉ። የዓመት ዕረፍት የማይታሰብ ነበር።

የምሳ የሥራ መውጫ ሲዳረስ ከወደ ሽሬ የ"ተዘጋጁ" መልክት በስልክ ደረሰ። የሳምንቱ ተረኛ

"ቡድን 2" በሆስፒታሉ ውስጥ፣ በቋሚነት ቦሌ የተመደበው ቡድን ደግሞ ወደ ጣቢያው አውሮፕላኑን እንዲጠብቁ በተዋረደ ትዕዛዝ ተላለፈ። ከቀኑ 10፡25 ደቂቃ ሲል ባለ ቅጠልያ ቀለሙ አውሮፕላን የረር ተራራንና እንጦጦን ከግራና ቀኝ አድርጎ በስተደቡብ ዝቋላና የፉሪ ተራራን እያየ በተፈቀደለት የማረፊያ ቀጠና ሰሜን 2.5 በኩል ያለምንም ችግር ምድሪቱን ነካ። ለወታደራዊ ግዳጅ መነሻና መድረሻ በጊዜያዊነት በተመደበችው ስፍራም ቆመ።

የቦሌው የህክምና ቡድን ቁስለኞቹን መርምሮ እንደ ጉዳታቸው መጠንና አይነት ሠላሳዎቹ ወደ ጃንሜዳ ማዕከላዊ ዕዝ ሆስፒታል፣ ስድሳዎቹን ደግሞ ወደ ጦር ኃይሎች ሆስፒታል እንዲሄዱ ወሰነ። ነመራን ጨምሮ ጉዳታቸው ከፍተኛ የሆነ ስምንት ቁስለኞች በተናጥል በቀይ መስቀል አምቡላንሶች ገቡ። መንገድ የሚለቅ ባይኖርም አምቡላንሶቹ ቀይ መብራታቸውን እያብለጨለጩና ጡሩንባ እያስጮሁ ከቦሌ በወሎ ሰፈር አድርገው ወደ ጎተራ ዘለቁና በሳር ቤት በኩል ወደ ጦር ኃይሎች ሆስፒታል አመሩ። ሆስፒታል ውስጥም በተጠንቀቅ ይጠባበቁ የነበሩት የ"ምድብ 2" አባላት ጉዳተኞቹን እየተቀበሉ አስቸኳይ ቀዶ ጥገና የሚያስፈልጋቸውን ወደ ከፍተኛ ክትትል ክፍል ያስገቡ ጀመር።

በየክፍሉ የነበሩት ሙያተኞችም ጉዳተኞቹን አልጋ አስይዘው፣ ፎጣ እየነከሩ ገላቸውን አጥበው ልብሳቸውን ቀየሩላቸው። ነመራም ሆዱ አካባቢ ያለው ቁስል አመርቅዞ በከፍተኛ ህመም ትንፋሹ መቆራረጥ ጀምሯል። መላ ሰውነቱ በትኩሳት ነዷል። የልብ ምቱ በደቂቃ ከ100 አልፏል፣ በአንጻሩ የደም ግፊቱ በጣም ወርዷል። መርማሪው ሀኪም በየአራት ሰዓቱ በደም ስሩ ከሚንቆረቆረው ፈሳሽ ንጥረ ነገር (ግሉኮስ) ጋር

የሚሰጥ መድሀኒት፣ የደም ምርመራና ራጅ አዘው ለቀዶ ጥገና እንዲዘጋጅ ለነርሶቹ ትዕዛዝ ሰጡ።

በንጉሡ ዘመን ‘ልዕልት ፀሐይ፣’ በደርጉ ‘ጦር ኃይሎች’ እየተባለ የሚጠራው ሆስፒታል የቀዶ ጥገና ክፍል የሚያስፈልጉትን የህክምና መሳሪያዎች አሟልቶ የሚገኝ በአገሪቱ ቁጥር አንድ ስመ ጥር ስፍራ ነው። ገሚሱ በሞት፣ ገሚሱ በጡረታ ለተገለሉት ነባር የጦሩ ዶክተሮችና ሌሎች የጤና ባለሙያዎች ምስጋና ይግባቸውና የተሠሩት 7ቱ አዲስ የቀዶ ጥገና ክፍሎች፣ የአልባንያ ኮሚኒስት ደቀመዝሙር፣ የዘርና ክልል ፖለቲካ ዋና አቀንቃኝ፣ የአገሪቱ ቱባ ባለስልጣን የነበረው፣ በ1983 በሽግግሩ ወቅት አንገታቸው ላይ መስቀል ያንጠለጠሉ ቄስ በግብራቸው ግን የፖለቲካ ካድሬ በሸንጎ መሀል ቆመው እንደተመኙት እንደ ስሙ ለዓይናቸው ታምር ሳያሳያቸው ከሥልጣን ወደዘብጥያ የወረደው፣ የአሁኑ ሰባኪ ‘መስካሪ ቄስ’ መርቆ ከከፈተው ዕለት አንስቶ የተቀላጠፈ ሥራ ይካሄድበታል። በጦርነቱም ወቅት ነመራና መሰል ጓደኞቹን ህይወት ለማትረፍ በተለይ የሰመመን ክፍሉ ሠራተኞችና የቀዶ ጥገና ሐኪሞች ምሽግ እንደገባ ወታደር ውለው አድረውበታል። ሠራተኞችም በአብዛኛው የሥራ ውጤታቸው ቢደሰቱም አንዳንዴ “በህይወት ገብተው በህይወት የማይወጡ” ሲገጥሟቸው ልባቸው ያዝናል፣ ቅስማቸው ይሰበራል፣ ለቀናት ከአእምሯቸው እስከሚጠፋ ድረስ እያሰላሰሉት ይተክዛሉ ያለቅሳሉ።

ነመራ ሆስፒታል ከደረሰ ከስድስት ሰዓታት በኋላ ወደ ኦፕሬሽን ክፍል ተወስዶ ሁለት ሰዓት የፈጀ ቀዶ ጥገና ተደረገለት። የአጥንት ሀኪሞቹ የእጁንና የእግሩን ቁስል አስተካክለውና አፀዳድተው ወደመጣበት ክፍል መለሱት።

በሆስፒታል ቆይታው በሆዱ አካባቢ የነበረው ጉዳት በቀላሉ ቢድንም እጁና እግሩ ላይ ተደጋጋሚ ቀዶ ጥገናዎች ተደርገውለታል። ክፉኛ የተጎዳውን አጥንቱን ባለሙያዎቹ በብረት አያይዘውለታል። ጦር ኃይሎች በቆየባቸው ሶስት ወራት ለአራት ጊዜ ቀዶ ጥገናን ተደርጎለታል። ከትንሽ ትልቁ ጋር በመግባባቱም ለውጪ ተመልካች ከህመምተኛ ይልቅ ቋሚ ሠራተኛ ይመስል ነበር። ቆስሎ አዲስ አበባ መምጣቱን ለዘመዶቹ በስልክ በመንገሩ ባለቤቱ ዲምቱ ለታ ከአጎቶቹ ልጆች አንጌሳ ተፈራና ጨቡድ ወተሬ ጋር ከአንዴም ሁለቴ ጠይቀውታል። ወጣ እያለም አዲስ አበባን በጥቂቱም ቢሆን ተላምዷታል።

ምዕራፍ 6

ነመራ ከዘመተበት ጊዜ ጀምሮ ዲምቱ የቤቱንም ሆነ የውጭውን የእሱን ኃላፊነቶች ደራርባ በመያዝ በሚገባ ተወጥታለች። ዘመድ፣ ጓደኛ አሰባስባ ማሳውን በደቦ አሳርሳለች። የእድር መዋጮ ሳይጓደል ከፍላለች፣ የቀበሌ ስብሰባዎች ተሳትፋለች። ከቤቷ ወተትና ቅቤ ጠፍቶ አያውቅም። ከጎኗ ያልተለዩት የነመራ አጎት ልጆች በዓመት በዓላት ወቅት ሙክት ጎትተውና 'እናትና ልጅ' አረቄ አርከፍክፈው ቤቱን ያደምቁላታል። "በአብ፣ በወልድ፣ በመንፈስ ቅዱስ ስም" ብለው ባርከው የቀረሱትን ዲምቱ የጋገረችውን ድፎ ዳቦ ልጆቹን እየሳሙ ሲያከፋፍሉ ስታይ ከነመራ በቀር ምንም ባለመጉደሉ እያመሰገነች ለባሏ በደህና መመለስ ትፀልያለች።

ሆኖም ህይወት አልጋ በአልጋ አልሆነላትም፣ ችግር ተመላለሰባት። አብዛኞቹ የነመራ ጓደኞች መልካም ባህሪይ ያላቸው ቢሆኑም እዶሳ ዳባ የተባለው የነመራ አብሮ አደግ መቆሚያ ማስቀመጫ አሳጥቷት ከርሟል። የባኮ ከተማ ሰዎች እዶሳን ለስሙ ጓደኛ ይሁን እንጂ ልቡ በቅናት የተሞላ፣ ሲናገር ለስላሳ፣ በአፉ ጤፍ የሚቆላ፣ የማይጨበጥ፣ ስልጣን እንደ ሸሚዝ እየለዋወጠ የሚኖር የለየለት አምታች ነው ይሉታል። ተምሮ ዲግሪ ባይጭንም በመብራት ኃይል ግንዶች ላይ የሚለጠፉት የመንግሥት የሥራ ማስታወቂያዎች ሁሉ ለእሱ ብቻ የሚዘጋጁ ይመስል አገር ውስጥ ገቢ፣ ግብርና፣ ፖሊስ ጣቢያ፣ ፍርድ ቤት፣ ፖስታና ስልክ ቤት ሠርቷል፡፡ የመሰረተ ልማት ኃላፊም ሆኖ ተሹሟል።

በረገጠው መስሪያ ቤት ያላንገላታውና ያላስለቀሰው ባለጉዳይ የለም ይሉታል። እሱ ቢሮ የሚመጡ መልከ መልካም ሴቶችማ ቀላሉ ጉዳያቸውን እየቆላለፈ፣ የበታች ሠራተኞችም "ይህን ችግርማ

እሳቸው’ጋ ሄደሽ ካልፈታሽ መፍትሄ የለውም” እንዲሉ እያስገደደ ብዙዎቹን አሰቃይቷል። አቤት የሚባልበት ጠፍቶ እንጂ እንደ ሰዉ ዕንባ ‘እዶሳ’ መቀመቅ መውረድ የሚገባው የዲያቢሎስ ቁራጭ ነው ይሉታል። ወላጅ እናቱ ያወጣችለትን ስም “ታዬ”ን በፍርድ ቤት ውሳኔ ሳይሆን በራሱ ፍላጎት “እዶሳ” ብሎ ሰይሞ በገሀድ የሚያምታታ፣ ትላንትን ክዶ፣ ነገን ረስቶ፣ ዛሬን ብቻ የሚኖር፣ ለእለት ሆዱ ያደረ አሳማ ነው ይሉታል።

በአንድ ወቅት ዲምቱ በብድር ማዳበርያ ለመውሰድ ወደሚመለከተው መሥሪያ ቤት ትሄዳለች፡፡ ተሽቆጥቁጦ የተቀበላት እዶሳ ጉዳዩዋን ራሱ አስፈፅሞ ማዳበሪያውን ቤቷ ድረስ እንደሚልክና ወጪዋን እንደሚሸፍንላት ቃል ገባላት። እሷም የባሏን አብሮ አደግ ትብብር በማግኘቷ አጠገቧ በሌለው ነመራ ኮራች፡፡ ጉንጮቿ ተሰርጉደውም ምስጋናዋን ደረደረችለት፡፡ ከቢሮው ልትወጣ በሩ አጠገብ ስትደርስም “ለማንኛውም ነገ ወደ አሥራ አንድ ሰዓት አካባቢ ብቅ በይ፣ በዝርዝር እንጫወታለን፣” አላት። “ለእኔ እንዳሰብክልኝ የሰማዩ ጌታ ያስብልህ...” ብላ ወጣች፡፡

በማግስቱም ከቀጠሮዋ ሰዓት ሴኮንድ ሳታሳልፍ እዶሳ ቢሮ ደረሰች። አንድ የእዶሳ መሥሪያ ቤት በልደረባ ለቅሶ ስለነበር ሠራተኛው በጊዜ ወጥቶ አካባቢው ጭር ብሏል፡፡ እዶሳ እየተርበተበተ ከክፍሉ ጠማማ ወንበሮች አንዱ ላይ እንድትቀመጥ ጋበዛት፡፡ ሁኔታው ትንሽ ግር አላት፡፡ ምን ያርበተብተዋል? ጠረጴዛው ላይ የተከመሩ ዶሴዎችን ለቃቀመና ጎኑ ከነበረው መሳቢያ ውስጥ ከተታቸው። ሁለት እጆቹን እያሻሸም “አከም ጅርታ? ፊያዳ? ኢጆሌን ፊያ?” እያለ የእሷንም የልጆቿንም ደህንነት ጠያየቃት፡፡ እሷም ሁሉም ደህና መሆናቸውን መለሰችለት፡፡

የተለመደ ባልሆነ አስተያየት ትኩር ብሎ ግንባር ግንባሯን ያያል፡፡ "ቃል በገባሁት መሰረት ኃላፊቴን ተወጥቻለሁ፡፡ እንደውም ከጠየቅሽው በላይ ሁለት ከረጢት አስጨምሬልሻለሁ፡፡ በአጠቃላይ እያንዳንዳቸው 50 ኪ.ግ. የሚይዙ ስድስት የማዳበርያ ከረጢቶች ከጥቂት ደቂቃዎች በፊት ልኬያለሁ። ትላንት እንዳልኩሽ ሂሳቡ በእኔ ነው። መረዳዳት ያስፈልጋል።" ደጋግማ ቁጭ ብድግ እያለች ምስጋናዋን አዥጎደጎደችለት፡፡

"በተለይ ጦር ሜዳ የሄደ ሰው አይታወቅም፣" ሲል ቀጠለ፡፡ "የከፋ ነገር ሊደርስበትም ይችላል። መማረክም፣ መሞትም ይኖራል፣" አለና በድንጋጤ አይነት ትከሻውን ሰበሰበ፡፡ "ኧረ አምላክ ይጠብቀው!"

ዲምቱ በተለይ "መሞትም ይኖራል" የሚለውን ስትሰማ አማተበች፡፡ ስሜቷንም ሰብስባ ማዳመጧን ቀጠለች። እዶሳ ደጋግሞ ከንፈሩን በምላሱ እየዳበሰ፤ "ዲምቱ አንቺን የመሰለ ቆንጆ እንዲቸገር አልፈልግም፤" አላት፡፡ ምን ማለቱ ነው! የምን መጎዳት ነው? ግንባሯ ተከስክሶ ግራ መጋባቷን እንዳያጋልጥባት እንደምንም ራሷን ተቆጣጠረች፡፡

"አንቺ አታውቂልኝም እንጂ እኔ ከልጅነቴ ጀምሮ በጣም ነው የምወድሽ..." አላት፡፡ ምን! ምንድነው ያለው? የምን የምውድሽ ብሎ ነገር ነው! ዲምቱ አንዳች የማይታይ፣ የማይዳሰስ ጭነት ትከሻዋ ላይ ሲከመር ተሰማት፡፡ ለመሄድ እንደመንቀሳቀስ አለች፡፡

እዶሳ አጠገቧ ደርሶ ነበር፡፡

የቀኝ እጁን ከፊል ራቁት ክንዷ ላይ አሳረፈ፡፡ "የሄደና የሞተ ሰው አንድ ነው፤ ነመራ ላይመለስ ይችላል፤" አላት፡፡

ዲምቱ ጆሮዎቿን ማመን አቃታት። በግራ እጇ ጣቶች ምንጊዜም ከአንገቷ የማትወልቀውን በሐር ክር የታሰረችውን የብር መስቀል እያሻሸች ተስፈንጥራ ተነሳች፡፡

ትከሻዋን ገፍቶ አስቀመጣት፡፡ “ከተማው የሙት ሚስት እያለ እንዳይዘባበትብሽ ይልቅስ ከአሁኑ ብንቀራረብ ይሻላል፡፡”

የሙት ሚስት! ከተማው እንዳይዘባበት! ለወትሮው እንደ ፀሐይ የሚያበራው ፊቷ ጠለሸ። እንባዋ በጉንጮቿ ቁልቁልቁለት የቦዩች መአት ሰረሰረ፡፡ ብድግ ለማለት ሞከረች፣ አልቻለችም፡፡ ፈርጣማው እጁ ከወንበሩ ጋር አጣብቋታል፡፡

በቀኝ እጁ ጉንጯን ማባበስ ጀመረ፡፡ “ልንገርሽ አይደል፣ ወደድሽም ጠላሽም፤ የእኔ የእዱሳ ትሆኛለሽ!” ጮኸ፡፡ እንደ ዱር አውሬ እያጓራ ነበር፣ እንደ ዱር አውሬ እየተቆጣች ነበር፡፡

“ልቤን እንዳቀጠልሽው አትቀሪም፤ በውዴታ ይሁን በግዴታ አንድ ቀን የእኔ ትሆኛለሽ፡፡ ባልሽ በህይወት ተርፎ ቢመጣ እንኳን አጥፍቼውም ቢሆን በእጄ አስገባሻለሁ፡፡” መላ ሰውነቱ እየተርገፈገፈ ነበር፡፡ እልሁ እየጨመረ ሄደ። በአንድ እጁ የቀኝ እጇን ጠምዝዞ ወደ ጀርባዋ ወሰደው። እጁን ባጠበቀው ቁጥር የበለጠ ታቃስታለች። ቀና ብላ ማልቀስ እየቃጣት ስትለምነው ደረቱን ከደረቷ አጣበቀው። ይተሻሻት ጀመር። በግራ እጁ ጉንጯን በአንድ አጁ እንደያዘ ከንፈሩን ከከንፈሯ አጋጥሞ እንደ ሎሚ ይመጠው ገባ። የዲምቱ ሰውነት ዛለ። አለኝ ያለችው ጠንካራ ልቧ ተሸነፈ፤ ተስለመለመች። መወራጨቷ እየቀነሰ ሲሄድ እጁን ከትከሻዋ አነሳ፡፡ በስሜት የተሸነፈች መሰለው። ጠረጴዛው ላይ አስደግፎ አንጋለላት። እጆቹ እየተጣደፉ ቀበቶውን መፍታት ሲጀምሩ ዲምቱ እንደደነበረ ጥጃ ወደ በሩ ዘለለች።

እዶሳም አጆቹን ሲሰነዝር ቀሚሷ ከመዳፉ ገባ። በተፈጠረው ግብ ግብ የቀሚሷ ስፌት ወገቡ ላይ ግማሽ ድረስ ተተረተረ። እዶሳ በከፊል የሚታየውን የዲምቱን የውስጥ (ግልገል) ሱሪ ሲመለከት ስሜቱ የበለጠ ጨመረ።

በአንድ እጁ አፏን አፍኖ በፈረጠመ ክንዱ ትከሻዋን ዳግም ጨምደደ። ከወንበሩ ላይ በግድ አስቀመጣት። ደጋግሞም ታገላት። ዲምቱ ግን ሁለት እግሮቿን አጠላልፋ ጭኗን ገጥማ ዘጋች። በፈረጠመ ክንዱ እግሮቿን ለማላቀቅ ለመክፈት ቢሞክር አልሆነለትም። በመጨረሻም ሙከራው እንደማይሳካ ሲያውቅ፣ "ስሚ ዲምቱ፣ እንዲህ አሻፈረኝ እንዳልሽ፣ አራስ ነብር ሆነሽ አትቀሪም!" ብሎ ማጅራቷን ጨምድዶ ከወንበሩ አነሳት። ወደ በሩም ገፈተራት። ድንፋታውንም ቀጠለ፡፡ "ይህን ምስጢር ትንፍሽ ብትይ የአሞራ ሲሳይ ነው የማደርግሽ፡፡" በር ላይ ቆማ አየችው፣ አያት፡፡ ያልመጣባትን ምራቅ መሬቱ ላይ ተፋች፡፡ ዕንባዋን እያባበሰች ቀሚሷን በአንድ እጇ ጨምድዳ እንደያዘች ነጠላዋን ደርባበት ከቢሮው ወጥታ ወደ ቤተክርስቲያን ከነፈች።

ዲምቱ ጥርሷን ነከሰች እንጂ መድፈር አልሆነላትም፡፡ "ምን እንዳታመጣ!" ማለት አልቻለችም፣ እንደዛ ሆና አላደገችምና፡፡ ከዛች ዕለት ጀምሮ እዶሳን ባየች ወይም ድምፁን በሰማች ቁጥር ትረበሽ ጀመረች። እሱም ጥላዋ የሆነ ያህል ባላሰበችው፣ ባልጠበቀችው ስፍራ ብቅ ይልባታል፡፡ ሲመቸውም እንደመለማመጥም፣ እንደማስፈራራትም፣ እንደመዛትም ይሞክራል፡፡ በተለይም ከፍ ያለ የስልጣን ወንበር ካገኘ በኋላ ከዕድር ወይም ከቀበሌ ስብሰባ በኋላ ምክንያት ፈልጎ ያስጠራትና ጥያቄውን ያቀርብላታል። መልሷ አንድ ነበር፣

"አይሆንም፡፡"

ችግሯን ለማንም ትንፍሽ አላለችም፡፡ ለምስጢረኛዋ የጡት እናቷና ጎረቤቷ እማማ አስካለ እንኳን ያለችው ነገር የለም፡፡ በትንሹም፣ በትልቁም ቱግ ለሚሉት ለነመራ አጎት ልጆች እንኳን ለማዋየት አልሞከረችም፣ ድፍን አገር ሊበጠበጥ ይችላልና። ነመራን አዲስ አበባ ልትጠይቀው በሄደችበት ወቅት የሆዷን በሆዷ ይዛ እየተፍለቀለቀች ሌላ ሌላውን አጫውታው ነበር የምትመለሰው።

ጉዳዩንም፣ እዶሳንም ከአእምሮዋ ለማሰወጣት ሞከረች፣ አልሆነላትም፡፡

ምዕራፍ 7

ከሦስት ወራት ህክምና በኋላ የነመራ ጤንነት ተሻሻለ – እንደወትሮው ባይሆንም። ጉዳቱ ለወታደራዊ አገልግሎት ብቁ ስለማያደርገው ሀኪሙ ከሰራዊቱ በክብር እንዲሰናበት ለህክምና ቦርድ አስተላለፉለት፡፡ ለውሳኔ ሁለት ወር በኋላ ተቀጠረ። ነመራ እስከዛው ድረስ ቤተሰቦቹ ዘንድ ለመክረም ወሰነ፡፡ በጥቅምት የመጀመሪያው ቅዳሜ እንደሚደርስ ለእነዲምቱ መልዕክት ልኮ ለጉዞው ዝግጅት ጀመረ።

ውዝፍ ደሞዙን ተቀብሎ የባኮ አውቶብስን ትኬት ለመቁረጥ በዕለተ ዓርብ ወደ መርካቶ ዘለቀ። የመርካቶ ኪስ አውላቂዎች ሲሳይ ላለመሆንም ገንዘቡን ከፋፍሎ በሁለት ስውር ኪሶቹ ውስጥ ደበቀ። ጦር ኃይሎች አካባቢ ከተሳፈረበት ታክሲ 7ኛ አካባቢ ሲደርስ ወረደ፡፡ ብረት ከዘራውን ደገፍ ብሎ እያነከሰ ወደ አውቶብስ ተራ አመራ። ሰዉ፣ እንሰሳውና ተሽከርካሪው እኩል የሚተራመሱበትን፣ የዘፈኑ፣ የኃይማኖት መዝሙሩና የታክሲ ረዳቶች ጩኸት ቀውጢ ያደረገውን መንገድ ጨርሶ የትራፊክ መብራቱን ተሻገረና ክፍለ ሀገር አውቶብስ ተራ ደረሰ።

ውስጥም እስከ ወገብ የሚደርሱ የብረት አጥሮች መሀል መንገደኞች ተደርድረው ሐረር፣ መቀሌ፣ ባሕርዳር፣ ጎንደር፣ ነቀምት… የሚሉ ፅሁፎች ከለጠፉ መስኮቶች ትኬት እየቆረጡ ይወጣሉ። ነመራ የነቀምትን ሰልፍ ተቀላቀለ፡፡ አሥር ገደማ ወጣቶች ትኬት እንደቆረጡ ሆዱ በቀሰም እንደተነፋች ዶሮ የተወጠረው ትኬት ቆራጭ መነጽሩን ከፍ ዝቅ እያደረገ "ለነገ ጉዞ ነቀምት አንደኛና ሁለተኛ ተሽጦ አልቋል" ብሎ ባለመስታወት መስኮቱን ከረቸመው።

ነመራ "አንድ ትኬትስ አያጡም፣ ችግሬን አይተው ይተባበሩኛል…" በሚል መስኮቱን ቆረቆረ። ትኬት ሻጩ መስኮቱን በኃይል በርግዶ "ምን ፈለግህ፣

ነው ጆሮህ አይሰማም?” ሲል አምባረቀበት። ነመራም “ብትተባበሩኝ ብዬ ነው...” ብሎ ሳይጨርስ ትኬት ቆራጩ አቋረጠው፡፡

“ይቅርታ፣ ሁሉም ቁስለኛ ነው፡፡ ነገም በሌሊት መጥተህ ከመጀመሪያዎቹ ካልሆንክ ትኬት አታገኝም። ልዩ ክብካቤም ለማድረግ መመሪያ ስለሌለን ልረዳህ አልችልም...” አለና መስኮቱን ደረገመበት። ነመራም አዝኖ ከግቢው ሊወጣ ሲል ከፊቱ ተሰልፈው ትኬት ካገኙት ወጣቶች አንዱ ጠጋ ብሎ “ጀለሱ ነቀምት ነው? ከዋጋው አምስት ብር ጨምረሽ ከበጠስሽ በአንደኛው ነቀምት በራሪ ያለ ችግር ሽል ትያለሽ” አለው፡፡ ነመራም የተጠየቀውን ከፍሎ ትኬቱን ተረከበ።

ለአዳርም አውቶብስ ተራው አጠገብ በሚገኘው ‘ወለጋ ሆቴል’ አልጋ ያዘ፡፡ ለራሱና ለዘመዶቹ አልባሳትና ስጦታዎች ለመሸመት ወደ መርካቶ አዳራሽ ዘልቆ ለራሱ ሸንጣና ጫማ፣ ለዲምቱና ለልጆቹ ሙሉ ልብሶች፤ ለአባቱና ለአጎቱ ልጆች ሸሚዞች፤ ለእማማ አስካለ ነጠላ ገዛ፡፡ ከአዳራሽ ከፍ ብሎ በግራ በኩል ከተደረደሩት ወርቅ ቤቶች ከአንዱ ባለመስቀል የወርቅ አንገት ሀብል ለዲምቱ ገዛ፡፡ ሻንጣውን ግጥም አድርጎ እንደያዘ ከምዕራብ ሆቴል ወደ አማኑኤል በሚወስደው መንገድ በእግሩ ወደ ማረፊያው ያዘግም ጀመር።

የኢትዮጵያ ንግድ ባንክ ምዕራብ ቅርንጫፍን አልፎ መስቀለኛው መንገድ ላይ ካለችው የትራፊክ መብራት ደርሶ ወደቀኝ ታጠፈ፡፡ መንገዱን ሲያቋርጥም የሬሳ መኪና ይመስል መስታወቶቹ በሙሉ የጠቆሩ ቶዮታ ላንድክሩዘር የሰሌዳ ቀጥሩ ኮድ አራት የመንግስት መኪናን የሚያሽከረክር ወጣት ሾፌር ሊገጨው ለጥቂት ሳተው። ሾፌሩ በእሱ ብሶ መስታወቱን ወረድ አድርጎ የስድብ ናዳ አወረደበት።

"ለመሆኑ ከየት ነው የመጣኸው? ደግሞ ታንከሳለህ!" እያለ አስካካበት፡፡ "ቤት ስትሰረስር ነው እግርህን የሸነከሉህ? ለእኛ እንቅፋት ከምትሆን እንደጀመሩህ ቢጨርሱህ ጥሩ ነበር፣" ሲል ተተረተረበት።

የሾፌሩ አጥንት የሚሰረስር ንግግር የነመራን ልብ አጠየመው። ውስጡ ጋመ፡፡ ለራሱ ብቻ በሚሰማ ድምፅ እየደጋገመ "አዎ፣ እንደ ጀመሩኝ ቢጨርሱኝ…፣ እንደ ጀመሩኝ…" ሲል ቆይቶ ድንገትም ድምፁ ጨመረ፡፡ "እንደ እሱ አይደለም ወንድም፣ ስሰረስር ሳይሆን፣ የሁላችንም መሬት በተለይ የአንተ ቤት እንዳይሸረሸር ስከላከል ነው እንዲህ የሆንኩት።" ሰውነቱ ተንዘፈዘፈ፡ ግንባሩ መቶ ቦታ ተከሰከሰ፡፡ "እንድታውቀው ግን ትዕግስት ፍርሀት አይደለም። ይሄ የምታየው የያዝኩት ዱላ፣ ለምርኩዝ ብቻ ሳይሆን እንዳንተ ያለውን ባለጌ መነረቻም ይሆናል። ለመሆኑ መሪውን የያዝከው አንተ ነህ እኔ? ራስህ እያየህ አትነዳም!" ብሎ አንባረቀበት። ሽፌሩም በብስጭት መኪናውን መንገዱ ዳር አስጠግቶ በመስኮት አንገቱን አሰገገና ስድቡን ቀጠለ.. ። "አንተ ኮስማና! ፊዘህ አየተደናበርክ የመኪና ራት እንዳትሆን ተጠንቅቀህ ብትራመድ ይሻልሃል። ይህን ምላስህን ደግሞ ሰብስብ፣ ሽንካላ…" ብሎ ሳይጨርስ ምድር ሰማዩ በንዴት የዞረበት ነመራ ከዘራውን ለጭንቅላቱ ሰነዘረው። ሾፌሩ በፍጥነት አንገቱን ወደ ውስጥ አስገብቶ ዳነ። ሆኖም ነመራ የሰነዘረው ከዘራ ግማሽ ድረስ የተከፈተውን የመኪናውን በር መስታወት በታተነው። ዳግም ለፊት መስታወቱ ሲሰነዝር አንድ ገላጋይ መንገደኛ እጁን ይዞ አስጣለው። ገላጋይና አዳማቂው ተደበላልቆ ግረግሩ ተባባሰ። ሾፌሩ ነመራን በፖሊስ ካላስጠፈርኩኝ እያለ ያዙኝ ልቀቁኝ ይል ገባ። ግርግሩን አይተው የተጠጉትን ሁለት ፖሊሶችንም አነጋገረ። መታወቂያውን አሳያቸው። ድምፁን ዝቅ አድርጎ

ሲያነጋግራቸው ፖሊሶቹ አንገታቸውን በአዎንታ ይነቀንቁ ነበር። ነመራንም ወደ 4ኛ ፖሊስ ጣቢያ ይዘውት ሄዱ።

አራተኛ ፖሊስ ጣቢያ እንደ መርካቶ ሁሉ እንደደራች ነው። በከሳሽና ተከሳሽ፣ ምስክሮች ወይም ዋስ በሚሆኑ ሰዎች ታጭቃ መፈናፈኛ የላትም። ነመራም እያነከሰና በእጁ የጉዞ ቁሳቁሶችን እንዳነገበ በፖሊሶቹ ታጅቦ ከግቢው ገባ።

ፖሊሶቹ ለመርማሪው በጆሮው የሆነ ነገር ሹክ አሉት። ያሉት ግን አልተሰማም። መርማሪው ከተቀመጠበት ብድግ ብሎ በፈገግታ ሰላምታ ሰጣቸው። ሾፌሩ ጥቁር መነፅሩን ከፍ ዝቅ እያደረገ የክስ ማመልከቻውን ሞነጫጭሮ አቀረበ። "ያወደመውን ንብረት ባስቸኳይ እንዲያሠራልኝ። ለምላሱም ጥሩ መርፌ ሳያስፈልገው አይቀርም ይሄ ባለጌ!" ብሎ የፍርድ ቤት ቀጠሮውን አስቀድመው እንዲነግሩት አሳሰቦ ተሰናብቶ ወጣ።

ነመራ ከክፍሉ ውጭ ባለው አግዳሚ ወንበር ላይ አንዱ ወጣት ቦታ ለቆለት ተቀምጦ ይጠብቃል። የሥራ መውጫ ሰዓት ጥቂት ደቂቃዎች ሲቀሩት ተጠራ። በከዘራው ተደግፎ እያነከሰ ገባ።

ፖሊሱም ከላይ ታች ገላመጠው። "የኛ ጉልበተኛና ተሳዳቢ፣" አለ በሹክሹክታ። "ለመሆኑ የተከሰስክበትን ምክንያት ታውቃለህ?" ሲል እንቅልፉ እንደመጣበት ሰው አስር ግዜ እያፋሸገ ጠየቀው ። ነመራም "አይ ጌታዬ፣ መክሰስ የሚገባኝ እንኳን እኔ ነበርኩ። በሚያሽከረክረው መኪና ሊገጨኝ የነበረው እሱ ነው። በተጨማሪ አጥንት የሚሰብር ስድብ ይሳደብ የነበረው..." ብሎ ሳይጨርስ መርማሪው አቋረጠው፡፡

"ስማ በመጀመሪያ እሱ ሳይሆን 'እሳቸው' ማለት ይገባሀል። እሳቸው የተከበሩ ዜጋ፣ ይከሳሉ እንጂ

አይከሰሱም፣" ሲልም አንባረቀበት። "ስምህ?" ሲል ጠየቀው፡፡

"የአስር አለቃ ነመራ ገመቹ፣" ሲል ነመራ በፍጥነት መለሰ። ወታደርነቱን ይጠይቀኛል ብሎ ሲጠብቅ ከምንም ሳይቆጥረው ወደ ሁለተኛው ጥያቄ ዘለለ፡፡

"የመኖርያ አድራሻህ?"

"የትኛው?" ሲል ነመራ ጠየቀ።

ፖሊሱም በብስጭት "ስንት መኖርያ ቦታ አለህ? ነው ወይስ በመሸበት የምታድር መንገደኛ ነህ?" አለ፡፡ ነመራ በጥያቄው ጋጋታ ቢበሳጭም በእረጋታ መለሰለት፡፡

"የመጨረሻውን ሦስት ወር ገደማ የኖርኩት ጦር ኃይሎች ሆስፒታል ግቢ ውስጥ ነው። ከዚያ በፊት ኑሮዬ በየምሽጉ ነበር። ምሽግ ደግሞ አከራይና ተከራይ፣ የቀበሌም ሆነ የቤት ቁጥር የሌለው፣ ግብር የማይከፈልበት መኖርያ ቤቴ ነው። አሁን ደግሞ የምሄደው ወደ ዘመዶቼ ተወልጄ ወደ አደኩባት ከተማ ባኮ ነው። ከፈለጉ የባኮ አድራሻዬን መስጠት አችላለሁ፣" አለው።

"ከምንም ይሻላል፣ እሱኑ ንገረኝ፣" አለ ፖሊሱ። "ለመሆኑ ምን ሆነህ ነው የምታነክሰው?" አለ ፖሊሱ በተጓዳኝ ሌላ የሚመረምረው ጉዳይ ያለ ይመስል።

"በባድመ ጦርነት ላይ ቆስዬ ነው፣" አለ ነመራ። ፖሊሱም ለይስሙላ ከንፈሩን እየመጠጠ፣ የነመራን አድራሻ መዝገቡ ላይ አሰፈረ። "እንድታውቀው ያህል የተከሰስክበት ዋናው ምክንያት የመንግሥት ንብረት የሆነን ተሽከርካሪ በማውደምና፣ በወቅቱ ያሽከረክሩ የነበሩት ትልቅ ሰው ላይ ጉዳት ለማድረስ ባደረግኸው ሙከራ ነው። በህጉ መሰረት ሙሉ ቃልህን ለመስጠት

ፈቃደኛ ከሆንክ እዚህ፣ ካልፈለግህ ደግሞ ፍርድ ቤት መስጠት ትችላለህ፣" ብሎ ሰባራ የቢክ እስክርቢቶውን ጠረጴዛው ላይ ያላትማት ጀመር። በማስከተልም "ዋስ የሚሆንህ በቂ ገንዘብ የሚያሲዝ ሰው ካለ አዘጋጅ። ጉዳይህ ከበድ ያለ ስለሆነ ዋሱንም ቢሆን ሊወስኑበት የሚችሉት የጣቢያው አዛዥ ብቻ ናቸው። እሳቸው ደግሞ ለሥራ ጉዳይ ወደ አዋሳ ሰለሄዱ እስከሚመጡ መጠበቅ አለብን። እሰከዚያው ማራፊያ ቤት ትቆያለህ" ብሎ አስረዳው።

ነመራ ክው አለ። ምድር ሰማዩ ዞረበት። "ጌታዬ እኔ ምን አጠፋሁ። እንዳልኩት እሳቸው ናቸው ሊገሉኝ የነበረው። በተጨማሪ ሰደቡኝ፣ አለ እየተረበተበተ።

"ወንድም ነገርኩህ እሳቸው ምንም ያድርጉ ምን አይከሰሱም – ልዩ ትዕዛዝ ወይም አዋጅ ካልወጣባቸው በስተቀር።"

"እሺ ይቅርታ ልበላቸው፣ የሚሉትን ሁሉ እፈፅማለሁ፡፡ እባክህ ነገ አገሬ መግባት አለብኝ እባክህ..." ሲል ተለማመነ።

ፖሊሱም "ከሳሽህ የሉም፣ ሄደዋል፣" ሲል መለሰለት፡፡ "ምንም ማድረግ ስለማንችል እዚሁ ጣቢያ ትቆያለህ፣ ንብረትህን አስቆጥረህ አስገባ" ብሎ ጠረጴዛው ላይ ያለችውን ደወል አንቃጨላት። አንድ ፖሊስ ገብቶ ነመራን አጅቦት የፍየል ማጎሪያ የመሰለች ማቆያ ክፍል ውስጥ ወሰደው።

ክፍሏ ቤት እስከ በሯ ድረስ በሰው ግጥም ብላ ተሞልታለች። የነመራ ከዘራ እንደ መሳርያ ስለተቆጠረ ይዞ እንዲገባ አልተፈቀደለትም። በሯን አለፍ እንዳለም ፖሊሱ በሩን ከውጭ ቆለፈው። "እንኳን ደህና መጣህ፣ ከመቀመጥህ በፊት ማን እንደሆንክ ራስህን አሰተዋውቅ። በተጨማሪም የሻማዋን ገንዘብ ቁጭ

አድረግ፡፡ የተባልከውን የማታደርግ ከሆነ የጫማ ጥፊና ቡጢ ይጠብቅሀል…” አለ ፊርጠም ያለ ጉልበተኛ እስረኛ። ክፍሉን ያመቀው የላብ ጠረን የነመራን አንጀት አላወሰው። ጭል፣ ጭል በምትለው ብርሀን ሰዉን ለመለየት እየታገለ ለተጠየቀው ጥያቄ መልስ ሳይሰጥ ዘገየ። ሁለተኛው ማስጠንቀቂያው ተከተለው።

“ምን ይዘጋሀል! አልገባህም?”

“ስሜ ነመራ ገመቹ ይባላል… የሻማ ምናምን ያላችሁት ግን አልገባኝም።”

“ብር ማለታችን ነው…” አለ ጎልበተኛው ላፍታም ሳይቆይ።

“ታስሬም እንደገና ደግሞ ክፍያ? እንደ ሆቴል የአልጋ ሒሳብ ነው እንዴ?” አለ ነመራ እያጉረመረመ። ድንገት አንድ ቡጢ ሆዱ ላይ ሁለተኛው ከግራ ጎኑ ላይ አረፈ ተከታተሎ። “የተጠየከውን አምጣ!” የሚል ድምፅ ሲከተል፣ እጁን ኪሱ ከቶ አንድ ብር ይሁን አስር በቅጡ ሳይለይ ወረወረላቸው። በአንድ እጁ ሆዱን ደግፎ በሌላው ግድግዳውን እየዳበሰ ተንሸራቶ ተቀመጠ።

ሰባት ቀን እስር ቤት ሰነበተ። ሌት ተቀን ገላውን ሲፎክት ውሎ አድሯል። በተለይ ሌሊት እንቅልፍ አይወስደውም። ቁንጫና ትኋን የሌለባት፣ ንፁህ አይር የሚተነፍስባትን፣ ከተቆፈረ አፈር ጠረን በቀር ሌላ ሽታ የሌላትን ምሽጉን እያስታወሰም ሲተክዝ ከረመ። “ምሽጌ ማሪኝ” ሲልም ሳምንቱን አሳለፈ።

በእለተ ዓርብ ሲጠበቁ የነበሩት የጣብያው አዛዥ ወደ ሥራቸው ተመለሱ። ብዙ ጉዳዮችን ሲያዩም ዋሉ። ነመራንም 600 ብር የሚያሲዝ ዘመድ ወይም ንብረት ካለው አሲዞ መውጣት እንደሚችልና የፍርድ ቤት መጥሪያው ሲደርሰው እንዲቀርብ ብለው

ወሰኑለት። ካጠራቀማት ደሞዙ የተጠየቀውን ገንዘብ አሲዞ ወጣ።

ነመራ ንብረቱን ተረክቦ ከእስር ቤቱ እንደወጣ በቀጥታ ያመራው ወደ ወሊጋ ሆቴል ነው። ዳግም አልጋ ለመያዝ። በተመሳሳይ ሁኔታ ወደ አውቶቢስ ተራ ዘልቆ ለቅዳሜ አንደኛው በራሪ ትኬቱን ገዛ። ከሳምንት በፊት የገዛውን ትኬት ገንዘብ ቢያንስ ግማሹን እንኳን እንዲያስቡለት ቢጠይቅ፣ "24 ሰዓት ስላለፈው ቤሳ ቤስቲን አናስብለህም፣" አለው ከሳምንት በፊት ነመራን ያገጣበረው ቦርጨሙ ሰውዬ።

አውቶብስ ተራ አጠገብ ወደሚገኘው የቴሌ መስሪያ ቤትም ሂዶ ለዘመዶቹ ደውለና የተፈጠረውን አስረዳቸው። ዘመዶቹም እመጣለሁ ባለበት ቀን ባለመምጣቱ ተጨንቀው ያደረጉትን ጥረት፣ ስልክም ወደ ጦር ኃይሎች ሆስፒታል ደውለው እንዲሁም መልክተኛ ወደ አዲስ አበባ ልከው ምንም ፍንጭ እንዳላገኙ አስረዱት። ነመራም የተፈጠረውን ሁኔታ ለእሱም ህልም እንደሆነበትና ሲመጣ ዝርዝሩን እንደሚያስረዳቸው ገልፆ ስልኩን ዘጋው።

ወደ ሆቴሉ እያነከሰ ማዝገሙን ቀጠለ። በጊዜም ተኛ። ከንጋቱ አሥራ አንድ ሰዓት እንቅልፉን ሳይጠግብ የሸከፋትን ሻንጣውን በግራ እጁ ከጎኑ እንዳጣበቀ ወደ መናኸሪያው አመራ።

የመናኸሪያው በር የሚከፈተው አሥራ ሁለት ሰዓት ተኩል ላይ ነው። ከተፈበረኩ ዓመታትን ያስቆጠሩ አስመራና ማሩ ቅጥቀጥ አውቶብሶች፣ አይቬኮ ካቻማሊ፣ መርሴዲስ አንበሳ አውቶብሶች በመናኸሪያው ተደርድረው ሞተሮቻቸውን ያሞቃሉ። ሽቅብ የሚጥመለመለው ጭስ ገሚሱን ሲያስለው፣ ገሚሱን ዓይኖቹን እንዲያሽ አድርጎታል። ዕቃ ጫኝና አውራጆች እጃቸው ላይ ሚዛን ያለ ይመስል ሻንጣውን ከፍ፣ ዝቅ አድርገው የመሰላቸውን ዋጋ ይቆልላሉ።

የአውቶብሶቹ በሮች ሲከፈቱ ጉልበተኛው እየተገፋተረ ገብቶ የመረጠው ወንበር ይይዛል። የወንበር ቁጥር እያየ የሚቀመጥ አልነበረም፡፡ ነመራ የሚያጋፋ አቅም ስላልተረፈው ጉልበተኞች ተሳፍረው ሲጨርሱ በኋላ በር ገብቶ መጨረሻ ወንበር ላይ ተቀመጠ። አንድ ሰዓት ላይ አውቶብሱ መናኸሪያውን ለቅቆ መርካቶ ሚካኤልን አልፎ በፓስተር በኩል ወደ ጉለሌ መድኃኔዓለም ዘለቀና፣ በአስኮ፣ ቡራዩ፣ ሆለታ፣ ግንጪ እያቆራረጠ ወደ አምቦ ገሰገሰ።

ምድር በወርሃ ጥቅምት በአደይ አበባ ተጥለቅልቃ፣ ሜዳና ተራራውን ቢጫ አድርጋ፣ ለሁሉም ተስፋና ብልፅግናን በይፋ የምትመኝ ትመስላለች።

ከሆለታ እስከ ባኮ በአደይ አበባ ተከቦ አልፎ፣ አልፎ ከሚታየው አረንጓዴ ማሳ ልጆች የሸምብራ እሸት ነቅለው፣ የአተርና የባቄላ እሸት በቁና ሞልተው መኪና በቀረባቸው ቁጥር ግዙን እያሉ ይለምናሉ። ተሳፋሪዎቹ "አቁምልን እንግዛ..." እያሉ ሲጮሁና ሲለማመኑ ሾፌሩ እንዳልሰማ ወደፊት ሲሸመጥጥ ይቆይና እሱ ሲፈልግ ወይም ሲርበው "አሁን ግዙ፣ አሁን ብሉ" እያለ ያቆማል፡፡ እሸታቸውን እየጠረጠሩ፣ ገለባውን እየነሰነሱ የአውቶብሱን ወለል የሰነፍ አውድማ አስመስለውለት አምቦ ቁርስ በልተው እኩለ ቀን ባኮ ደረሱ።

ባኮ ዘወትር ቅዳሜ በሰው ተሞልታ ትንሿ መርካቶ ትሆናለች። በዛች የወርሀ ጥቅምት ሁለተኛዋ ቅዳሜም የአካባቢው ገበሬዎች ወንዶቹ እህል በትከሻቸው፣ ሴቶች ደግሞ ቅቤና ወተቱን በቅል፣ የተሻለው ደግሞ ያመረተውን በአህያ ወይም በበቅሎ ጭኖ ወደ ከተማዋ ይጎርፋል። አምስት፣ ስድስት የሚሆኑ በእጆቻቸው ዶሮዎችን ዘቅዝቀው የያዙ፣ በራሳቸው ዕንቁላል የተሞሉ ቅርጫቶች የተሸከሙ

ጎረምሶችን የሚገዛውም፣ የማይገዛውም እያስቆመ "ስንት ትላለህ?" እያለ ልባቸውን ያደርቃቸዋል። ለእርድ የደረሱ በጎችና ወይፈኖች በዋናው መንገድ ግራና ቀኝ እየተነዱ ሲጓዙ አውቶብሱ በዝግታ ጥሩምባውን እያጮኸ ተጉዞ ከአንድ ሆቴል ደጃፍ ግማሽ ጎኑን ከዋናው መንገድ ወጣ አድርጎ ቆመ።

መንገደኞች ለምሳ ሲወርዱ ነመራ አነስተኛ ሻንጣውን ይዞ ከዘራውን ደገፍ እንዳለ ከመኪናው ወረደ። ረዳቱ አውቶብሱ አናት ላይ የሰቀለውን ሻንጣ ለመቀበል ሲጠባበቅ ዲምቱ ከእነልጆቿ፣ እንዲሁም የአጎቱ ልጆች እየሮጡ ከእቅፉ ገቡ። እያገላበጠም ሳማቸው፣ ተቃቅፈውም ተላቀሱ። ነመራም በደስታ ብቻ ሳይሆን ኮሎኔል ዳዲም ትዝ እያሉት ሴት ልጁን ጥብቅ አድርጎ አቅፏት ተንሰቀሰቀ። የአጎቱ ልጆች ባያላቅቁት ኖሮ እንዳቀፋት የሚያመሽ ይመስል ነበር። ሻንጣውን ተሸክመውለት ጉዞ ወደ ነመራ ቤት ሆነ።

ከተማዋ ዳርቻ ከነበረው የነመራ ቤት ሲቃረቡ ሰፈሩ በዕልልታ ተሞላ፡፡ የተሳካለት እየተጋፋ ነመራን ይስም ጀመር፡፡ ያ የሚያውቁት ጎበዙ ነመራ ከዘራ ተደግፎ እያነከሰ ሲሄድ ሲያዩ አንገታቸውን ሰብረው ከንፈሮቻቸውን ይመጣሉ። ግቢያቸው በራፍ ሲደርሱ ዘወትር ከነመራ እግር ስር የማይጠፋው ውሻ እየጮኸ ሆዱ ላይ ተንጠላጠለ። በአቅራቢያ ካለች አነስተኛ ዋርካ ስር የታሰረው ነጭ ፈረስም ነመራ ሲቀርበው ድምጹ እያሰማ ጭራውን ነሰነሰ። ነመራም "ፈርዳን ጉዳ!" ብሎ ጀርባውንና አንገቱን ደባበሰው።

ዲምቱ ቤቱን ፋሲካ አስመስላዋለች። ጠላው፣ አረቄው፣ እንጀራና ወጡ በገፍ ተዘጋጅቷል። ዓራቲ ቅጠል የተጨመረበት ቄጤማ ጎዝጉዛ መአዛው ጥላሁን ገሰሰ "አንች የፌርፌር ሽቶ፣ አንች የከረን ሎሚ፣ በይ ደህና ክረሚ..." ብሎ እንዳዜመው ሁሉ የፌርፌር ሽቶን ያህል ከሩቅ ይጣራል።

ነመራ ወደ ግቢው ሲዘልቅ ግድግዳውን ደገፍ ብለው አነስተኛ በርጩማ ላይ የተቀመጡት አዛውንት አባቱ ለመነሳት ገድገድ ሲሉ ፊጥኖ በተቀመጡበት አቅፎ ሳማቸው፡፡ ዝቅ ብሎ ጉልበታቸውን ሲስምም በእጃቸው በያዟት እርጥብ ቅጠል ጀርባውንና ራሱን እያሻሹ መረቁት። ከተከተሉት ዘመዶቹና ቤተሰቦቹ አንድ፣ አንድ ጥይት ብቻ በመጉረሱ 'ቆመህ ጠብቀኝ' በሚባለው ጠመንጃ ሁለት፣ ሁለት ጥይት ወደ ሰማይ አከታትለው ተኮሱ – የደስታ መግለጫ፡፡ የዲምቱ የጡት እናት እማማ አስካለም በእልልታቸው መሀል "እኔ ብያለሁ፣ አቴቴዬ፣ የእኔ እግዚአብሔር አያሳፋሩኝም፣ በህይወት ይመጣል እንዳልኩት ሆነ!" ብለው ነመራንም ዲምቱንም ደጋግምው መጨመጯቸው፡፡

እድምተኞቹ በየአይነቱ የተዘጋጀውን ምግብ እየበሉ፣ የቤት ፊልተር ጠላ፣ ዘመድ አዝማድና ጎረቤት ያመጣውን ነጭ አረቄ፣ ቪኖና ጠጅ እየጠጡ ሞቅ አላቸው፡፡ እጅ ለእጅ ተያይዘው እንደ ፈረሰኛ ሽቅብ እየዘለሉም ይጨፍሩ ጀመር። አቀንቃኟ ጭፈራው ሲደምቅ

"ሞቅ ሞቅ አለብኝ ደመቀ መንደሩ፣

ጎጃሜ አለ መስል ከነበላይ ዘሩ።

ተንግዲህ ወንድ አለ ብዬም አላወራ፣

ጀግንነቱ አለቀ ካባኮስትር ጋራ።"

እያለች ከዓባይ ማዶ ከደጀን አፋፍ ጀምሮ ያሉትን ሰዎች እንደምትነካካው፣ ገድሉንና ጀግንነቱን በይፋ ያልተናገረለት፣ የልጅ አዋቂና አርበኛ፣ የአብቹ ነገር ሲነሳ በፍቅር አስመስለው እየሳቁ ልባቸው ግን ሸፍቶ ፈረስና ጋሻ የሚታያቸው ከአባይ መለስ፣ ከገብረ ጉራቻ፣ ፍቼ ሰላሌ፣ አምቦ፣ ባኮና ነቀምት ያሉትን

ሆደ ሰፊዎቹን የነመራን ዘመዶች ለመኮርኮር ድምጻ መረዋዋ ጎረቤታቸው ወ/ሮ ጠራ ካብቲመር

"አብቹ ናጋ ናጋ ቶኬራ ሂንመርማሪኒ፤

ለቺቱ ነጋ ነጋ ቆሬን ሲወራኒኒ"

እያለች ቅላፄዋን ስታወርደው ነመራ ለመነሳት እየዳዳው የእግሩ ጉዳት ገደበው፣ በተቀመጠበትም አንገቱን ይሰብቅ ገባ። ገሚሱ ሰክሮ፤ ገሚሱ ሰውነቱ ዝሎ እንቅልፉ ሲመጣ በእማማ አስካለ መሪነት "ደህና እደሩ፣ ዲምቱ ለአክምባሎ ሰበራ፤ መቀነትሽን ላላ" እያሉ በነገር ወጋ እያደረጓት ሲወጡ እሷም አፍራ አንገቷን ሰብራ "ደህና ሁኑ" ብላ ሁሉንም ሸኘች።

ምዕራፍ 8

ነመራ ከቤቱ በወጣ በሁለት አመቱ ከእሱ በስተቀር አዛዥ፣ ናዛዥ የናፈቃትን ዲምቱን ከጎኑ ሸጉጦ "አንዱን ምሽት አድርገው ሰባት ሌሊት" ሲል አደረ። "ተነስ!" "ተኛ!" የሚለው አዛዥ በሌለበት፣ ጆሮ የሚበጥስ የመድፍ ጩኸትና የጥይት እሩምታ በሌለበት፣ ጄኔራሉም ወታደሩም እሱ ብቻ በሆነበት የቤቱ ውስጥ ጦርነት ከዲምቱ ጋር ሲፋለሙ አድረው ሲነጋጋ ከባድ እንቅልፍ ወሰደው፡፡ ከጠዋቱ አንድ ሰዓት ላይ ዲምቱ ትከሻውን ነቀነቀችው – ከአልጋ መውረጃ ቀዝቃዛ እርጎ ልትሰጠው። ከቤቱ ብቅ ብሎም ደጁንና ዙሪያውን ቃኘ፣ ደስ የሚል ስሜት፣ የነጻነት ስሜት፡፡ ቤቱ ተመልሶ ትኩስ የገብስ ገንፎ ከቤት በተናጠ ለጋ ቅቤ በማንኪያ እየዛቀ አስነካው፡፡

በየመሀሉ የሞተውን፣ ያገባውን፣ አዲስ መጤውን የሰፈር ሰው ባጠቃላይ ከቤቱ ከወጣ በኋላ የተፈጠሩትን ዋና፣ ዋና ነገሮች ዲምቱን ጠየቃት፣ እሷም ዘረዘረችለት – ከእዶሳ ታሪክ በስተቀር፡፡ ለዲምቱ የወርቅ ሀብሉን፣ ለልጆቹም አልባሳቶቹን አከፋፈለ።

አንድ ሰው ለአጭር ጊዜ እንኳን ከመንደሩ ርቆ ከተመለሰ የታመመን መጠየቅ፣ ሀዘን የገባበት ቤት መድረስ ጥንታዊ የአገሩ ባህል ነውና ነመራም ሳምንቱን ሙሉ እየዞረ ሲያጽናና፣ ሲያበረታታ ሰነበተ። ህይወታቸው በጦር ሜዳ ያለፈ ወታደሮች መርዶ ለዘመድ አዝማድ የሚነገርበት ወቅት ነበርና በቅርብ የሚያውቃቸው ግን በተለያዩ ግንባሮች የነበሩ ሦስት የሰፈሩን ልጆች ለቅሶ ሲደርስ ኮሎኔል ዳዲ፣ ቢሰጥ፣ ከድርና ተክላይ ትዝ ብለውት ለአጽናኝ እስኪያስቸግር ተንሰቀሰቀ። ኃዘንተኞችን "እግዚአብሔር ያጥናችሁ"፣ ጎጆ ወጪዎችን "የአብርሃምና የሣራ ጋብቻ ያድርግላችሁ" ቤት ሠርተው የገቡትን ደግሞ "ቤት

ለእንቦሳ" ሲል ሰነበተ፡፡ ከአድባሩና ከቀዬውም ዳግም ተላመደ፣ ከጓደኞቹ ጋር ማመሻሸትም ጀመረ።

ቀድሞ በሀብትም ሆነ በኑሮ ደረጃ ከእሱ ዝቅ ያሉና የእሱ እኩያ የነበሩ ጓደኞቹ በአጭር ጊዜ ድል ያሉ ሀብታሞች ሆነው ጠብቀውታል። በርካቶች ለፍቅር፣ ጥቂቶቹ ለጉራና ሀብታቸውን ለማሳየት ነመራን በግብዣ አምነሸነሹት፡፡ ድሮ እየዞሩ ፉት ከሚሉባት 'ማምሻ ቤት' በከተማዋ እስካሉት ሆቴሎች ረብጣው ተርከፈከፈ። ለእሱ የስድስት ወር ውዝፍ ደሞዝ ተብሎ የተሰጠውን እነሱ በአንድ ምሽት አመድ ሲያደርጉት ነመራ ግራ ተጋባ፡፡ ግራ ተጋብቶ ዝም አላላም፡፡ "ገንዘቡን ከየት ነው የምታመጡት?" ሲል ጠየቀ፡፡

"ዘንድሮ ጉልበትና ምላስ ካለ ምን ጠፍቶ!" አለው ከጓደኞቹ አንዱ፡፡ "መሥራት ብቻ ነው። በንግዱ ብትል መሸጥ ማሻሻጥ፤ መቀበል ማቀባበል፤ እስከቻልክ ድረስ እስከ ሳውዲና ዱባይ የሚሸጋገር ሥራ ሞልቷል። የማርያም ወርቅን ፋጢማ፤ አንተነህን አብደላ ብለህ ለውጠህ ከተቻለ በቦሌ አሊያም በባሌ ረብጣ ብር ተቀብለህ ማስወጣት ነው። ወደ 'ኡሮፓም' ለጉዲፈቻ (ማደጎ) የሚሄድ ልጅ አዲስ አበባ ለአራዳ ልጆች ካቀበልክ 'ኡሮ' በጥሬው ተቀብለህ አንዱን በ20 ትመታዋለህ" ይለዋል፡፡

"የመሬት ሽያጭማ አንድ ሁለቱን ካጋጨህ አይሱዙህን ለቀህ ቁጭ ነው፤" አለው ሌላው ቀበል አድርጎ፡፡ "ትርፍ የሌለው ሥራ ድሮ ቀረ። ቦርድህን አስጨርሰህ ተመለስ እንጂ ያውም ላንተ ምን ጠፍቶ!" ፈገግ አለና ቀጠለ፣ "ብቻ የድሮ ፀባይህን ተወት ነው። ግትርነትህን፤ የእናቴ፤ የአባቴ፤ የአያቴ ምናምን የምትለውን ተረት፣ ተረት ከተውክ መንገዱ አልጋ በአልጋ ነው። ምን በወጣኝ አልተውም፤ አልለወጥም ካልክ እንዲሁ እንዳነከስክ፣ ከዘራህን እንደተደገፍክ

ጫጭተህ ትቀራለህ፣ ትጠፋለህ፣" ብሎ ትንፋሹ ሰበሰበና "እዶሳን ታውቀው የለ?" አለው፡፡

"በደንብ እንጂ፣" አለ ነመራ፡፡ "በልጅነት ጉግስ ውድድር ላይ በጣም ተፎካካሪዬ ነበር፤ ሁሌም ስለማሸንፈው እንጋጭ ነበር። በተረፈ ጥሩ የጋራ ጓደኛችን ነው።"

"ይኸውልህ ዛሬ እሱ የማያውቀው ሰው የለም፡፡ ሁሉም በእጁ፣ ሁሉም በደጁ ይሉሀል እሱ ነው፡፡ አሁን፣ አሁን ደግሞ ከእኔ ጋር በጣም ስለሚግባባ ችግር የለም፣ ጉዳዩን ለእኛ ተወው..." እያለ በተስፋ ይሞላው ጀመር።

ከልጅነት እስከ እውቀት ያሳለፉትን ህይወት እያስታወሱ የወደፊቱን እየነካኩ ሲጨዋወቱ አመሹ፣ ተሰነባብተው ወደየቤታቸው ያመሩት የሆቴሉ መዝጊያ ሰዓት ስለደረሰ ብቻ ነበር።

የነመራ የህኪም ቀጠሮ ደረሶ አዲስ አበባ ሊመለስ የቀሩት 10 ቀናት ብቻ ነበሩ። ዲምቱ ልብሶቹንና ለመንገድ የሚሆነው ቆሎና ጭኮ ለማዘጋጀት ደፋ ቀና እያለች ነበር። ደስተኛ ግን አልነበረችም። ቡናና ቅቤ ሲሸታት አፍና አፍንጫዋን ማፈን አብዝታለች። በአፍዋ ምራቅ ቶሎ፣ ቶሎ ይሞላል። ምግብ አልረጋ እያላትም ተቸግራለች። ይህን ያስተዋሉት የጡት እናቷ እማማ አስካለ በውስጣቸው በደስታ እየፈነደቁ ጠጋ ብለው "ዲምቱ ምን ሆንሽ?" ሲሉ ጠየቋት፡፡ እሷም "ደህና ነኝ፣ ብቻ... ግን እጠራጠራለሁ፡ የወር አባባዬ አልመጣም፤ ቀኑ በጣም አልፏል..." አለቻቸው፡፡

እማማ አስካለ እልልታቸውን አቀለጡት፡፡ እየተንደረደሩ ከቤታቸው የአቴቴ ሙዳያቸውን አመጡ፡፡ የዲምቱን ግንባርም በጨሌ ያሻሹ ጀመር።

ነመራ "እማማ ምን ሆኑ?" እያለ ተጣድፎ ወጣ፡፡ የጨሌ ሙዳያቸውን ከዳን ራሱ ላይ ደፉበት፡፡ "ስም አውጣ! ወንድ ልጅ ነው ብያለሁ ስም አውጣ!..." እያሉ ትንፋሽ እስኪያጥራቸው ሲለፈልፉበት ነገሩ ገባው፡፡

ለማመን ትንሽ አመነታ፣ ትንሽ አሰላሰለ፣ ትንሽ ፈገግ አለና በሳቅ ተንከተከተ – በደስታ ሳቅ፡፡ "ጋለቶማ" እያለ ፈነደቀ። "ዛሬ እንደገና ነው የተወለድኩት፣" አለ ለራሱ፡፡ እማማ አስካለ አንዴ ከጀመሩ ሰለማይለቁ መልስ መስጠት ነበረበት፡፡ "ወንድ ከሆነ ከጎኔ ለወደቁት ማስታወሻ ይሆን ዘንድ መታሰቢያ እለዋለሁ፤ ሴት ከሆነች ደግሞ ለዚች ለም ምድር ዳግም ስለበቃሁ "ጂቱ (ለምለም)" እላታለሁ..." ብሎ በረጅሙ ተነፈሰ። ደስታም ከእነጓዝ ጉዝጓዙ ቤቱ ላይ ሰፈረ።

ነመራ በባኮ ቆይታው የሩቅም፣ የቅርብም ዘመድ ተሰባስቦ ቤት ያፈራውን እየተቃመሰ ደስታውን ተካፍለዋል። አብሮ አደጎቹ አምነሽንሸውታል – ከእዶሳ በስተቀር። ምንም እንኳን በአካልም ሆነ በመንፈስ ከጓደኞቹ የማነስ ስሜት ቢያድርበትም ደማቸውን ከደሙ የደባለቁ የጦር ሜዳ ጓደኞቹን ሲያስታውስ መንፈሱ ይጠነክራል፤ ልቡም እንደመሸፈት ይቃጣዋል፡፡ መቼም ላይረሳቸው ለራሱ ቃል ገባ፡፡ ለአዲስ አበባ ጉዞውም ዝግጅት ጀመረ።

የታህሳስ ወር መጀመሪያ ረቡዕ፡፡ እንደ ቅዳሜው አይድመቅ እንጂ ረቡዕም በባኮ መለስተኛ ገበያ ይቆማል። ለገበያ መጥተው እግረ መንገዳቸውን ዲምቱን እንኳን ደስ አለሽ ለማለት ዘግይተው ከመጡ የሩቅ ዘመዶችና ከአጎቱ ልጆች ጋር ወጣ ብለው ቀማምሰው ሁሉም በጊዜ ቤታቸው ተከተዋል።

ለአዲስ አበባ ጉዞው አምስት ቀናት ብቻ ቀሩት፡፡ ዲምቱ አጣጥባ ያዘጋጀቻቸውን ልብሶች

አጣጠፉ ሻንጣ ከታለች። ያን ዕለትም ሥራዋን በጊዜ አጠናቅቃ እራት ተበልቶ ዘና ብላ ተቀምጣለች። ልጆች ተኝተው ሰፈሩ ጭር እስኪል ሲያወጉ አምሽተው ከጉያው ተሸጉጠች፣ እንደ ሻማ ስትቀልጥም አደረች፡፡ ሲነጋጋም ድብን ያለ እንቅልፍ ወሰዳት። ወፍ ሲጮህ ከቤት ወጥቶ ግቢውን፤ በረቱን ይቃኝ የነበረው ነመራ ያን ዕለት ማለዳ እንቅልፍ ጭልጥ አድርጎ ወስዶት ወደ ደጅ ብቅ አላለም።

ምዕራፍ 9

ረቡዕ ለሐሙስ አጥቢያ – ጤፍ ያስለቅማል የሚባለው የጨረቃ ብርሀን ቀስ በቀስ እየደበዘዘ ፀሐይ ምድርን እየተረከበች ነበር፣ የተፈጥሮ ልውውጥ፡፡ ባኮ ገና በእንቅልፍ ታንጎላጀለች፡፡ የእነ ነመራ መኖሪያ አካባቢም በጸጥታ ተውጧል፡፡ እርጋታ ያለው፣ የሰላም ጸጥታ፡ የበረከት ጸጥታ– ሰላሙም፣ በረከቱም ብዙ አልቆዩም እንጂ፡፡

የነመራ ውሻ እሪታውን ያቀልጠው ጀመር፡፡ ባልተለመደና የማለዳ ባልሆነ የማያቋርጥ ጩኸት ቀዬውን አናጋው። ፈረሱም ከግርግሙ ሁኖ እንደ ማስነጠስ አይነት ድምጽ አሰማ፣ እንግዳ የሆነ ድምጽ፡፡ ነመራም በወፎች ዜማ ሳይሆን በውሻው ጩኸት ባነነ። ከአልጋ ወረደና ምርኩዙን ያዘ፡ ዲምቱም ነቃች፡፡

"ምን ሆኖ ነው እንዲህ የሚጮኸው?" አለች፡፡

"ምን ይሆናል ብለሽ ነው፣" አላት ነመራ፡፡ "ይሄኔ የነጋበት ጅብ ወደ ቤታችን ተጠግቶ ይሆናል፡፡" ጣደፍ ብሎም ወጣ። በዝግታ እየተዘዋወረም ግቢውንና የፈረሱን ግርግም ቃኘ፡፡ ሁለቴ፣ ሦስቴ ደጋገመ፡፡ ኮሽ የሚል ነገር አልነበረም። ፈረሱ ግን እየደጋገመ እየጮኸ አንገቱን ወደ አጥሩ ያሰግጋል። ነመራ ገባው፡፡ ምናልባት ከአጥር ውጪ የተፈጠረ ነገር ይኖር ይሆናል፡፡ የግቢውን በር ከፍቶ ብቅ አለ፡፡ ሁለቴ ተራምዶ ሦስተኛውን ሳይደግምም ድምጽ ሰማ፡፡

ስናር ፈረስ ላይ የተቀመጠ ሰው ጉግስ ውድድር ላይ ያለ ይመስል ወደ እሱ ቤት አቅጣጫ እየገሰገሰ ነበር፡፡ ጦሩን ሰብቆም ኢላማ የሚፈልግ ይመስላል፡፡ ጋላቢው ሰውነቱ ፈርጠም ያለና የነመራ እኩያ ቢሆን ነው፡፡ ይህን ሰው የት ነው የሚያወቀው? ደብዛዛው የማለዳ አየር አጥርቶ ለመለየት አላመቸውም፡፡ ሰውየው ከግራ በኩል እየገሰገሰ ወደ ነመራ ቀረበ፡፡

ነመራም የማለዳውን እንግዳ ማንነት በቅጡ ባይለይም በቆመበት በስሱ ፈገግ አለ፡፡ ምናልባት ከሩቅ የመጣ ዘመድም፣ ጓደኛም ሊሆን ይችላል– ናፍቆቱ አላስችል ብሎት ገና ጎህ ሳይቀድ ጉዞ የጀመረ፡፡

ከዛ በኋላ የሆነው ህልም፣ ቅዠት፣ እውነታ የተምታቱበት ነበር፡ ሰውየው ከፈረስ ዘሎ ወርዶ ነመራን አላቀፈውም፡፡ "እንኳን ለቤትህ አበቃህ..." ብሎ አገላብጦ አልሳመውም– በርቀት ላይ እንዳለ የወለጋ ጦሩን ወረወረበት እንጂ፡፡ ጦሩም ኢላማውን አልሳተም፡፡ የነመራን አንገት በአንድ ወገን ቀዶ በሌላኛው ብቅ አለ እንጂ፡፡ ፈረሰኛውም ከመጣበት ፍጥነት በበለጠ ወደ ግቤ ወንዝ አቅጣጫ ሽምጥ ጋለበ።

የወለጋ ጦር የሚባለው ጫፉ እንደ እርሳስ የሾለ፣ ግማሽ ድረስ ድፍን ብረት ሆኖ ከጎኑና ጎኑ እንደ መጋዝ ጥርስ የወጣለትና ርዝማኔው አንድ ክንድ የሚሆን ቤት ሠራሽ መሳሪያ ነው፡፡ በግምት በሁለት ሜትር እንጨት ላይ ይሰካና በተለይ የዱር አውሬ ለማደን ይጠቀሙበታል። ያቺን የተረገመች ማለዳ የአውሬውን ቦታ ነመራ ተካው፡፡

ከቡሬና ባድመ ጥይት፣ መድፍና ፈንጂ የተረፈች ነፍስ በቤት ሠራሽ ጦር መጨረሻዋ ተቃረበ፡፡ እንደ ሚሳይል እየተምዘገዘገ የነመራን አንገት ከግራ በኩል ገብቶ በቀኝ በኩል ሰንጥቆት የወጣው ጦር ጀግናውን ነመራን አብረክርኮ ደፋው። ነመራ "ኢ.ጆ-----" ብሎ ሳይጨርስ ከአጥሩ በር ስር እጥፍጥፍ አለ። የጦር ሜዳውን አፈር የጓደኞቹ ደም እንዳራሰው ሁሉ የእሱ ደም የቤቱን በራፍ አፈር አጨቀየው፡፡

ቦይ ሠራ – ደሙ፡፡

በሚቀጥለው ገፅ ላይ የሚገኘውን ምስል ማየት
ካልፈለጉ ከዚህ ገፅ ጋር ደርበው ይግለጡት።

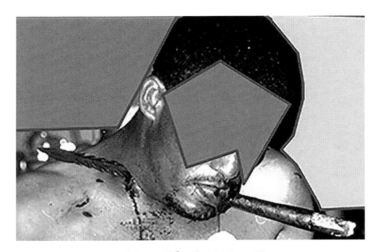

ባለ ጥርሱ የወለጋ ጦር

ሆን ተብሎ የተተወ ገፅ

ዲምቱ ስለ ሰማቻቸው ድምፆች እርግጠኛ አልነበረችም፡፡ የሆነ የሰው ድምጽ፣ የተዳከመ የሚመስል ድምጽ፣ ምናልባት እንቅልፉን ያለጨረሰ ሰው ድምጽ፡፡ ነመራ ምን ሆነ? ከአልጋዋ ተስፈንጥራ ወረደች፡፡ በቅጡ እንኳን ሳትለብስ አንሶላዋን እየጎተተች “ነመራ ማልታቴ (ምን ሆንክ)?” እያለች ወጣች፡፡

ምንድነው እሱ? ነቅታም ለምንድነው ቅዠቱ የማይለቃት? ነመራ ተርፎ መጥቶላት የለም እንዴ! ተቃቅፈው ሲያድሩ ሰነበቱ አይደለም እንዴ? ለምንድነው እንዲህ አይነት አሰቃቂ ህልም የማይተዋት? ራሷን ደጋግማ ግራና ቀኝ፣ ላይና ታች ወዘወዘች፡፡ ፊቷንና ዓይኖቿን በእጆቿና በልብሶቿ አባበሰች፣ ጠራረገች፣ ፈተታገች፡፡ እውነቱም ተገለጸ፣ ህልም የመሰለውም እውነት ሆነ፡፡ እግሮቿ ተብረከረኩ፡፡

ውዱ ነመራ፣ ጀግናዋ ነመራ በደም ጎርፍ ተነክሮ ግቢ አጥር ስር ተደፍቷል፡፡ አንገቱ ላይ የተሰካውን ጦር አየች፣ የሚንዠቀዠቀው ደሙን አየች፣ የነመራ ነፍስ ቱር ብላ ልታመልጥ አኮብኩባ አየቻት፡፡ እሪታዋን አቀለጠችው፡፡ የአካባቢው ጋራዎችና ሸንተረሮች አብረዋት እሪ አሉ፡፡ ሆዷን በሁለት እጆቿ ደገፈች፣ እንደ ወረቀት ተጣጠፈች፣ ነመራ ጎንም ክንብል አለች፡፡ ለጊዜውም ከዚች ክፉ፣ አስቀያሚ ውለታ ቢስ ዓለም ጋር ያላት ግንኙነትም ተቋረጠ፡፡

እማማ አስካለ መጀመሪያ ጩኸቱን ከሰሙት መሀል ነበሩ፡፡ ባልና ሚስት ተጋጩ እንዴ? “ደሞ ምን ሆኑ፤ ነውር አይደለም እንዴ!” እያሉ ከቤታቸው ወጡ፡፡ የተቀበላቸው ትርኢት ግን የባልና ሚስት ጠብ አልነበረም፡፡ ዲምቱና ነመራ የወደቁበት አጠገብ ሲደርሱ ለአፍታ ያህል የልብ ምታቸው ተዛነፈ፡፡ አንድ ጊዜ እሪታቸውን ለቀቁት፣ በዛው አበቃ፡፡ ደግሞ

ድምጽ ሊወጣላቸው አልቻለም፣ የቀረ ጉልበት አልነበራቸውም፣ ፀጥ አሉ፡፡ ሰውነታቸው ተዝለፈለፈ፣ ትንፋሻቸው ተቆራረጠ፣ ከነመራ ራስጌም ዘፍ አሉ – ራሳቸውን ሳቱ፡፡

ተከታታይ ጩኸቶችን የሰማ የቅርብ ጎረቤትና የሩቅ መንደረተኛ በቅርብ ያገኛትን ጨርቅ ላዩ ላይ ጣል እያደረገ ወደዛች የተረገመች፣ በደም የተነከረች ምድር ይጎርፍ ጀመር። አካባቢው በለቅሶ፣ በጩኸት፣ በእንቅስቃሴ ተሞላ፡፡ ሴቶቹ ውሃ በባልዲ እያመጡ እማማ አስካለና ዲምቱ ላይ ያርከፈክፉ ጀመር። ዲምቱን ደግፈው ለማንሳት ሲሞክሩ ከጭኗ የሚወርደው ደም ጉልበቷ ድረስ አርሷታል። ጠራርገው ወደ ቤት ይዘዋት ገቡ።

ለወንዶቹ ግን እንዲህ አልቀለላቸውም፡፡ ነመራን ከበውት የሚያደርጉት ግራ ገባቸው። እንዴት ደግፈው ያንሱት! ሁለት ሜትር የሚረዝመውና ጠሩ የተሰካበት እንጨት እንዴት ያላውሳቸው! እንደ ብቸኛ አማራጭም በጥንቃቄ በመጋዝ ለመቁረጥ ሙከራ ያዙ። ይሄኔ ነው የአጎቱ ልጆች የደረሰውን ጥቃት በመልክተኛ ሰምተው እሳት ለብሰው፣ እሳት ጎርሰው በአንድ ፈረስ ጀርባ እየበረሩ የደረሱት። ነመራንም እንዳዩ ዕንባቸውን መቆጣጠር አልቻሉም።

እንጨቱ እንደምንም በመጋዝ ከተቆረጠ በኋላ የነመራ ነፍስ መለስ አለች። ዙሪያውን የሚባለውን ይሰማል፣ መናገር ግን አይችልም። ህይወቱን ለማትረፍ ጥንቃቄ አስፈላጊ መሆኑ የገባቸው ጎረቤቶቹ ወደ ሆስፒታል ለመውሰድ የጠፍር አልጋ አምጥተው ትራስና ፍራሽ ያመቻቹ ጀመር።

ሁሉም የሚሆነውን ለማየት ጓጉቷል። ነመራ በጦር ተወግቷል፣ በዚህ ሰበብም የዲምቱ ፅንስ ተጨናግፏል። የአጎቱ ልጆች የአንጌሳና ጨቡዴ ንዴት ጣራ ነክቷል። የሚያደርጉት ጠፍቷቸው ይንጎራደዱ

ነበር፡፡ ነመራ፣ የእነሱ ነመራ፣ የዲምቱ ነመራ፣ የባኮው ነመራ ጥቃት ደርሶበት እንዴት ይረጋጉ! በተደጋጋሚ በጦር የወጋው ማን እንደሆነ ተጠየቀ፡፡ መናገር ግን አልቻለም፡፡ አንደበቱ ሥራ አቋሚል፡፡ ወረቀትና እስኪሪብቶ እንዲያመጡለት በምልክት ጠየቃቸው፡፡ በተረፈችው ጉልበት የቻለውን ሞነጫጨረ፡፡ "ፊቱን በመሸፈኑ ማን እንደሆነ መለየት አልቻልኩም። ፈረሱን ግን የማውቀው መሰለኝ" ይላል ጽሁፉ፡፡ በቀኝ አመልካች ጣቱም የሄደበትን አቅጣጫ አመላከታቸው።

አንጌሳ በራሱ ፈረስ፣ ጨቡዴ ደግሞ በነመራ ፈረስ ላይ ከመቅጽበት ኮርቻ ጭነው፣ ልጓም ሰክተው ጦራቸውን እየሰበቁ ተስፈንጥረው ወጡ። የጣምራ ቁስል ወንጀለኛን ግቤንም ሆነ የደዴሳን ወንዝ ሳይሻገር ለመያዝ ሸመጠጡ።

ሰፈርተኞቹ በእድር ጡሩምባ የተጠሩ ይመስል ወሬውን እየተቀባበሉ ግልብጥ ብለው ወደ ነመራ ቤት ይተሙ ጀመር።

የከተማዋ ሦስት ፖሊሶችም እንደ ሰነፍ ተማሪ ማስታወሻ ደብተራቸውን ጠቅለው ከስክርቢቶ ጋር ከኋላ ኪሳቸው እንደሸጎጡ መረጃ ለማሰባሰብ ከህዝብ ጋር ተደባልቀዋል።

አዛውንቶችና ጎልማሶች ጦራቸውን እንደሰበቁ፤ ታዳጊ ህጻናት ዱላቸውን እንደያዙ፤ ሴቶች ህጻናትን እንዳቀፉ ከመንገዱ ዳርቻ ያለውን ደረቅ ሳርና አራሙቻ እየተሻሹ ወደነዲምቱ ቤት ሲተሙ ሽምጥ የሚጋልቡትን የነመራ አጎት ልጆች ከፍጥነታቸው ገቷቸው። በዝግታ በሶምሶማ ለማቋረጥ ሲሞክሩም ከአዛውንቶቹ መሀል ሁለቱ ድንገት ከፈረሶቹ ፊት ጦራቸውን መሬት ተክለው የብርድ መከላከያ ኩታቸውን መሬቱ ላይ ወርውረው አንገታቸውን ዝቅ አድርገው ከጉልበታቸው በርከክ አሉ።

በባህላቸው መሬት የተሰካን ጦር ነቅሎ፣ ኩታ ነጠላን ረግጦ የሚሄድ የለምና ጨቡዴና አንጌሳ ቢበሳጩም የፈረሶቻቸውን ልጓም ጎተት አድርገው አቆሟቸው። ከፈረሶቻቸውም ወርደው በአንድ እጅ ልጓም እንደያዙ ወደ አባቶቹ ተጠግተው ከተንበረከኩበት አነሷቸው። አባቶችም ቀና እንዳሉ ትከሻና ትከሻቸውን በሁለት እጆቻቸው ይዘው “ልጆች፣ በምንም መልኩ ደም እንዳይፈስ፣ ማንም ይሁን ማን ሬሳ ወይም ቁስለኛ እንዳይሆን። ፍርዱን በአደባባይ ህዝብ ጠርተን በገዳ ስርአታችን፣ በአዛውንት አባቶችና ሽማግሌዎች ውሳኔ መሠረት ሁለቱም ወገን ተስማምተውና ተመክሮ ፍርድ እንዲሰጥ እናደርጋለን፡፡ አደራ ልጆች ደም እንዳትቃቡ! በዚሁ ይብቃ፣ ቃል ግቡልን” ሲሉ ተማጸኗቸው።

የሁለቱ ፍላጎት ወንጀለኛውን ሀምሳ ትንንሽ አድርገው ለደዴሳ ወይም ለግቤ ጅብ መስጠት ቢሆንም በቀያቸው የአባቶችን የአደራ ቃል ያላከበረ የዘራው እንዳይበቅል፣ የወለደው እንዳይባረክ ይረገማልና የሽማግሌዎቹን ተማጽኖ ተቀበሉ፡፡ ከፈረሶቻቸው ላይ ፊጥ ብለው ከተረከዞቻቸው እንደ ዶሮ ኮኮኔ ሾሎ የወጣውን ብረት ወደ እንስሳቱ ብብት ጠጋ አድርገው ሲኮረኩሯቸው ፈረሶቹ አንገታቸውን ዝቅ፣ ጆሮቻቸውን ሰበር አድርገው እንደ አቦሸማኔ ተወረወሩ።

ዘመድ አዝማድ የነመራንና የዲምቱን ህይወት ለማትረፍ ይሯሯጣል። ባኮ፣ እንኳን የተሟላ ሆስፒታል ሊኖራት አንድ አምቡላንስ እንኳን የላትም። ጠንከር ያሉት እህቶች ዲምቱን ደግፈው፣ ጎረምሶች ደግሞ ሦስት ከግራ፣ ሦስት ከቀኝ ሆነው ነመራን በፍራሽና ትራስ ደጋግፈው ጠፍር አልጋ ላይ አስቀመጡት፡፡ ከግርጌ፣ ራስጌና መሀል በገመድ ጠብቀው የታሰሩትን ሦስት አግዳሚ እንጨቶች በትከሻቸው ላይ አሳርፈው እየተፈራረቁ መኪና ፍለጋ ወደ ከተማዋ መሀል ይጓዙ

ጀመር። የሰፈሩ ፈጣን መልክተኛ ደበበ ጉልማ ከመሀል ከተማ ቀድሞ ደርሶ ከረቡዕ ገበያ የተሸመቱትን የእህል ዘሮች፣ ቅቤና እንቁላል ወዘተ. ሊጭኑ ከተዘጋጁት አይሱዙ መኪናዎች የተወሰኑትን አነጋገረ፡፡ አንዱ ሾፌር ከመደበኛው ዋጋ እጥፍ ከተከፈለው እንደሚያደርስለት ተስማማ፡፡ ወዲያውኑ ገሚሱ ከንፈሩን እየመጠጠ፣ ገሚሱ እያለቀሰ ነመራን እንደ ታቦት ከበውት ከስፍራው ደረሱ።

ምዕራፍ 10

አይሱዙዋ ከርካሳ ነበረች። የተሠራችው ለጭነት ቢሆንም ወደ አምቡላንስነት ተለውጣ የሾፌሩ ረዳትና ነመራን የሚያውቁትም ሆኑ የማያውቁት ወጣቶች ከመኪናው ተሰቅለው ፍራሹን ትራሱን ወለሉ ላይ ዘረጉ። ብርድ ልብሱን ደራርበውም ጋቢና አነጠፉት።

በስድሳዎቹ ዕድሜ ውስጥ የሚገኘው ሾፌር ባንቲዋል ታደሰ ነመራን ሲያይ ምድር ሰማዩ ዞረበት፣ ደነገጠ፣ እውነትና ቅዠት ተደባለቁበት፡፡ ዓይኖቹ ፈጠጡ፣ ብሎም ተንተባተበ… "የምትከፍሉኝ ገንዘብ ይቅርብኝ፣" አለ፡፡ "የዚህ ሰው ህይወት እኔ መኪና ላይ ጠፍቶ የምንገላታበት ምክንያት የለም፡፡ ብረዳው ደስ ባለኝ፣ ግን በጉዞ ላይ ሲወዛወዝ ወይም ሲነጥር ህይወቱ ሊያልፍ ይችላል። ገንዘብ አገኛለሁ ብዬ እዳ አልሸምትም፡፡ እስከዛሬ ያየሁት ስቃይና መከራ ይበቃኛል፡፡" ድምጹን ከፍ አደረገ፡፡ "ማነህ ረዳት፣ ያነጠፍከውን አውርድ፣" ብሎ ሲንጠራራ ሁለት አዛውንቶች ተጠጉት፡፡

"ሾፌር፣ በእርግጥ ትክክል ብለሃል፣" አሉ አንደኛው ለስለስ ብለው፡፡ "እኛም፣ እንሞክር ብለን እንጂ ይድናል የሚል ተስፋ የለንም። ቁጭ ብለን ስቃዩን ከምናይ እየተሞከረ ይሙት ብለን ነው። ይህ ሰው ስቃይ በዛበት፣ ተደራረበበት፡፡ ይገርምሃል፣ ወታደር ነው፡፡ ከጦር ሜዳ በሰሜን ግንባር በኤርትራው ጦርነት ባድመ አካባቢ ቆስሎ ገና…" እያሉ የነመራን ታሪክ ሲተርኩለት ባንቲዋል "ኤርትራ" የምትለውን ቃል ሲሰማ ስሜቱ ተነካ። ዓይኖቹ እንባ አቀረሩ፡፡ አተኩሮ አንዴ ወደ ሽማግሌዎቹ አንዴ ወደ ነመራ ያይ ጀመር፡፡

ባንቲዋል ጎጃም ሉሚሜ አካባቢ ተወልዶ ያደገ 'የቀድሞው ጦር' የሦስተኛ ክፍለ ጦር ባልደረባ ነበር።

"ጠላት አይረግጣትም ምድሪቱን በጫማ

ሳለ በህይወቱ ባለ አንበሳው አርማ"

እያለ መደቡ ቀይና አረንጓዴ ሆኖ ባለ ወርቃማ ቀለም የአንበሳ ምስል የተደረበበት አርማ በግራው ትከሻው ላይ አንግቦ፣ በ1956 የሶማሌ ጦርነት በቶጎውጫሌ እስከ አርጌሳ ድረስ፣ በ1969 በቀብሪደሀር በድችሶ ሜዳ፣ በጅጅጋ ካራማራ ተራራ ዙሪያ፣ በፋፊም ዳለቻ ተራራ፣ በባቢሌ ዳከታ ድንጋይ መሀል ታንክ አሰልፎ፣ መድፍ ጎትቶ ጠላትን ተፋልሟል። በወቅቱ በገዛ አገሩ ልጆች "የምዕራብ ሶማሊያ ነፃ አውጪ ድርጅት ነው እንጂ ወራሪ ጦር አይደለም፣" እየተባለ ከጦር ግንባር እስከ መሀል አገር በሰራዊቱ ውስጥ በተነዛው ወሬ ሳይፈቱ ጠንክረው ከቆሙት ቆራጥ ወታደሮች አንዱ ነበር።

ወዬሳ ወርዶፋ፣ ጋሻው በሱጠና፣ ግዛው ሽፈራው፣ የተባሉና ሌሎች በርካታ አብሮ አደጎቹ እንደነሀምሳ አለቃ መኮንን ባይለይኝ ያሉት የአሞራ ሲሳይ ሆነዋል፡፡ በኦጋዴን በረሀ የደከሙላትን አገር እፍኝ አፈሯን እንኳን ሳይለብሱ በወጡበት፣ በዱር በገደሉ ቀርተዋል – ለኢትዮጵያ ባንዲራ ክብር፡፡ የእሱ ህይወት ተርፎ ለሌላ ጦርነት በ1970ዎቹ ወደ ኤርትራ ተጉዞ ከአስር ዓመት በላይ በኤርትራ በረሀ ለበረሀ ተንከራቷል።

በኤርትራው ጦርነት ጀኔራል ታሪኩ ዓይኔ በመራው ከፍታ 1702 ተብሎ በሚጠራው ተራራ በተደረገው የናቅፋ ጦርነት ምሽግ ደርማሽ 106 ከባድ መሳሪያ የጠመደች ጅፕ ሲያሽከረክር የተጠመደ ፈንጂ ላይ ወጥቶ መጠነኛ ጉዳት ደርሶበት ዳግም ከሞት ተርፏል። በመጨረሻም ኤርትራ በሐምሌ ጨለማ እናቷን፣ ሥጋ ዘመዷን ጥላ ሳትሰናበት ስትኮበልል ባንቲዋልም ባዶ እጁን በነጠላ ጫማ መረብን ተሻግሮ አገሩ ገባ፡፡ ከዚያን ጊዜ ጀምሮ ራሱን ለማቋቋም፣

ወታደራዊ መንጃ ፈቃዱን ወደ ሲቪል ለመለወጥና ሥራ ለመቀጠር በርካታ ፈተናዎችን አልፏል፡፡

ባንቲዋል የሚተዳደርባት የሹፍርና ሥራ በዘመድ አዝመድ የተገኘች በመሆኗ እሷኑ ላለማጣት ይጠነቀቃል። በተለይም ከትራፊክ ጋር ላለመጋጨትና ፍርድ ቤት ደጃፍ ላለመድረስ ነገር ይሸሻል። ያን ዕለት ግን ሁለቱን አባቶች ካዳመጠ በኋላ የነመራ ታሪክ በከፊል የራሱም ስለሆነ ይዟቸው ሊሄድ ተስማማ፡፡ ነመራና ዲምቱን አጅበዋቸው ከመጡት ሰዎች ጋር አሳፍሮ ከጠዋቱ ሦስት ሰዓት ገደማ ለአካባቢው የከፍተኛ ህሙማን መቀበያ ወደሆነው ወደ ነቀምት ሆስፒታል ጉዞ ጀመረ።

ነመራ ከጋቢናው ጀርባ በትራሶች ተደግፎ ከተነጠፈው ፍራሽ ላይ ተቀምጧል። ዲምቱም ጭኖቿን አደራርባና ፊቷን ተሸፋፍና በዘመዶቿና አማማ አስካለ ተደግፋ ተቀምጣለች። በስተምስራቅ የባኮን ከተማና ሸንተረሮች አሻግራ እየቃኘች የሆነውን ሁሉ ዳግም በሀሳቧ ታጠነጥናለች።

ነመራም በህመሙ ክብደትና ዘወትር ከአእምሮው የማይጠፋውን ከባድመ ወደ ዓዲ ዳዕሮና እንዲሁም ወደ ሽሬ በነበሩ ጉዞዎች በዑራል መኪናው ተሰቅሎ ያሳለፈውን ስቃይና አብረውት የነበሩትን ቁስለኞች እያስታወሰ ዕንባው ደረቱ ላይ ይንጠባጠባል – የደም ዕንባ።

የመኪናውን ግድግዳዎች ተደግፈው የከበቡት ዘመዶችና ሌሎቹም አጃቢዎች ከርቀት ላያቸው አስከሬን ያጀቡ ለቀስተኞች ይመስላሉ።

ጋቢና የገቡት ሁለት አዛውንቶች የጣሊያን ወረራን የአምስት ዓመት የአርበኝነት ታሪክ ለባንቲዋል ያወጉታል፡፡ “ለዚች አገር በየዱሩ የቆሰሉና የወደቁ፤ በርካታ ጀግኖች፤ ሺ አቢቹዎች ነበሩ፡፡ ምን

ያደርጋል፣ የነበረው እንዳልነበረ ሆነ፣" አሉ አንደኛው አዛውንት፣ ሀዘን ድምጻቸውን ሰባብሮት፡፡

ሌላኛው ቀበል አደረጉና፣

"ኢትዮጵያ ሀገሬ ሞኝ ነሽ ተላላ፤

የሞተልሽ ቀርቶ የገደለሽ በላ"

አሉና በሀሳብ ጭልጥ ብለው በመስኮቱ አሻግረው ይመለከቱ ጀመር፡፡

ባንቲዋልም በተራው በደርጉ ዘመን የነበረውን የአስመራውን ጦርነት እያነሳ "እንደናንተ ዘመን በእኛም ጊዜ ጎበዝ ሞልቶ ነበር፣" አለ፡፡ "መቼም ወንድም ወንድሙን ገድሎ ጀግና አይባል፤ በማዕረግ አይንበሸበሽም ሆኖብን ነው እንጂ በእኛም ዘመን ከወንዱም፣ ከሴቱም በርካታ ጎበዞች ተፈጥረው ነበር። በእርግጥ ይቺን ሀገር እናንተ እንዳስረከባችሁን ማስረከብ አልቻልንም። እውነቱን ታሪክ ወደፊት ያወጣው ይሆናል። በእናንተ የደረሰ በእኛም ላይ ደርሷል። ለዚች አገር የሞተ ወይም የቆሰለ ዋጋ የለውም። አሁንም 'ኢትዮጵያ ሀገሬ ሞኝ ነሽ ተላላ፤' እያልን ነው፡፡"

ለወትሮው ሁለት ሰዓት የማይፈጀውን የባኮ ነቀምት መንገድ ባንቲዋል ለነመራ በማሰብ በዝግታ እያሽከረከረ ከቀኑ 7፡30 ነቀምት ሆስፒታል ደረሱ።

በውላቸው መሰረት አንድ ሺህ ብር ሊከፍሉት ከዘመድ አዝማድ ያሰባሰቡትን ገንዘብ አንደኛው አዛውንት "አንድ፤ ሁለት፤ ሦስት፤ አራት…" እያሉ አስር ሳይደርሱ ባንቲዋል እጃቸውን ለቀም አደረጋቸው፡፡ "አባቶቼ 500 ብር ይበቃኛል። መኪናው የእኔ ስላልሆነ እንጂ በነጻም ባመጣው ፈቃደኛ ነበርኩ፡፡"

አባቶችም "በፍፁም አይሆንም፣ ቃል ቃል ነው" ብለው አንገራገሩ፡፡ ባንቲዋልም በአቋሙ ጸና፡፡ "በቁልቢው ገብሬል ብያለሁ። ከሙት ገንዘብ ባልቀበል ፈቃዴ ነበር። ለእኔ ይህ ሰው ሙት ነው። ከተረፈም ተአምር ይሆናል። ያውም እንደኔው ከተንከራተተ ሰው! በፍፁም አይሆንም! ማርያምን አልቀበልም፡፡ እንደውም መቶ ብር ቀንሻለሁ" ብሎ 400 ብር ብቻ ወስዶ "እግዚአብሔር ይማረው፤ እናንተንም ያበርታችሁ" ሲል ተሰናበተ።

ነመራ አንገቱ ላይ የተሰካውን ጦር እንደተሸከመ ከነቀምት ሆስፒታል የድንገተኛ ህሙማን መቀበያ ክፍል በር ላይ ሲደርስ የሆስፒታሉ ሠራተኞች፣ ታካሚዎች፣ አስታማሚዎችና ጠያቂዎች ግልብጥ ብለው ወጡ።

ገሚሱ አፍንጫውን በነጠላው ጫፍ ሸፈን አድርጎ "ጉድ! ጉድ!" እያለ ከንፈሩን ይመጣል። ገሚሱ ይንሰቀሰቃል። ደፈር ያለውም ዓይኖቹን አፍጥጦ "ለመሆኑ ምንድነው የምናየው፤ የምን ጉድ ነው እባካችሁ?" እያለ ጎኑ ያገኘውን እየጎነተለ ይጠይቃል። ከመሀል አንዱ ዘግ ባለ ድምጽ "በጣም የሚያሳዝን ነው፤ ለመሆኑ ይተርፋል ብላችሁ ነው! እግዚአብሔር ጉድ እዩ ብሎ እዚህ አመጣው እንጂ የሚተርፍ እንኳን አይደለም፣" ብሎ በየነ። ሁሉን ቻዩ ነመራ ህመሙም እያሰቃየው የሚባለውን ሁሉ ያዳምጣል። በልቡም "አዎ የምድሩን ፍርድ ሰምቻለሁ፤ የላይኛው እስኪፈርድ በተስፋ እጠብቃለሁ" እያለ እየተገፋ፤ ወደ ውስጥ ገባ።

የተለመዱት የካርድ ማውጣትና ሌሎች ስርአቶች ከተካሄዱ በኋላ ነመራን ከተመላላሽ ክፍሉ መተላለፊያ ላይ ባንድ ጎን ከተቀመጠች አልጋ መሳይ ነገር ላይ አስቀመጡት።

ቤተሰብ ነመራን ከቦታል። የድንገተኛው ክፍል ጤና ረዳቶችና ነርሶች ላይ ታች ይዋከባሉ። የክፍሉ ዋና ኃላፊ ነርስ በፍጥነት የቀዶ ጥገናው ሀኪሙ እንዲጠራ አዘዘች፡፡ አስፈላጊ የህክምና መርጃ መሳሪያዎች እንዲዘጋጁ ለተለያዩ ባለሙያዎች ትዕዛዞች ተላለፉ። ብዙም ሳይቆይ ዘለግ ያሉ፣ ጠይምነታቸውና የፀጉራቸው ልስላሴ ወደ ህንዶቹ የሚወስዳቸዉ ጊምቢ ተወልደው፣ ነቀምትና አካባቢዋ ተምረው በኋላም ባሕር ማዶ ሙያቸውን አዳብረው የመጡት ኢትዮጵያዊ ቀዳጅ ሐኪም ደረሱ። ነመራን ሲያዩት እንደ ህክምና ባለሙያ ሳይሆን እንደማንኛውም ተራ ሰው ደነገጡ፡፡ በልባቸው "የእኔ ፈጣሪ፣ ዛሬ ደግሞ ምን ጉድ አመጣህብኝ!" በማለት ፈጣሪያቸውን ይጠይቁም ገቡ።

በፍጥነት ማየት የሚገባቸውን ዋና፣ ዋና የሰውነት ክፍል ተመልክተው፣ ለቤተሰቦቹም የተለያዩ ጥያቄዎች አቀረቡ፡፡ "ለመሆኑ ምን ሆኖ ነው?" "መቼ?" "በስንት ሰዓት?" አስከትለውም ፈጣን ውሳኔ አስተላለፉ። "በሁለቱም ክንዶቹ የምግብ መርፌዎች ይተከሉ፣ የእሱ ጉዳት በዚህ ሆስፒታል ደረጃ የሚሠራ ስላልሆነ ለጉዞ አዘጋጁት፡፡ ወደ አዲስ አበባ ሪፈራል እጽፍለታሁ፡፡ ጊዜ የለም፣ ፈጠን በሉ!" ብለው ትንሿ ክፍል ገብተው መሸኛውን ጻፉ።

ሲስተር ዘለቃሽ ከድንጋጤዋ የተነሳ ፊቷ ጨው የተነሰነሰበት መስሏል። ዶክተሩ ያዘዙትን በተለምዶ ግልኮስ ተብሎ የሚጠራውን ፈሳሽ ምግብ ነክ ንጥረ ነገር በሁለቱም ክንዶቹ ላይ ሰክታ ስታንቆረቁር ሰውነቷ መርበትበቱን አላቆመም። አከታትላም የህመም ማስታገሻና የቴታነስ መከላከያ መርፌ ታፋው ላይ ወጋችው።

ለነመራ ዘመዶችም ቀጭን ትዕዛዝ ተላለፈ። "የሚቻለንን አድርገናል፣ ይህን ጦር በዚህ ሆስፒታል

አቅም ማውጣት አይቻልም። አስፈላጊዎቹ መሳሪያዎችና ቁሳቁሶች ስለሌሉን ህይወቱ በቀዶ ጥገናው ክፍል ውስጥ ልታልፍ ትችላለች፡፡ የሚያዋጣው በቀጥታ ወደ አዲስ አበባ መውሰድ ብቻ ነው። ወታደር ስለሆነም በቀጥታ ጦር ኃይሎች ሆስፒታል ብትወስዱት የተሻለ መሳሪያዎች ስላሏቸው በቀላሉ ህይወቱን ይታደጉታል፣" አሏቸውና መሸኛውን ሰጧቸው። "ሆስፒታሉ አምቡላንስም ሆነ ነመራን አጅቦት የሚሄድ ሙያተኛ የለውም። የሆስፒታሉ አስተዳዳሪ ከምዕራብ ዞን የደዴሳ ጦር ማሰልጠኛ አዛዥ ቢሮ ጋር በመገናኘት የሚሄድበትን ሁኔታ ያመቻቹላችኋል፣" አሏቸው፡፡ ወደ አስተዳደር ቢሮም መልክተኛ ልከው ተሰናበቱ።

መልክቱ ደርሷቸው ድንገተኛ ክፍል የመጡት የሆስፒታሉ አስተዳዳሪ አቶ ባልቻ ያዩትን ማመን አቅቷቸው ለጥቂት ጊዜ ከንፈራቸውን እየመጠጡ በቆሙበት ደረቁ፡፡ በእጃቸው ታፋቸውን መታ፣ መታ አደረጉናም ወደ ቢሯቸው ተንደረደሩ።

ጸሃፊያቸውም በድንጋጤ የተፈጥሮ ወዟን አጥታለች፡፡ ቢሮው በራፍ ላይ ሀውልት ሆና "አቶ ባልቻ፣ ይሄ ሰው ይተርፋል ብለው ነው? ምናለ እግዜር ስቃዩን ባያበዘባበትና አንድያውን ሞቶ ባረፈ፣" እያለች ለቅሶ በቆራረጠው ድምጽ ታነበንባለች።

"እንግዲህ በሰዉ ውሳኔ ሞቷል፣" አሉ አቶ ባልቻ፡፡ "የሁሉንም አስተያየት ስሰማ እኔን ጨምሮ አይተርፍም ባዮች ነን። የእግዜርን ስለማናውቅ ጥረታችንን አናቋርጥም። አሁኑኑ ደዴሳ ማሰልጠኛ ቢሮ ደውለሽ አገናኚኝ፣" ብለው ዓይኖቻቸው እንደረጠቡ የቢሯቸውን በር በርግደው ገቡ።

አቶ ባልቻ ቁና፣ ቁና እየተነፈሱ ቻይና የቦረና ላም ወይም የኦጋዴን ፍየልን ቆዳ በርካሽ ገዝታ፣ ወጣጥራና ቀለም ቀባብታ 'ቻይና ሡራሽ' ብላ ለጥፋ

መልሳ ወደምትሽጥልን ጥቁር፣ አብረቅራቂው ሶፋ ላይ ዘፍ አሉ፡፡ ለወትሮው ሶፋዋ ላይ ሲቀመጡ "ከሞኝ ደጅ ሞፈር ይቆረጣል አለ የአገሬ ሰው ሲተርት፡፡ የእኛኑ የቦረና ከብት ወጣጥረውና ቀባብተው ቻይና ሠራሽ እያሉ ይሸጡልናል፣" የምትል ምሬት ቢጤ ነበረቻቸው፡፡ በዛች ዕለት ግን በዓይነህሊናቸው የነመራን ፊት እያዩ፤ በአእምሯቸው ስቃዩን እያሰላሰሉ ተጨንቀዋል፡፡ ማድረግ የሚገባቸውን ማውጣት ማውረድ ያዙ።

እየደጋገሙም ጸሀፊያቸውን፣ "ኸረ በፈጠረሽ ቶሎ አገናኚኝ!" እያሉ ይወተውቷታል፡፡"

የቴሌ ቀፎና መስመር ይበላሽ፣ ወይም ፀሃፊዋ ስሜቷ ተረብሾ ቁጥር እየዘለለችም ትነካካ በወዲያኛው ጫፍ የጥሪ ድምጽ መስማት አልቻለችም። ሰባት ወይም ስምንተኛው ሙከራዋ ላይ ጠራላት።

"ሃሎ፤ ሃሎ! ማን ልበል?" አለ የወንድ ድምፅ።

"ሃሎ፤ ይሰማል?"

"እወ፤ እወ…"

"ወንድም፣ እኔ ትግርኛ አልችልም፣" አለች ጸሀፊዋ፡፡

"ግድ የለም፤ በአማርኛ ቀጥይ፣" አላት ትግሪኛ በተጫነው ቅላጼ፡፡

"የምደውልው ከነቀምት ሆስፒታል ነው። የሆስፒታሉ አስተዳዳሪ አቶ ባልቻ የማሰልጠኛ ጣቢያውን አዛዥ ለአስቸኳይ ጉዳይ ፈልገዋቸው ነው። ሊያገናኙኝ ይችላሉ?"

"አዛገዙ አሉ፣ ግን ምክንያቱን አጠር አድርገሽ ግለጪለኝ።"

ፀሀፊዋ በተቆራረጠ ድምጽ መናገር ቀጠለች፡፡ "እዚህ እኛ ሆስፒታል ወታደር… ጦር… የገባበት… ድንገተኛ… ክፍል…" እያለች ስትንተባተብ ከወዲያኛው ጫፍ የነበረው ሰው አቋረጣት፡፡

"የምን ጦር፣ ወታደር ምናምን ነው የምትይ! ከእኛ ጦር አንድም ከማሰልጠኛ ከሆስፒታል የወጣ የለም። ዝም ብለሽ ከምትሽፋፍኚ ጭብጡን ለምን ገልጸሽ አትነግሪኝም! ደግሞ ትንፋሽሽን ሰብሰብ አድርገሽ ግለጪልኝ፡፡ ምን ችግር ነው እባካችሁ!"

"እሺ፣ ምን መሰለህ። አንድ ሰው እንጨት ላይ የተሳካ ጦር… ይሄ ለአደን ወይም ጥንት ጦር ሜዳ ይዘውት የሚሄዱትን ጦር አንዱ ወርውሮ የሠራዊቱ አባል የሆነና ዘመዶቹን ለመጠየቅ የመጣ ወታደር አንገት ላይ ሰክቶበታል። ተጎጂውም እኛ ሆስፒታል ውስጥ እየተረዳ ይገኛል፡፡"

"በአቡነ ዓረጋዊ!" አለ ተቀባዩ፡፡ "እንደ እንሰሳ ሰው አንገት ላይ ጦር? በስማም! ወላዲት አምላክ! አንገቱ ላይ ጦር ገብቶ አልሞተም! እሱስ እንዴት አድርጎ ቢወረውርበት ነው?" ለአፍታ ያህል ቆም አደረገና ቀጠለ፡፡ "ለምን የሚመስል ነገር አትናገሪም! ምን ችግር ነው እባካችሁ! አሁን የምትዪኝ ያለ ሬሳ ውሰዱ ነው? ምን ጉድ ነው የምትነግሪኝ ያለ?"

"አይደለም። ሰውየው አልሞተም እኮ! ግን ለከፍተኛ ህክምና አዲስ አበባ መሄድ አለበት ስለተባለ መኪና እንድትተባበሩን ነው።"

"እሺ፣ ተረድቻለሁ። ግን ይህ በፍፁም እውነት አይመስልም። አለቃሽን አቅርቢ፣ ይነጋገር፣" አላት፡፡ የአዛዡን የውስጥ መስመር ለማገናኘት እየሞከረ እንደሆነ አወቀች፡፡

ጸሀፊዋም መስመሩን ከአቶ ባልቻ ቢሮ ጋር አገናኝታ ክርኖቿን ጠረጴዛው ዳርቻ አድርጋ በሁለቱም እጆቿ ፊቷን ደግፋ ትካዜ ውስጥ ገባች።

አቶ ባልቻም የውስጥ መስመራቸው ሁለቴ ጠርቶ ሦስተኛ ሳይደግም አነሱት፡፡ "ሃሎ፣ ጤና ይስጥልኝ፣ የነቀምት ሆስፒታል አስተዳዳሪ አቶ ባልቻ ነኝ፣ ማን ልበል?"

"ሃሎ፣ ጤና ይስጥልኝ የማሰልጠኛው አዛዥ ኮሎኔል ክንፈ እባላለሁ፡፡ የቢሮዬ ኃላፊ ሻምበል ጉዕሽ አንገት ላይ ጦር ምናምን ይለኛል። ለመሆኑ ምንድነው የተፈጠረው?"

"ይኸውልዎት፣ ኮሎኔል" አሉ አቶ ባልቻ፡፡ "በሆስፒታላችን ውስጥ ዛሬ ለአስቸኳይ ህክምና የመጣ የእናንተ ባልደረባ የሆነ ነመራ ገመቹ የተባለ የጦር ሜዳ ቁስለኛ አለ፡፡ ቤተሰቦቹን ለመጠየቅ ባኮ መጥቶ በአንድ ግለሰብ አንገቱ ላይ በጦር ተወግቷል። እጅግ አስቃቂ በሆነ መልኩ ጦሩ አንገቱ ላይ እንደተሰካ እንዳይሞት፣ እንዳይድን ሆኖ ነው ያለው። የሆስፒታሉ ሠራተኞችም ሆኑ ህሙማኑ፣ የአካባቢው ነዋሪዎች ሳይቀሩ ተረብሸው የድንገተኛ ክፍሉን አጥለቅልቀውታል፣ ኮሎኔል። ጉዳቱ ደግሞ ከእኛ ሆስፒታል አቅም በላይ ነው፡፡ ብቸኛው አማራጭ በአስቸኳይ ወደ አዲስ አበባ ጦር ኃይሎች ሆስፒታል መውሰድ ብቻ ነው፡፡ እኔ ልጠይቅ የፈለግሁት ቢቻል ሄሊኮፕተር፣ ካልተቻለ አምቡላንስ ወይም ማንኛውም መኪና ካላችሁ እንድትልኩልንና በመውሰድ እንድትባበሩን ነው ኮሎኔል፡፡"

"አሁን የነገሩኝ ለማመን እጅግ በጣም ይከብዳል፣" አሉ ኮሎኔል ክንፈ። "ለመሆኑ በህይወት ለመኖሩ እርግጠኛ ነዎት?"

"አሁን እኔና እርሶ እየተነጋገርን እያለ ያለውን ሁኔታ ባላውቅም ከአሥራ አምስት ደቂቃ በፊት ባይናገርም እየተነፈሰ ነበር። መተኛት ስለማይችል አልጋው ላይ ተቀምጧል። ባለሙያዎቻችን የሚቻላቸውን ያህል እየተረባረቡ ነው። ሆኖም ከአቅም በላይ ስለሆነ መሸኛ አዘጋጅተንለታል። በተረፈ ግን እግዜር ይጨመርበት እንጂ፣ ስቃዩን ቆሞ ላየው ሰው እጅግ በጣም ይሰቀጥጣል ኮሎኔል፡፡"

"እርሶ እንዳብራሩልኝ ከሆነ ከባድና በእርግጥም ያልተለመደ ጉዳት ነው፡፡ ለባለደረባችን ላደረጋችሁት ሁሉ በጣም እናመሰግናለን። ሄሊኮፕተር ማግኘቱ ግን ትንሽ ይከብዳል። ውጣ ውረዱም ብዙ ነው። በተረፈ በእጃችን ያለውን ማናቸውንም ለማድረግ ዝግጁ ነኝ። ቢመሽ እንኳን መኪና ዛሬውኑ እናንተ ዘንድ ሳይገባ አያድርም። ይህን አረጋግጥልዎታለሁ። ስሙን ግን ማን አሉኝ?"

"ነመራ ገመቹ ይባላል፡፡ በግምት በሠላሳዎቹ አጋማሽ የሚገኝ ሰው ነው።"

"ስሙ ግን እንግዳ አልሆነብኝም፣" አሉ ኮሎኔል ክንፈ። "እዚህ ሰልጥነው ከወጡት አንድ ነመራ የሚባል ተጫዋችና ጎበዝ ሰው ትዝ ይለኛል። ሲዘፍን ድምፁ የተዋጣለት ሰልጣኝ ነበር። ብቻ እሱ እንዳይሆን! አቶ ባልቻ፣ በድጋሚ አመስግናለሁ፣" ብለው ኮሎኔሉ ስልኩን ዘጉት። ለቢሮው ኃላፊያቸውም አንድ መኪና ከእንሾፌሩ፣ ከአስተዳደር አንድ ሰው፣ ከክሊኒክ አንድ ነርስና አንድ ጤና ረዳትን ጨምረው ያን ዕለቱኑ እንዲወጡና ጉዳተኛውን አዲስ አበባ እንዲያደርሱ ትዕዛዝ አስተላለፉ። ሻምበል ጉዑሽ ወደሚመለከታቸው እየደወለ ትዕዛዙን አስተላለፈ።

ከአስተዳደር የተመደበውና ሁሌም ከአንገቱ ሽርጥ የማትለየው መቶ አለቃ ተክኤ በበረሀ ስሙ ወዲ

ነጮ እያሉ የሚጠሩትን ሾፌር አባዲ ፋሲልን አስከትሎ የቢሮው ኃላፊ ቢሮ ገባ፡፡

የቢሮው ኃላፊም አስፈላጊውን ማብራሪያ ከሰጣቸው በኋላ የሚያስፈልጋቸውን ትጥቅና አዲስ አበባ የሚያዘልቃቸውን ነዳጅ፣ የተመደቡትን ሁለት ጤና ባለሙያዎችና አስፈላጊዎቹን መድኃኒትና መሳሪያዎች አሟልተው ማምሻውን ወደ ነቀምት ሆስፒታል እንዲጓዙ አዘዛቸው።

በበረሃ ስሙ 'መነኩሴው" ተብሎ የሚታወቀው መቶ አለቃ ተክኤ በአሥራ ሰባት ዓመቱ መራራ የወንድማማቾች የዕልቂት ዘመን በልጅነቱ ትግሉን የተቀላቀለ የቀድሞ ታጋይ የወቅቱ የመከላከያ ሰራዊቱ አባል ነው።

'መነኩሴው' የሽሬ እንደሥላሴ አካባቢ ልጅ ነው። ነጋ ጠባ ማርክሲዝምን ቢግቱትም ማተቡን ያልጣለ፣ በተለይ በሰንበት ዕለት በአቅራቢያው ቤተክርስቲያን ካጣ እንኳን ፊቱን ወደ አንዱ አጥቢያ አዙሮ ውዳሴ ማርያምን ካልደገመ እህል የማይቀምስ ነበር፡፡ ጓደኞቹ "መነኩሴው ለእኛም ጸልይልን፣ መቼም ብቻህን ገነት አትገባ!" እያሉ ቢያሾፉበትም አጥባቂ ኃይማኖተኛና ሀቀኛ ሆኖ ቀጥሏል።

'መነኩሴው' የማያጭብረብር፣ ለንብረት የማይጓጓ፣ "ወይ አይበላ ወይ አያስበላ" እየተባለ ስሙ የሚብጠለጠልና ላመነበት የሚቆም ታማኝ ሰው ነው። በግንቦት 1983 የመንግሥት ለውጥ በተለያዩ ምክንያቶች ከ36,000 በላይ ነባር ታጋዮች ከሠራዊቱ ሲቀነሱ፣ ከመባረር ተርፎ እንደ ጓደኞቻቸው መሬት ሳይዙና ሀብት ሳያፈሩ በየማሰልጠኛ ጣቢያው ከሚንከራተቱት በርካታ የሠራዊቱ አባል አንዱ ነው።

ሾፌሩ ወዲ ነጮ የመቀሌ አካባቢ ልጅ ነው። መጠጥና ማጨስ ይወዳል። በትምህርቱ ከአምስተኛ

ክፍል አላለፈም። ሾፌርነቱን የተማረው ገና በልጅነቱ ተከዜ በረሀ እያለ ነው። በጠጣ ቁጥርም አብሾ እንዳለበት ሰው ስለሚለፈልፍ፣ በትንሽ ትልቁም ለፀብ ስለሚጋበዝና ምስጢር ስለማይቋጥር ለሌላ ኃላፊነት ታስቦም አያውቅም፡፡ ቀረብ ብለውት የሆድ የሆዳቸውን ከሚያወሩት ወዳጆቹ አንዳንዶቹ "ጓደኞችህ ከአምስተኛ ክፍል እየዘለሉ ዲግሪውን፣ ማእረጉንና ስልጣኑን ሲደረድሩት፣ አንተ ዘላለምክን ከመሪ ጀርባ ተጣብቀህ ልትኖር ነው!" እያሉ እንደ ማብሸቅም፣ እንደ ሽሙጥም ጣል ያደርጉበታል፡፡ የተወሰኑት ከንፈራቸውን ይመጡለታል፡፡

"ለአንዱ ባለስልጣን የበረሀ ጓዱ ሾፌርነት እንኳን ያልታጨ፣ ተጨምቆ ያልተጣለ ግን የሚንገዋለል፣ ትንባሆውን ቀን ከሌት እየማገ በቁሙ ሙቶ የምፀአት ቀንን መምጣት የሚቆጥር ከርታታ…" ይሉታል – እሱ በሌለበት ሲንሾካሾኩ።

በማሰልጠኛ ጣቢያው በነርስነት የተመደበችውና ከቡድኑ ጋር ወደ ነቀምት ሆስፒታል እንድትሄድ የታዘዘችው ሲስተር ሠናይትም በልጅነቷ ከአድዋ ወደ በረሀ የገባች ናት። በትምህርታቸው ትንሽ ገፍተዋል ከሚባሉትም መሀል ነች። ከዋናዎቹ አንዱን በድርጅቱ ፈቃድ በረሀ ሳለች አግብታ ድንኳን ተጥሎ "አናስገባም ሰርገኛ፣ እደጅ ይተኛ" ሳይጨፈር፣ "ብር አምባር ሰበረልዎ፣ ሽጋው ልጅዎ" ሳይዘፈን፣ የጫጉላ ጊዜዋን ድንጋይ ተንተርሳ በዋሻ ያሳለፈች የአንድ ሴት ልጅ እናት ነች።

ከግንቦት 1983 መንግሥት ለውጥ በኋላ ድርጅቱን አስፈቅዶ ማግባት ሲቀር ለስልጣን ከበቁት የትግል ጓዶቿ ብዙዎቹ የመከራ ጊዜ ሚስቶቻቸውን ፈንግለው አንዱ ጸሀፊ "ማርያምን የመሰለ" ብሎ ያሞገሳቸውና ጣይቱ የቆረቆረቻትን ከተማ የሞሉት በሸገር ጉብሎች ሲተኳቸው ከተፈነገሉት ዕድለ ቢሶች

አንዱ ሆናለች። አዲዳዓሮ በየምሽቱ እንደምትንከራተተው ቅዱሳን፣ ሴት ልጇን አዲስ አበባ ከወላጅ አባቷ ዘንድ ለእንጀራ እናት ትታ፣ አንዴ ጦላይ፣ ሌላ ጊዜ ደዴሳ ወይም ብር ሸለቆ ትንከራተታለች። አልፎ፣ አልፎ አዲስ አበባ ብቅ ብላ ልጇን አይታ ስትመለስ በትንሹም የመኖር ተስፋዋ ይለመልማል። አንገቷን ደፍታ መቼ እንደምታስነብብ ባይታወቅም በሆዱ ያመቀችውን 'ሚስጥረ ዘ በረሀ' በአገኘችት አጋጣሚ ወረቀት ላይ ትሞነጫጭራለች፡፡ አንድ ቀን በረሀ ካልነካቸው የሥራ ባልደረቦቿ አንዱ "ታዲያስ የተሸወደው ትውልድ…" ብላት ለሳምንት ያህል ዕንባዋ አልቆመም ነው የሚሉት የማሰልጠኛ ጣቢያው ሰዎች። የሥራ ባልደረባዋ አጥንት በሚሰብር ንግግሯ በግምገማ ስትባረር ልትከራከርላት ሞክራ አልተሳካላትም፡፡

ለግዳጅ የተመደበው አራተኛው ሰው ጤና ረዳቱ ጉደታ አያና ነው። ለወሬ የሚበቃ የበረሀ ህይወት የለውም። የተቀላቀለውም እነወዲ ነጮና 'መነኩሴው' ዓባይን ተሻግረው ወለጋ ክፍለ ሀገርን አቆራርጠው አምቦ ሲደርሱ ነው። በኋላም ከሰራዊቱ የተቀነሰ፣ አጅግ ሲበዛ ቅንና ደግ በመሆኑ ባህሪውን አላግባብ የሚተረጉሙት እንደ ሞኝ ይቆጥሩታል፡፡ ሆኖም ለግዳጅ ፈጥኖ ደራሽና ደፋር መሆኑን ግን ድፍን ጣቢያው የሚያውቅለት ነው። ለሹመትና እድገት ባይታደለም፣ ለችግር ጊዜ በግንባር ቀደም የሚመኩበት ነው። ባስ ያለ በደል ሲደርስበትም አንገቱን ደፍቶ በልቡ፣

"እንዲህ ጭሶ ጭሶ የነደደ እንደሆን፣

አመዱን መጣያው ስፍራው ወዴት ይሆን?"

እያለ ይብሰከሰካል። ያን ዕለትም ለተሰጠው አስቸኳይ ወታደራዊ ግዳጅ ከመቅፅበት ዝግጁ ሆኖ

መድኃኒት የተሞላች አነስተኛ የሥራ ሻንጣውን አንጠልጥሎ አስተዳደር ቢሮ ከተፍ ብሏል።

ወዲ ነጮ በክፍት ቶዮታ ፒካፕ መኪናው መቶ አለቃንና ነርሷን ከጋቢና፣ ጤና ረዳቱን ጉደታን ከኋላ አሳፍሮ እየከነፈ እያዘቀዘቀች በነበረችው ፀሀይ ብርሀን የደዴሳን ሸለቆ አቋረጡ። ጨለማው መሬት ሲይዝም የምዕራብ አቅጣጫ በያዘው ዋናው አስፋልት መንገድ ላይ ወጥተው ከምሽቱ ሦስት ሰዓት ነቀምት ከሆስፒታሉ ግቢ ደረሱ። የሆስፒታሉ ጥበቃዎች ረጅሙን መብራት እንዲያጠፋ አዘዙት። ወዲ ነጮም መብራት አጥፍቶ ለቀረበላቸው የማረጋገጫ ጥያቄ መልስ ሰጥቶ በዝግታ እያሽከረከረ ወደ ድንገተኛ ክፍል አመራ።

ምዕራፍ 11

የድንገተኛው ክፍል ግርግር ቀንሷል፣ አብዛኞቹ ህሙማንም ወደየክፍሎቻቸው ተመልሰዋል። ከዕለቱ ተረኞች በስተቀር ሠራተኞቹ ወደየቤቶቻቸው ሄደዋል። አቶ ባልቻ ቃል የተገባላቸውን መኪና መምጣት እየተጠባበቁ ከግቢው አልወጡም። እነወዲ ነጮ ሲደርሱም ነመራ ወደሚገኝበት ድንገተኛ ክፍል ይዘዋቸው ሄዱ።

የነመራ ዘመዶች ገሚሶቹ የተኛበት ክፍል ወለል ላይ ከጥግ ጥግ ተደርድረዋል። ቀሪዎቹ ከክፍሉ ውጭ ግራና ቀኝ ተኮልኩለዋል። ተረኛዋ ነርስ አቶ ባልቻንና እነ ወዲ ነጮን አስከትላ ወደ ክፍሉ ስትገባ ውስጥ የነበሩት የነመራ ዘመዶች ክፍሉን ለቀቁ።

እነ ወዲ ነጮ ምንም አይነት ነገር ለማየት ጠብቀው ሊሆን ይችላል፣ እዛች ድንገተኛ ክፍል ውስጥ ያዩት ግን ማናቸውም አእምሮ ውስጥ አልነበረም፡፡ ነመራን እንዳዩ የጨው ዓምድ ሆኑ –ሁሉም። ህልምና እውነትን የሚለየው መስመር ጠፋ፡፡ እርስ በእርስ ተያዩ፣ ነርሷን አዩ፣ አቶ ባልቻን አዩ፣ እንደገና ወደ ነመራ ተመለከቱ፡፡ ቅዠት አልነበረም፣ ህልምም አልነበረም፡፡ የሁሉም ዓይኖች ረጠቡ፡፡ እያዩት የነበረው ተጫዋቹ ነመራ፣ ድምፀ መረዋው ነመራ፣ ለአፍታ አፍ የማያስከድነው ነመራን አልመስል አላቸው፡፡ ሰው እንዴት እንዲህ ሊጨክን ይችላል! ፊት ለፊታቸው የነበረውን ትዕይንት በማመንና ባለማመን ከራሳቸው ጋር ሙግት ገቡ፡፡ እጆች ተወራጩ፣ ራሶች ተወዛወዙ፣ ልቦችም ዘፍ አሉ፡፡ አዎ፣ እውነት ነበር፡ አልጋው ላይ የተቀመጠው የእነሱ ነመራ ነበር፡፡

አንዳቸውም አንዲትም ቃል አልተነፈሱም፡፡ በየግምገማው ላይ ለያዥ፣ ለገናዥ የማትመቸው የወዲ ነጮ ምላስ እንኳን ህይወት አልባ ነበረች፡፡ አንገቱ ላይ ሽብ ባደረጋት ጨርቅ አፉና አፍንጫው ሸፍኖ

እያጉተመተመ ነበር፡፡ ምን አልባት አምላክን እየሞገተ ይሆናል፣ ምናልባት ህይወትን እየኮነነ ይሆናል፣ ምናልባትም "ጦርነት ለዛላለም ይጥፋ!" እያለ እየፎከረ ይሆናል፡፡ ትንፋሽም፣ ቃላትም፣ ጉልበትም አንሰውት የሚደገፈው ግድግዳ ፍለጋ አንድ እጁን በአየሩ ላይ በዝግታ እየቀዘፈ ነበር፡፡

የሲስተር ሠናይት ዓይኖች ይቅበዘበዛሉ፡፡ አገጯን በእጇ ደገፍ እንዳደረገች በረጅሙ ተንፍሳ "ጉድ የሰው ልጅ!" አለችና ወደ መስኮቱ ዘወር ብላ ዕንባ ያቀረሩ ዓይኖቿን አባበሰች፡፡

'መነኩሴው' ደርቋል፡፡ ከንፈሮቹ ድምጽ ሳይወጣቸው ሲንቀጠቀጡ በውስጡ እየጸለየ የነበረ ይመስላል። ከረጅም ቆይታ በኋላም ሽቅብ አንጋጦ "እግዚኦ! ያንተ ያለህ!" ብሎ እያማተበ ከክፍሉ ወጣ።

ጉደታም ተለጉሟል። ዕንባው ኸረት ሆኗል – ምናልባትም ሊቆጣጠረው አቅቶት፣ ምናልባትም ሊቆጣጠረው ሳይሞክር። ከጥቂት፣ ግን በርካታ ከሚመስሉ፣ ደቂቃዎች በኋላ መለስ ሲልለት የነመራን እግሮችና እጆች ደባበሰና ጓደኞቹን ተከትሎ ወጣ።

ክፍሉ ውጭ ግድግዳ ተደግፈው እንደቆሙ 'መነኩሴው' ይጉተመተማል፡፡ "በአቡነ አረጋዊ! ሰማዕቱ ጊዮርጊስ ብርክታይትን ለማዳን ለዘንዶው የወረወረውን ጦር ዲያቢሎስ ቀልቦ እዚህ ሰው ላይ ሰክቶት ነው እንጂ ይሄ የሰው ልጅ ሥራ አይደለም!" ያለማቋረጥ አማተበ።

የወዲ ነጮ ስል ምላስም ፈታ አለች፡፡ "ወላ ለገብርኤል፣ ለሚካኤል ምናምን የምትለውን ተወውና ይህን ሰው ምን እንደምናደርገው እንነጋገር፣" አለ፡፡ "በበኩሌ ሬሳ ማሸሽ ካልሆነ በቀር ይህን ሰው ይዞ መሄድ ዋጋ የለውም፡፡ መንገዱ የተበላሸ ስለሆነ መኪናው ላይና ታች ሲዘል አንገቱ ይበጠሳል፡፡

የምሽት ጉዞ ደግሞ አደገኛ ነው..." እያለ ከባኮ ነቀምት ለማምጣት እንዳንገራገረው ሾፌር ባንቲዋል ወዲ ነጮም ወደ አዲስ አበባ ላለመውሰድ ምክንያት ይደረድር ያዘ።

ጉደታና ሲስተር ሠናይት ሀሳቡን ተቃወሙ፣ "ስጋትህ የእኛም ነው፡፡ ሆኖም የመጣው ይምጣ እንጂ ይዘን መሄድ አለብን፣" አሉት፡፡

"ይሄ የእኛ ምርጫ ሳይሆን ትዕዛዝ መሆኑን አትርሳ፣" አለ 'መነኩሴው' በበኩሉ፡፡ "እንዳልከው የምሽት ጉዞው ችግር ሊኖረው ይችላል። ባይሆን ሌሊት ዶሮ ዳግም ሲጮህ እንሄዳለን፡፡" በሌሊት እንደሚመጡ ለነመራ ቤተሰቦች ነግረው አቶ ባልቻንና ተረኛ ነርሷን ተሰናብተው ማረፊያ ፍለጋ ወደ ከተማይቱ ዘለቁ።

ለስሙ የሆቴል አልጋ ያዙ እንጂ አንዳቸውም እንቅልፍ በዓይናቸው አልዞረም፡፡ የነመራ ያዩት ትዕይንት ከአእምሯቸው ሊወጣ አልቻለም። በዚህ ላይ አንዱ ፌዘኛ እንዳለው የገጠሩ የኢትዮጵያ ዶሮዎች እንደ ሽገር ዘመዶቻቸው ከሆላንድና ጀርመን ዶሮ የተዳቀሉ ይመስል እንደ ቀድሞው ከሌሊቱ ስምንትና ዘጠኝ ሰዓትን ጠብቀው አልጮሁም፡፡ ይልቁንም ገና በጊዜ ከሌሊቱ ስድስትም፣ ሰባትም ሰዓት እየጮሁ ሲበጠብጧቸው አደሩ።

አንዳንዴ በረንዳው ላይ፣ አንዳንዴ ክፍሉ ውስጥ እየተንቆራጠጠ ትምባሆውን ሲምግ ያደረው ወዲ ነጮ ከሌሊቱ ዘጠኝ ሰዓት ተኩል ሲል የመኪናውን ሞተር አስነሳ፣፣ ሞተሩ እስኪሞቅለትም ጓደኞቹን ለመቀስቀስ ወደየክፍሎቻቸው አመራ። ብዙም ልፋት አልጠየቀውም፣ ሁሉም ቁልጭ ብለው አድረው ነበርና፡፡ በፍጥነትም ከየክፍሎቻቸው ወጥተው ተሳፈሩ። አካባቢውን በወረሩት ውሾች ጩኸት ታጅበውም ወደ ሆስፒታል አመሩ። ነመራን

እስከሚያዩ ድረስም “ሞቶ ይሆን!” የሚለው ጥርጣሬም አውጥተው ባይናገሩትም በየገጽታቸው ላይ ይነበብ ነበር። ሆስፒታሉ ሲደርሱ ከጥበቃዎቹ የሞት መርዶ ወይም ከነመራ ዘመዶች ለቅሶ ለመስማት ጆሮዎቻቸውን አቆሙ፡ ምንም አልነበረም፡፡ ፍጹም ጸጥታ፣ ዳግማዊ ጸጥታ፣ የወዲያኛው ዓለም የሚመስል ጸጥታ ግቢውን ውጦታል።

በየጥጋ ጥጉ ብርድ ሲጠጡ ያደሩት የነመራ ዘመዶች የመኪናይቱን ድምፅ ሲሰሙ እየተጠራሩ ተነሱ። ቁጥራቸው ከበፊተኛው ምሽት በመጠኑ ቀንሷል። ከእማማ አስካለ በስተቀር አራቱ ሴት ዘመዶቹ ከድንገተኛ ክፍሉ ራቅ ብሎ ካለው የማህፀን ክፍል የተኛችው ዲምቱ ዘንድ ነበሩ፡፡ ለዚህም ነበር የመጨረሻው ሽኝት ላይ ያልተገኙት። ነመራን መኪናው ላይ ለማሳፈር የድንገተኛ ክፍሉ ሠራተኞች የተኛበት ክፍል ገቡ።

ወዲ ነሬ በሆስፒታሉ ሠራተኞች እየታገዘ አሮጌ ትራሶችና ትናንሽ ስፖንጅ ፍራሾችን መኪናው ላይ ይረበርብ ጀመር። ነመራ በታፋው የህመም ማስታገሻና በክንዱ ደግሞ በየስድስት ሰዓቱ የሚሰጠውን መርፌ ተወጋ፡፡ ጎማዎቿ ተጣመው በምትወላገድ የህሙማን ማመላለሻ አልጋ እየተገፋ ወጣ። በጥንቃቄም መኪናው ላይ አወጡት። ክፍተት ባዩበት ቦታ ሁሉ ጋቢና ብርድ ልብስ ጠቀጠቁና ነመራን ወንበር ላይ የተቀመጠ ሰው አስመሰሉት። ከቤተሰብም ሁለት ወንዶች አጅበውት እንዲሄዱ ተወሰነ፡፡ እማማ አስካለ ሲቃ እየተናነቃቸው የተቋጠረች ፌስታል አንጠልጥለው ሊሰናበቱት መኪናው ላይ ወጡ። በፌስታል ውስጥ ከነበረች በላስቲክ የተጠቀለለች ሙዳይ ውስጥ ጨሌ አወጡና ጉልበቱን፣ እጆቹንና ሆዱ አካባቢ አሻሹለት። በልባቸው የነመራ መጨረሻ ሰዓት እንደሆነች መጠርጠራቸውን

ገጽታቸው አላሰበቀባቸውም፡፡ ይልቁንም ፈታ ለማለት እየሞከሩ “ምንም አትሆንም፤ እግዚአብሔር ያውቃል” ብለው ተሰናበቱት።

ከመኪናዋ እንደወረዱ አጅበውት ወደሚሄዱ አንድ አዛውንት ዘመዱ ጠጋ አሉ፡፡ በጆሯቸውም “ከሞተ በዚህ ይገነዝ፣” ብለው ለራሳቸው መገነዣ ፈትለው ያዘጋጁትን ውሃ ያልነካው ጋቢና ከአንድ ልቃቂት የተባዘተ ጥጥ ጋር ከነላስቲኩ ሰጧቸው።

‘መነኩሴው’ና ሲስትር ሠናይት ከሾፌሩ ጎን ገቡ። ጉደታ ከነመራ ሁለት ዘመዶች ጋር ተቀመጠ። ወዲ ነጮ መሪውን ከመጨበጡ በፊት የኋላ መመልከቻ መስታወቱን አስተካከለ – ነመራን ለማየት እንዲመቸው፡፡ የበሩን መስታወት ዝቅ አድርጎም “ጉደታ፣ መንቀሳቀሳችን ነው፤ ችግር ካለ የመኪናውን ጣሪያ መታ፣ መታ አድርግ፣” አለው፡፡

“እሺ፣” አለ ጉደታ፡፡ “አንተ ብቻ ቀስ ብለህ ንዳ፣ የሁላችንም ህይወት አደጋ ላይ እንዳይወድቅ፡፡”

“ምንም ችግር የለም፤” አለ ወዲ ነጮ፡፡ የማሽከርከር ብቃቱ ላይ ጥያቄ አልነበረም፡፡ ሆኖም፣ “እኔ የሚረብሸኝ የአዲስ አበባ የሰውና የመኪና ግርግርና በየቦታው ያለው የትራፊክ መብራት ነው፣” የሚላት ነገር አለች፡፡

ወዲ ነጮ መኪናይቱን ወደ ዋናው አስፋልት አስገብቶ በዝግታ ይጓዝ ጀመር። ዋናውን በር እስከሚወጡ ቀሪዎቹ የነመራ ዘመዶች አጀቧቸው። መሀላቸው ዲምቱ አልነበረችም። ነመራ የዲምቱን ጤንነት መሻሻል ከእማማ አስካለ ሰምቶ ፈጣሪን አመስግኗል። መኪናው እየራቀ መብራቶቹ እያነሱ ከዓይን እስከሚጠፉ ድረስ እነማማ አስካለ እጆቻቸውን እያውለበለቡ “አድባር ትከተልህ፤ መልሶ ለወንዝህ ያብቃህ” እያሉ ተሰናበቱት።

መኪናው ውስጥ ፀጥታ ሰፍኗል። ወዲ ነሬጮ ትንባሆውን እየማገ የአዲስ አበባን መንገድ ተያያዘው። ጉደታና የነመራ ዘመዶች ቁስለኛውን ከነፋስና ከሰው እይታ ለመከላከል አንደኛውን ጋቢ ወጥረው ጋርደውታል። በጉዟቸው ወቅት ለደቂቃዎች እያቆሙ ሲስተር ሠናይት ለነመራ የህመም ማስታገሻና በደም ስሩ የሚሰጡትን መድሀኒቶች ትሰጠዋለች፡፡ ወዲ ነሬጮ አልፎ፣ አልፎ ፍጥነቱን ሲጨምር ጉደታ ቀስ እንዲል ምልክት እየሰጠው በድቅድቅ ጨለማ ባኮን አቋርጠው ረፋዱ ላይ አምቦ ደረሱ።

ከአምቦ ከተማ ወደ አዲስ አባባ የሚዘልቀው መንገድ ለስሙ አስፋልት ተባለ እንጂ ተቆፋፍሮ የገበጣ መጫወቻ መስሏል። ጉደታ፣ ለወዲ ነሬጮ ፍጥነቱን እንዲቀንስ ደጋግሞ ምልክት ሰጥቶታል። ወዲ ነሬጮ “ከዚህ በላይ እንዴት ልሁን! እኔ ሳልሆን ችግሩ ከመንገዱ ነው…” እያለ መሪውን ይዘውራል። ከአምቦ ከተማ 5 ኪ.ሜ. ርቀት ላይ የመኪናው የኋላ ጎማ ወደ ጉድጓድ ገብቶ ሲንዘጨዘጭ ጉደታ አቁም ብሎ መኪናውን ደበደበው። ወዲ ነሬጮም መኪናውን ከመንገዱ ወጣ አድርጎ አቆመ።

እንቅስቃሴው ነመራን ክፉኛ ስለሳወዘወዘው ከአንገቱ በግራ በኩል ጠሩ በገባበት ቀዳዳ ደሙ እንደ ውሀ ይፈልቅ ጀመር። ሲስተርና ጉደታ የእርዳታ መስጫ ሳጥናቸውን ከፍተው ፋሻና ጥጦችን እየጠቀለሉ ይወትፉ ጀመር። ደሙ ግን መቆም አልቻለም። በደም ስሩ ፈሳሹ ጉሉኮሱን ያንቆራቅራሉ። ወዲ ነሬጮም “ከመጀመሪያውም ተናግሬያለሁ። የፈራሁት አልቀረም። መምጣት አልነበረብን…” እያለ ከ‘መነኩሴው’ ጋር ይነታረካል። ነመራ ይበልጡኑ ደከመ። ዓይኖቹ ፈጠው ፊቱ ገርጥቷል። ሁለቱ ዘመዶች አንደኛው የመገነዣው ጋቢና ጥጥ በላስቲክ እንዳንጠለጠሉ ይንሰቀሰቃሉ።

ከብዙ ሙከራ በኋላ የሚፈሰው ደም ቆመ። ነመራ በሲስተር ሰናይትና ጉደታ እንደተደገፈ፣ ወዲ ነጮ መኪናውን ቀስ ብሎ እያሽከረከረ ወደ አዲስ አበባ ጉዞውን ቀጠለ።

ነመራ ነፍሱ መለስ ብላለች። ሆለታንና ቡራዩን አቋርጠው ዓርብ ቀትር ሊሆን ሲል ኮልፌ 18 ማዞሪያ አካባቢ ደረሱ። ወደ ጦር ኃይሎች የሚሄደው መንገድ መኪና ዘጋግቶት መተላለፍ አይቻልም። ኮልፌ፣ ያላለቀው የቀለበት መንገድ ከነተሳቢያቸው የሚጓዙ ትልልቅ መኪናዎች፣ የሚያስፈራ እንጂ የማይነከስ አንበሳ ወገባቸው ላይ የለጠፉ የከተማ አውቶቢሶች ተደራርበውበት መንገዱ ተጨናንቋል። የመኪና ሞተሩ በቆመበት እየተንተከተከ ነዳጁን ይምጋል። ወዲ ነጮ ያደርሰኛል ብሎ የተማመነበት ነዳጅ እየተመናመነ መሆኑን የሚጠቁመው ምልክት በርቷል። በሁኔታው ተረብሿል ወዲ ነጮ። 'መነኩሴው'ን እየገላመጠ "እኔ የአዲስ አበባ መንገድና የትራፊክ መብራት አይመቸኝም..." ብየህ ነበር ይላል፣ በአንድ እጁ መሪ በአንዱ ሲጋራውን ይዞ እየማገ። "ነዳጄን በቆምኩበት ልጨርስ ነው። አንዱን ባለታክሲ እለምን እንደሆን ነው እንጂ የቀረው ነዳጅ የሚያደርሰን አይመስለኝም።" በብስጭት መሪውን ይደበድብ ገባ።

የመኪናው ሞተር እየተንተከተከ በግምት ከግማሽ ሰዓት በላይ ሳይንቀሳቀሱ ቆሙ። "ለመሆኑ ምክንያቱ ምንድነው?" ሲል ወዲ ነጮ አንገቱን ወጣ አድርጎ ከጎኑ ያሽከረክር የነበረውን ሚኒባስ ታክሲ አሽከርካሪ ጠየቀው። ""በግልፅ አልታወቀም። መኪና ተጋጭቶ፣ ተገልብጦ ወይም መሪ ወይም ከፍተኛ ባለስልጣን በጦር ኃይሎች በኩል እያለፈ ይሆናል፣" ሲል መለሰለት። ትንባሆውን እየደጋገመ ስቦ ጭሱን በመስኮት ማቡነኑን ቀጠለ። ከጥቂት ደቂቃዎች በኋላ የተወሰነም ቢሆን ትንሽ ተንቀሳቀሱ። ወዲ ነጮ

አደባባዩ መግቢያ ሲደርስ ሞተረኛ ትራፊክ ፖሊስ መጥቶ ወደ ጦር ኃይሎች መስመር የሚሄዱትን መኪናዎች የኮልፌን አደባባይ ዞረው በስተቀኝ ባሉት ሁለት መንገዶች ወደ መርካቶ እንዲጓዙ ቀኝ እጁን እያሽከረከረ ይመራቸው ጀመር። ወዲ ነጮም በታዘዘው መሰረት ጠመዘዘ። መንገዱን አያውቀውም። እየጠየቀ በፊትአውራሪ ሀበተጊዮርጊስ መንገድ ላይ ትንሽ እንደተጓዘ በተነገረው መሰረት ሰፊና መስቀለኛ መንገድ ላይ ሲደርስ ወደ ቀኝ ታጥፎ በአማኑኤል ሆስፒታል በኩል ወደ ኮካ ኮላ በዝግታ ይጓዝ ጀመር። ከኋላው የሚከተሉት መኪናዎች ዝግ ብሎ በመንዳቱ ጥሩምባቸውን ያጮሁታል። አንዳንዱም መስታወቱን ዝቅ አድርጎ ተንጠራርቶ ይሳደባል። “ሰውየው ቡልዶዘር ነው እንዴ የምትነዳው! ወይ እርገጠው ወይም መንገድ ልቀቅ!” እያለ ይጮሃል።

ሆስፒታልና ታቦት የተጎራበቱበትን ስፍራ የአማኑኤል ሆስፒታልን ግቢ ከማለፉ በፊት ጡቶቿ አግተው መሬት ሊነኩ የደረሱ ውሻ ጎማው ስር ጥልቅ አለችበት። ወዲ ነጮ ነመራን መጫኑን ረስቶት ውሻዋን ለማዳን ሲል በድንገት መሪውን ወደ አንድ በኩል ጠመዘዘው። ነመራም ሆነ እነ ሲስተር ከመኪናው ጀርባ ተስፈንጥረው ሊወድቁ ምንም አልቀራቸውም። በተቀመጡበት ተንገዳገዱ፡፡ ሲስተር ጩኸቷን ለቀቀችው። “አይዞን! አይዞን ይቺ ገደቢስ ውሻ ሳላስበው ገብታብኝ ነው… ብሎ ተስተካክለው እንዲቀመጡ መኪናውን ቀስ ብሎ አቆመው። ውሻዋ ግን ከመገጨት አላመለጠችም። የኋላ አንዱ እግሯ ተገጭቷል። እየጮኸች መንገዱ ላይ ተነጠፈች። የቤተክርስቲያኑን ግምብ ተገን አድርገው ከተሠሩት በርካታ ላስቲክ ቤቶች ውስጥ የውሿዋን ጩኸት ሰምታ አንዲት ፀጉሯ የተንጨባረረ ሴት ወጣች። ከደረቷ በላይ የተቀዳደደ እራፊ ጨርቅ ጣል አድርጋ ባዶ እግሯን እየሮጠች ወደ መኪናው ተጠጋች። ጡቶቿ

በከፊል ይታያሉ፡፡ "ማነው ውሻዬን፣ ልጄን፣ ዘመዴን የነካው? ሰውማ ጠልቶኛል! ታማኝ ወዳጄን የነካብኝ ማነው?" እያለች ትለፈልፍ ገባች። መንገድ መሀል ወድቃ የምትጮኸዋን ውሻዋን ስታይም መለስተኛ አሎሎ የሚያክል ድንጋይ ይዛ መሀል መንገዱ ላይ ቆመች። ውሻዋም እየተንፏቀቀች ተጠግታት እግሯን እየላሰች ስሞታዋን ታሰማ ጀመር። የስቃይ ድምፅ፣ ልብ የሚነካ የሰቃይ ድምጽ፡፡

ወዲ ነጮ እንደ ልመናም፣ እንደ ትዕዛዝም እየቃጣው አንገቱን በመስኮት አሰግጎ "አንቺ ሴትዮ መንገድ ልቀቂ ልሂድበት! ይላል። ሴትዮዋ ግን ይልቁንም እልኋ ጨመረ። ጩኸቷም ባሰበት። መኪናውን ለማንቀሳቀስ በሞከረ ቁጥር ድንጋዩን ለመወርወር እጇን ከፍ አድርጋ ለመወርወር ትቃጣለች። የወዲ ነጮ ትግስት ተሟጠጠ። ታጣፊ ክላሹን አውጥቶ ከመኪናው ወረደ። ሲትዮዋ መሳሪያውን ስታይ ከመፍራት ይልቅ ከት ብላ ሳቀችበት። እየደጋገመች ተንከተከተች። ወዲ ነጮም "ይቺ እብድ!" ሲል ጮኸ። እሷም "እኔ እብድ አይደለሁም፣ እብዶቹ እናንተ!" ብላ ዳግም ድንጋዩን ለመወርወር አስፈራራች። "እናንተ ለትንሹም፣ ለትልቁም ከጠመንጃ ሌላ አይታያችሁም እንዴ!" አለች መሀል አስፋልቱ ላይ እግሮቿን አንፈራጣ እንደ ቆመች። "ስማ እንደውም ለኔ ስጥኝ። ማታ፣ ማታ ብርዱን ለመቋቋም ጎማ እያጨስኩኝ ከምቸገር፣ ጠመንጃውን እየቆሰቆስኩ ብሞቅ ይጠቅመኛል። አንተም ትገላገላለህ፣" እያለች ስትለፈለፍ ወዲ ነጮ፣ "እባክሽ የፈለግሽውን አደርግልሻለሁ..." ሲል ተለማመጣት።

"እንግዲያውስ ውሻዬን ወስደህ አሳክምልኝ፣" አለችው። ወዲ ነጮ በተራው ድምፁን ከፍ አድርጎ ሳቁን ለቀቀው። "ምነው ሳቅህ? እብድነትክን አመንክ

አይደል!" አለች ፈገግ ብላ። "አይ የሳቅኩት ነገርሽ ገርሞኝ ሆዴ እያረረ ነው። እንኳን ያንቺን ውሻ ላሳክም የጫንኩትንም ሰው ሆስፒታል ለማድረስ እየተሰቃየሁ ነው። አንዱም ችግር አንቺ ነሽ፡፡ እባክሽ መንገዱን ልቀቂልን…"" አላት። ሴትዮዋም ግራ ገብቷት እየተገላመጠች "የምን ሰው?" እያለች ስትጠያይቅ 'መነኩሴ'ው ወርዶ ለመናት። "ገንዘብ ልስጥሽና ቅንጥብጣቦ ግገርላት። ሰውነቷ ይጠግናል። እኛ እንቸኩላለን…" ብሎ ትንሽ ብር ሰጣት። ገንዘቡን መንጭቃው መንገዱን ለቀቀችላቸው። ውሻዋን አቅፋም ወደ ላስቲክ ቤቷ አመራች።

ወዲ ነጮ በረጅሙ ተንፍሶ "ገላገልከን። የያዛት ሰይጣን መነኩሴነትህን አውቆ ተገፎላት ነው እንጂ በቀላሉ አትለቀንም ነበር። ከነቀምት አዲስ አበባ ለመድረስ የወሰደብንን ሰዓት ግማሽ የሚሆነውን እዚሁ ከተማ ውስጥ ስንንፏቀቅ ገደልነው። አሁን ደግሞ ምን ይገጥመኝ ይሆን? ይሄ ሰው እዚሁ መሞቱ ነው…" አለ ወዲ ነጮ ብስጭቱ ድምፁን አጠጥሮት። ኮካ ኮላ ፋብሪካን እንዳለፈ ወደ ቀኝ ታጥፎ በሳሪስ ወይን ጠጅ በኩል ዘልቀው ከድሮው አውሮፕላን ማረፊያ ፊት ለፊት ወደሚገኘው ጦር ኃይሎች ሆስፒታል ዋናው በር ላይ ደረሱ።

ነመራ የሚያውቀውን ግቢ ዳግም ከሞት አፋፍ ላይ ደርሶ ሲያየው "ምነው ፈጣሪዬ መከራዬን አበዛኸው!" ሲል በልቡ አዘነ። በህይወት በመድረሱ ግን እግዚአብሔርን አመሰገነ። "ዲምቱስ እንዴት ሆና ይሆን? ተሽሏት ይሆን!" ሲል እሷንም፣ ልጆቹንም አሰባቸው።

ምዕራፍ 12

ዲምቱ የመድኃኒት ቱቦዎቹን ነቃቅላ ነመራን ብትሸኘው በወደደች ነበር – ሀኪሞቹ አልፈቀዱላትም እንጂ፡፡ በዚህም ከፍቷታል።

ሐሙስ ከቀትር በኋላ፣ የሆስፒታሉ ብቸኛው የወሊድና ፅንስ ህክምና ባለሙያው ዲምቱን ወደ አነስተኛ ቀዶ ጥገና ክፍል አስገብተው ማህፀኗን አጸዱላት፣ የሚፈሰውን ደምም አቆሙላት። ማህፀኗ እንዳያመረቅዝ የሚረዱ ጠንከር ያሉ መድኃኒቶችንም በየስድስት ሰዓቱ በደም ስሯ እንዲሰጣት ሆነ፡፡ በጣምም ተሻላት። ዶክተሩ ዓርብ ረፋዱ ላይ ዳግም መጡ፡፡ የተወሰኑ ምርመራዎች አደረጉላትና አንዳንድ ምክሮች ከሰጧት በኋላ ሦስት አይነት እንክብሎችን አዘዙላት፡፡ ከሆስፒታሉ መውጣት እንደምትችልም ተነገራት።

ዲምቱ መድኃኒቶቿን ከሆስፒታሉ መድኃኒት ቤት በአነስተኛ ዋጋ ገዛች፡፡ ዘመዶቿ ከበዋትም መኪና ፍለጋ ወደ ነቀምት መናኸሪያ አመራች። መኪና ፍለጋ አልተጉላሉም፡፡ ሁለት ሰው አሳፍሮ “የሞላ፤ ተረኛ በራሪ!” እያለ በሚለፈልፈው ረዳት እየተዋከቡ ሀያ ስምንት ሰው ወደምትይዘው ፊያት ቺኳንታ ገቡ።

ከግማሽ በላይ የሚሆኑት ወንበሮች በዲምቱና ዘመዶቿ፤ ቀሪዎቹ ደግሞ ባኮና አካባቢዋ ያፈራውን ከቅዳሜ ገበያ ለቃቅመው ለከተሜው በሚያቀብሉ ነጋዴዎች ተሞልተው መኪናዋ ተንቀሳቀሰች፡፡ ከቀኑ አምስት ሰዓት ሲልም ነመራ ወደተጓዘበት ወደ ምስራቅ አቅጣጫ ጉዟዋን ተያያዘችው። የተለመደ ጸጥታም መኪናው ውስጥ ሰፈነ፡፡ ለወትሮው ዘመድ ጥየቃ፤ ለፍርድ ቤት ጉዳይ ወይም ለሌላ ምክንያት ነቀምት የመጡ የባኮ ሰዎች ወደ ቤታቸው ከመመለሳቸው በፊት ‘ጉሮሮ ማራሻ’ ጠጁንም ሆነ አረቄዋን

ቀማምሰው የተሳፈሩባትን መኪና ወለል በእግራቸው እያደለቁ፣

"ዓፈን በርቱ፣ ዓፈን በርቱ ሾሊ

ዓረን እንገልቱ፣ ዓረን ገልቱ ሾሊዳ"

እያሉ እየተቀባበሉ በተቀመጡበት አንገታቸውን እየሰበቁ መጓዝ የለመዱት ነበር። ያቺን ዕለት ግን ህይወት የወትሮው ዜማዋን አልጠበቀችም፣ የነመራ አሰቃቂ ጉዳት ሁሉንም ነገር አዛብቶት ነበርና፡፡ በሚወዱትና በሚያከብሩት ልጅ፣ ወንድም፣ አበልጅ፣ የጡት ልጅ፣ አማች፣ ባጠቃላይ ለሁሉም ዘመድ በሆነው ነመራ ጉሮሮ ላይ ተሰክቶ አላስተነፍስ፣ አላላውስ ያለው ጦር እነሱም አእምሮ ውስጥ እንደተሰካ ነበር፡፡ ተሰክቶም ልሳናቸውን ዘጋው፡፡ ከመኪናዋ ሞተር ጩኸት ሌላ ምንም ሳይሰማ ስምንት ሰዓት ሲሆን ባኮ ደረሱ።

ባኮ ከአፍ እስከ ገደፏ በሰው ተጨናንቃ ደምቃለች። አንድ ዋነኛ ሰው የጎደለባት አትመስልም፡፡ እንዲምቱ ከመኪናዋ ወረዱ፣ አንገታቸውን ደፍተውም ወደቤታቸው ማዝገም ጀመሩ፡፡ ሹክሹክታም ሆነ፡፡ የአካባቢው ነዋሪ ፊት ለፊትም፣ በጎንም እያያቸው አፍና ጆሮውን ሰፋ፡፡ ሁሉም ግራ ተጋብቷል፡፡

ነመራ ሞቷል እንዳይሉ የሚያለቅስ ሰው፣ ነጠላዋን ያዘቀዘቀች ሴት አላዩም። ብዙዎቹ ነመራ ገና ወደ ሀኪም እንደተወሰደ ሞቷል ብለው ደምድመዋል። ግራ መጋባቱም ለዚሁ ነበር፡፡ ሊሆን አይችልምና፣ ማንም የሰው ልጅ እንደዛ ጦር ተሰክቶበት ሊተርፍ አይችልምና፣ ተአምራትም ቢሆን ልክ አለውና!

አንድ የዕድሜ ባለፀጋ ወደ አጀቡ ጠጋ አሉ፡፡ ከአጃቢዎቹ ከአንዱ አዛውንት ጋር ትከሻ ገጠሙና "ሰውየው ሞቷል፣ ወይስ አለ?" ሲሉ ጠየቁ። "መሞትስ

አልሞተም፣" አሉ አጃቢው አዛውንት፡፡ "ከአቅማችን በላይ ነው ብለው ወደ አዲስ አበባ ላኩት። እንግዲህ የላይኛው ተቀብሎ ለላይኛው እስከሚያቀብለው ድረስና ቁርጡ እስኪለይ ቁጭ ብለን መጠበቅ ነው። መፍትሄውን እሱ ዋቆ ያምጣው እንጂ ሌላ ምን ይደረጋል!" ብለው በረጅሙ ተነፈሱ።

ዲምቱ ወደ ቤቷ ስትቃረብ የሰው ቁጥር ጨምሮ ነመራን የሸኘውን ያህል ሊሆን ሲሶ ቢቀረው ነው። የከተማዋ ፖሊሶችም ግሚሱ በመደበኛ ልብሳቸው፣ ግሚሱ በሲቪል ልብስ ህዝቡን ተቀላቅለዋል።

ነዋሪዎቹ በሙሉ ጆሮዎቻቸውን ቀጥ አድርገዋል፣ "ነመራ ሞቷል" የሚለውን መርዶ ከነዲምቱ ለመስማት፣ እርማቸውን ለማውጣት፣ ረጅም አስቦ በአጭር የቀረ ውድ ልጃቸውን እስከወዲያኛው ለመሸኘት፡፡ ድንገትም የፈረሶች ኮቴ ድምጾች ከርቀት ተሰሙ። ዓይኖች ሁሉ ድምጾቹ ወደተሰሙበት አቅጣጫ ዞሩ፡፡ አንድ ነጭና አንድ ቀላ ያሉ ፈረሶች ውድድር ላይ ያሉ ይመስል ወደ ህዝቡ አቅጣጫ በሽምጥ ይጋልባሉ። ፈረሶቹ ሲቀርቡ፣ የሰዉ ጭንቀት ሲጨምር ደስ የማይል ስሜት አካባቢው ላይ ተከመረ፡፡ በተለይ ደምን በደም መመለስን የሚያምኑት "የውሻ ልጅ አምልጧል!" እያሉ በዱላዎቻቸው መሬቱን ወቀጡት። ያሰቡት ባለመፈፀሙ ከፋቸው፡፡ የሆነውን ሳይሰሙ መቆጨት ጀመሩ፡፡

ምዕራፍ 13

ወንጀለኛው ባመለጠበት አቅጣጫ ካለች የቢራቱ ሰፈር ከምትባል መንደር በበፊተኛው ቀን ሐሙስ ምሽት ላይ ሁለት ሰዎች ፈረሶቻቸውን ጭነው ከአንጌሳና ጨቡድ ጋር በፍለጋው ተቀላቅለዋል። ወንጀለኛውን ባይዙትም ምሽቱን በቢራቱ መንደር አሳለፉ። ዓርብ ዕለት ግን በሁለት ቡድን ተከፈሉ፣ ለፍለጋው እንዲያመች፡፡ ጀምበር ሳትወጣ ድምፅ አጥፍተው ወደ ግቤ ወንዝ መነሻ ሸለቆ አመሩ፣ አሰሳውም ቀጠለ፡፡ ብዙም ሳይቆይ ዕድል የእነሱ ሆነች፡፡ ፍለጋቸው እንደ በፊተኛው ቀን ፍሬ ቢስ አልሆነባቸውም፡፡

ተጠርጣሪው ወንጀለኛ ጥቅጥቅ ያለውን ጫካ ተገን አድርጎ እንደ ጥንቸል እየተሽለከለከ ነበር፡፡ ድንገት የፈረስ ኮቴ ሲሰማ መላ አካሉን ወረረው፡፡ ፈረሱን “ቹ” እያለ መቀመጫውን ጠበጠበው፣ ደበደበው ማለቱ ይሻላል፡፡ ፈረሱ ግን ብዙም ሊራመድለት አልቻለም – ከአሳዳጆቹ ጋር የመከረ ይመስል።

ፊርዳ ጉዳ የፈረሱ ጠረን ሸተተው፡፡ ተቅበጠበጠ፣ ተንጎማለለ፣ ድንገትም የጅብ ጉልበት ያገኘ ይመስል ፍጥነቱን ጨምሮ ተፈተለከ – ጠረኑ ወደመጣበት አቅጣጫ፡፡ የወንጀለኛው ፈረስ ጭራ ሥር ሲደርስም ጊዜ አልፈጀበትም። ወንጀለኛው መፈናፈኛው፣ ማምለጫው፣ መሰወሪያው መንገድ ጠበበበት፡፡ ፍርሀት ሱሪውን ሊያረጥብበት ምንም አልቀረውም፡፡ በአልሞት ባይ ተጋዳይነት ዘወር እያለ ዱላውን መሰንዘር ጀመረ – ባገኘው አቅጣጫ፡፡ ፊርዳ ጉዳ እንኳን ዱላ ልምጭም የተሰነዘረበት አልመሰለውም፡፡ ከኋላ ፈትለክ ብሎ ወጣና ከጎኑ ዞረ፡፡ ትንሽ እንዳሳደዱት አንዲት ቀጭን መንገድ መዳረሻ ሲቃረቡ ወንጀለኛው የቀቢጸ ተስፋውን የመጨረሻ ምት ሰነዘረ፣ ጨቡድ መክቶ መለሰው፡፡ ፊርዳ ጉዳም

እንደመቅደም ብሎ በታፋው የወንጀለኛውን ፈረስ ነካ አደረገው፣ ጋላቢውም ፈረሱም ጉድባው ውስጥ ተወሸቁ።

ጨቡድና አንጌሳ ተጠራርተው ተጠርጣሪ ወንጀለኛን በተንጋለለበት በፈረስ አለንጋ ጠበጠቡት – ልባቸው የፈለገውን ያህል ባይሆንም፣ ነመራ ላይ ያደረሰውን ጉዳት በትንሹም ቢሆን የሚመልስ ያህል ባይሆንም፡፡ ፊቱ ላይ ያጠለቀውን ከሹራብ የተሰራ ጭምብል አወለቁት። ያዩት ሰው ያልጠበቁት ዱብዳ ሆነባቸው። "እዶሳ! የኛው ጓደኛ!" አሉ በመዳፋቸው አፋቸውን እየሸፈኑ፣ "ያሳዝናል... ወንድም ወንድሙን የካደበት ዘመን!..... 'ሰውን ማመን ቀብሮ ነው አለች አሉ ቀበሮ'.. እንዳንተ ያለውን ከህዲ ሰውማ ባደባባይ የፊጥኝ አስሮ በርበሬ ማጠን ነበር!" እያሉ ይጠበጥቡት ገቡ። እልህቸው ጨመረ። ሁለት እጆቹን የፊጢኝ ጠፈሩት። "ለምን አደረግሽው! እኮ ለምን?" ሲል ጨቡዴ ጠየቀ። እዶሳ መልስ አልሰጠም።

ከግልገል ሱሪው በስተቀር የቀረውን ልብሱን አስወልቀው ከአንጌሳ ፈረስ ጭራ ላይ አሰሩት። ሁለቱን ጫማዎቹን በማሰሪያቸው አንገቱ ላይ አንጠለጠሏቸው። እዶሳ ሬሳ ይቀሰቅሳል የሚባለው አይነት የጫማው ሽታ አልተሰማውም፣ በዛን ሰዓት ስሜቶቹ ሁሉ ደብነዋልና– ከፍርሀት በስተቀር።

ጨቡድ የፈርዳ ጎዳን አንገት ደባበሰው። ደጋግሞም ሳመው። የእዶሳን ሱሪ ዘቅዝቆ ሁለቱን የእግር ማስገቢያዎች አሰረና ፈርዳ ጉዳ አንገት ላይ አጠለቀለት። እዶሳ ሲወድቅ ሲነሳ እየጠበጠቡት እነዲምቱ ከሆስፒታል ቤታቸው በደረሱበት ሰዓት አርብ እነጨቡድም የእዶሳ አደን ተሳከቶላቸው ሲደረሱ እኩል ሆነ።

ፈርዳ ጉዳ ከህዝቡ መሀል ሲደርስ ፍጥነቱን ጨመረ። የወሎ ዳንኪረኞች ሲጨፍሩ የብርና የነሀስ

ጌጣ ጌጦቻቸው ደረታቸው ላይ እንደሚነጥሩት ሁሉ ፈርዳ ጉዳ በፍጥነት ሲጋልብ የተዘቀዘቀው የወንጀለኛው ሱሪ ወደ አንገቱ ዘሎ ተመልሶ የፊት እግሮቹ መሀል ይወድቃል።

ጨቡድ ሁለት ጊዜ ሽቅብ ቁልቁል ተመላልሶ እነዲምቱ አጠገብ ሲደርስ ከፈረሱ ተስፈንጥሮ ወረደ። ለአፍታ ያህል ከሁለቱ አዛውንቶች ጋር ተነጋገረና ዳግም ፈረሱ ላይ ወጣ። ወደመጣበት አቅጣጫም ጋለበ። አዛውንቶቹ የሰሙትን ማመን አቃታቸው። "ሊሆን አይችልም፤ በፍፁም፤ በፍፁም!" አሉ፣ ዓይኖቻቸው ጨቡድ የሄደበትን አቅጣጫ እየተከተሉ፡፡

ጨቡድ፣ የነመራን ሁኔታ ነግረውት ፊቱ በፈገግታ በርቷል። ቢያንስ፣ ቢያንስ ነመራ አልሞተም፡፡ ብዙም ሳይቆይ አንጌሳ ሶምሶማ እየጋለበና እዶሳን በፈረሱ ጭራ እየጎተተ፤ ፈርዳ ጉዳም ፊትና ኋላ እየተመላለሰ ቢራቱ ሰፈር በተቀላቀሏቸው ሁለት ፈረሰኞች ታጅበው ከህዝቡ መሀል ደረሱ።

አንጌሳና ጨቡድ የልባቸው ባይሞላም የድል አድራጊነት ስሜት ፊታ አድርጓቸዋል፡፡ ቢሆንላቸው ከእነህይወቱ ሳይሆን ሬሳውን እየጎተቱ ቢመጡ በወደዱ – አልሆነም እንጂ፡፡ አንጌሳ ከአንገቱ ቀና፣ ከደረቱ ወጣ ብሎ ዲምቱን አያት፡፡ እንደ አዛውንቶቹ ፍላጎት እዶሳን ከእነህይወቱ እየጎተተ ወደ ዲምቱ አቀረበው፡፡ የዲምቱ ረጋ ያለ ስሜት እንደገና ተናጠ፣ ተረበሸ፣ ተመሳቀለም፡፡

እዶሳ እየተጎተተ እነዲምቱ የነበሩበት ቦታ በተጠጋ ቁጥር ቁና፣ ቁና ይተነፍስ ጀመር፡፡ እግዚአብሔር በጥበቡ ልብን በግራና በቀኝ በሳንባ፤ ከፊትና ከኋላው ደግሞ በጎን አጥንት ባያጥረው ኖሮ የእዶሳ ልብ እንደ አመታቷ ተስፈንጥራ ግቤ ወይም ደዴሳ ወንዝ በገባች ነበር።

መላ ሰውነቱ የቁርኖ ምድጃ ሆኗል፣ ላቡ በጆሮ ግንዱ በሁለቱም በኩል ይንቆረቆራል። ግንባሩ ውሀ የነከሩት ያህል ነበር፡፡ ዓይኖቹን በገለጠ ቁጥር ላቡ እየገባ እያቃጠለው ደጋግሞ ይጨናበሳል፡፡

ማጅራቱ እርከን ሠርቶ ነበር – ያለ ሀሳብና ስጋት ሲበላ የከረመው ጮማ ተከምሮበታል፡፡ የማጅራቱ መስመሮች በሦስት ረድፍ እርጥበቱን እየቋጠሩ ወደ ደረቱ ሲደፉት የሰው ልጅ ላብ አይመስልም።

እግሮቹ ሳይቀሩ ረጥበዋል። ሲያባብልበትና፣ ሲያስፈራራበት የኖረው ምላሱ አግልግሎቱን አቁሟል፡፡ ከተፈጥሮ ምት ውጪ ይርገበገቡ የነበሩት ዓይኖቹ ፊት ለፊት ከዲምቱ ዓይኖች ጋር ተገጣጠሙ።

የዲምቱ ጥርሶች ተንገጫገጩ። ሲቃ ያዛት፡፡ የዛች የእርጉም ቀን ትዕይንቶች ተመላለሱባት፡፡ ተንደርድራ አንገቱን አንቃ በጥርሷ ብትዘለዝለው፣ ብትበጫጭቀው በወደደች ነበር – ጉዳቷ ሰውነቷን አዛለው እንጂ።

“ባልሽ ድንገት እንኳን በህይወት ተርፎ ቢመጣ አጥፍቼው በእጄ እንደማስገባሽ አትጠራጠሪ፤ በተጨማሪ ይህን ሚስጢር ትንፍሽ ብትይ በህይወትሽ እንደፈረድሽ ቁጠሪ!” እያለ የዛተባት እንደ ገደል ማሚቶ በአእምሮዋ ግድግዳዎች አስተጋባባት፡፡

“አንተ የውሻ ልጅ፤ እንደዛትክ አደረግኸው!” ስትል ለራሷ አጉረመረመች፡፡

እዶሳም በልቡ ደጀ ሰላሟ ደርሶ የማያውቀውን ማርያምን እየጠራ “እባክሽ የዛሬን ማሪኝ፤ ጉዴን እንዳታወጭብኝ!” የሚል ይመስል አንገቱን ደፍቶ ዲምቱን የስርቆሽ ማየት ያዘ። የስልጣን መሰላልን በአንድ ትንፋሽ ከወጣ በኋላ ዘወር ብሎ ያላየውን ዙሪያውን ቀለበት የሠራውን የአካባቢውን ህዝብ

በፍርሀትና በልምምጥ አይነት እያየ ነበር – ሲፎክርበት፣ ሲያቅራራበት፣ ሲዝትበት እንዳልኖረ ሁሉ፡፡ “ማሩኝ እባካችሁ፣ ከእናንተው አብራክ የወጣሁ ነኝ” የሚል ይመስል ነበር፡፡ ዓይኖቻቸው ለበለበት፤ ትንፋሻቸው እንደ ኃይለኛ አውሎ ነፋስ ገረፈው፡፡ ላቡ ሰውነቱን ዝናብ የደበደበው አስመሰለው። ህዝቡ ግን አንዳችም አፀፋ የመመለስ እንቅስቃሴ አላሳየም፡፡ አዛውንቶች ለከፋም ለደጉም ከበው ጉዳት እንዳይደርስበት ይጠባበቁ ጀመር። እንደውም በአብዛኛው እርቃኑን ቆሞ ለሚቁለጨለጨው እዶሳ ቢያንስ እንዲያሸርጡለት ሁለት እናቶች ነጠላቸውን ወረውሩለት።

ፈርዳ ጉዳ ወደፊትና ወደኋላ እየተቁነጠነጠ ከጨቡድ እጅ ለመውጣት ሲሞክር የሚያቦነው ቀይ አቧራ ነፋስ እየገፋው ወደ እዶሳ ሲቦን ተፈጥሮ ሆን ብላ በእዶሳ ዓይኖች ውስጥ በርበሬ የምትነሰንስ መሰለ። ፈርዳ ጉዳ ወደ ዲምቱም ጠጋ ሲል በተነፈሰ ቁጥር የተለየ ድምፅ ሲያሰማ “ይኸው የገባበት ገብተን አምጥተነዋል፤ ከእንግዲህ የእናንተ ፋንታ ነው፡፡ እንደምታደርጉት አድርጉት!” ብሎ ኃላፊነቱን የሚያወርድ ይመስላል። ዲምቱም ዕንባዋ ግድብ ሊያፈርስ እየተገማሸረ የፈርዳን ጉዳ አንገት አሻሸችለት።

የደንብ ልብስ የለበሱ ሦስት ፖሊሶች ቁጥራቸው በውል በማይታወቅ ሲቪል ልብስ በለበሱ ባልደረቦቻቸው ታጅበው መጡ፡፡ እዶሳን ወደከበቡት ሰዎች ጠጋ ብለውም ከአዛውንቶች ጋር ይነጋገሩ ጀመር። አዛውንቶቹ “በገዳው ስርዓት መሰረት መዳኘት አለበት፣” አሉ፡፡ “የአካባቢያችንን አባ ገዳን ሹም ዛሬውኑ ጠርተን ፍርዱን በራሳችን ሽማግሌዎች እንጀምራለን፡፡ እስከዚያው ድረስ በስርዓታችን መሰረት በእኛው ቁጥጥር ስር መሆን አለበት፡፡”

ፖሊሶቹ አልተስማሙም፡፡ ሞቅ ያለና ቁጣዎች የናሩበት ክርክር ተካሄደ፡፡ በመጨረሻም እዶሳ ፖሊስ ጣቢያ እንዲያድርና በማግስቱ አራት ሰዓት ላይ በገዳው ስርአት መሰረት በዳይ በግራ፣ ተበዳይ በቀኝ ቁመው በአደባባይ ፍርዱ እንዲታይ ስምምነት ተደርሶ ተበተኑ።

ምዕራፍ 14

በዛች ዕለተ ቅዳሜ ገበያ ባኮ ደምቃለች – እንደ ጥምቀት በዓል፡፡ ገበያተኛው ወደ ከተማይቱ መጉረፍ የጀመረው ገና ከማለዳው ጀምሮ ነው። ከከተማዋ ውጭ ያሉት የነመራ ዘመዶችም ተጠራርተው ገሚሱ በፈረስና በበቅሎ፣ ገሚሱ ደግሞ በእግር ባኮ ገብተው ከገበያተኛው ተቀላቅለዋል። እነ ዲምቱ ሲጨነቁ አድረዋል፡፡ ጠዋትም ቢሆን እንደተረበሹ ነበር፡፡ "እንኳን አተረፈሽ" ለማለትና ስለ ነመራ ጤንነት ለመጠየቅ የሚመጡ ዘመዶችና ጎረቤቶች የግቢ በር ባንኳኩ ቁጥር "መርዶ ነው! ነመራ ሞቶ ነው!" እያሉ ሲሳቀቁ አረፈዱ።

የነመራ ዘመዶች የገዳውን አባት አጅበው ወደ አደባባይ ተጓዙ፡፡ ከነመራ ቤት የሦስት ኳስ ሜዳዎች ርቀት ላይ በሚገኘው ግዙፍ ዋርካ ስር ተረጋግተው ተቀመጡ፣ ፓሊሶች እዶሳን ይዘው እስኪመጡም ይጠብቁ ጀመር።

ዲምቱ በሀሳብ ማዕበል ተናጠች፡ በአንድ በኩል የነመራ መጨረሻ የአእምሮዋን ህዋሳቶች አታርምሷቸዋል፡፡ ድኖ ይመጣ ይሆን? ይሞት ይሆን? አእምሮው ተቃውሶ ራሱንና እሷን ይረሳ ይሆን? የማያልቅ፣ የማያጥር የጥያቄ ሰንሰለት ትንፋሽ እያሳጣት ነበር፡፡

በሌላ በኩል ለዚህ ሁሉ መነሻ እዶሳና እሷ ብቻ የሚያውቁት የእሷ ጉዳይ መሆኑ የልብ ቁስል ሆኖባታል፡፡ አውጥታ አትናገረው፣ ከሚቀርቧት ጋር አትማከረው እንጂ የጥፋተኝነት ስሜትም እየጎዳት ነበር፡ ግን ምን ማድረግ ትችላለች? ደረሰባት እንጂ አልደረሰችበት! ሞከረ እንጂ አልተሳካለት! ፎከረ እንጂ ግዳይ አልጣላት! ዛተባት እንጂ አላቆሸሻት! አለፍ፣ አለፍ እያለች "እኔ ምን አጠፋሁ?" ትላለች፡፡

ደግሞ ቢሆንስ በአደባባይ ቁማ "ቢሮው ጠርቶኝ በር ዘግቶ ሊደፍረኝ ነበር" አትል ነገር፡፡ "ሰውስ ምን ይለኛል!" ስትል ውስጧ ተብሰከሰከች፡፡ "ውሸቷን ነው ማግጣለች ቢሉኝስ! የሰዉ መሳለቅያና መጠቋቆሚያ ቢያደርጉኝስ!" አይሆንም፣ አደባባይ ቆማ አትናገርም፡፡ እንደውም አትሄድም፡፡ "አሞኛል፣ መሄድ አልችልም" አለች፡፡ ሰዉ አደባባይ ሲወጣም እሷ ከግድግዳዋና ጣራዋ ጋር ተፋጠጠች፡፡

አደባባዩዋ ጢም ብላለች፡፡ ከተማዋ ተደፍራለች፣ የከተማዋ ህዝብ ተደፍሯል፣ ተወዳጅ ልጁ ላይ አሰቃቂ ጥቃት ተፈጽሟል፡፡ ከዚህ በላይ ውርደት፣ ከዚህ ባለይ ድፍረት አይኖርም፡፡ አጥፊዎች የእጃቸውን ማግኘት ነበረባቸው፡፡ የጠየመው ክብር ተመልሶ ብሩህ መሆን አለበት፡፡ በዛች ዕለተ ቅዳሜ ማለዳም ይኸው ይሆናል – በአባገዳዎቹ፣ በሽማግሌዎቹ ፈራጅነት፡፡

አራት ሰዓት፣ አራት ሰዓት ተኩል፣ አምስት ሰዓት፣ አምስት ሰዓት ከሩብ፡፡ ፖሊሶቹ ብቅ አላሉም። ህዝቡ ትእግስቱ አልቆ ማጉረምረም ጀምሯል፡፡ አምስት ሰዓት ተኩል ሲል የከተማዋ ፖሊስ አዛዥ ተደራራቢ ሙሉ ካርታ ጥይት የጎረሱ ታጣፊ ክላሾች ባነገቡ ሦስት ፓሊሶች ታጅበው በፒካፕ መኪና ደረሱ። ከመኪናም ወረዱ – ፖሊሶቹ፣ ፖሊሶቹ ብቻ፡፡ ብዙ ሺህ ዓይኖች መኪናዋ አካል ላይ ተንከራተቱ፡፡ እዶሳስ! በአደራ የወሰዱት ወንጀለኛስ! ጨካኙ የሰው እንሰሳስ! ለእጁ ካቴና ለእግሩ እግረ ሙቅ ገብቶለት አንገቱን ደፍቶ ከመኪና መውረድ የነበረበት እዶሳ አልነበረም፡ ጉርምርምታው ወደ ጩኸት ዳርቻ ተጠጋ፡፡

ምንድነው! ምን እየተካሄደ ነው? አየሩ በመላ ምቶች ተሞላ፡፡

"ጠፍቶ ይሆናል?"

"ራሱን ገድሎ እንዳይሆን!"

"በጉቦ ለቀውት ይሆናል፡፡"

የፖሊሱ አዛዡ ወታደራዊ ባልሆነ አረማመድ ወደ ገዳው አባት ተጠጋ፡፡ በንዴትና በቁጭት የተወጠረው አየር ትከሻውን ያጎበጠው ያህል አቀርቅሮ ነበር የሚራመደው፡፡ የህዝቡ ዓይኖች የእርምጃውን ምት ጠብቀው ተከትለውታል፡፡ ምን ሊላቸው ይሆን!

የፖሊሱ አዛዥ አባ ገዳውን ጠጋ ብለው ተንሾከሾከ – ከአንዳቸው አፍ ወጥቶ አንደኛቸው ጆሮ ላይ ብቻ በቀረ ድምጽ፡፡ ጥቂት ቆይቶም ከገዳው አባት በስተቀኝ "ፀጥ በሉ!" የሚል ድምፅ ተሰማ።

ፀጥታም ሆነ፡፡ የገዳው አባት አንድ ሁለቴ ጉሮሯቸውን አጠሩ፡፡ "እንደምን አደራችሁ፣" አሉ፡፡ ህዝቡ አጸፋውን መለሰ፡፡ "ሁላችሁም ዛሬ የተሰበሰብንበትን ምክንያት ታውቁታላችሁ። በልጃችንና በወንድማችን ነመራና በባለቤቱ ዲምቱ ላይ የደረሰውን በደል ሰምተን፣ መርምረን ፍርድ ለመስጠት ነበር፡፡" ነበር! ለአፍታ ያህል ጸጥ አሉና ዝግ ባለ ድምጽ ቀጠሉ፡፡ "ግን አልሆነም፡፡"

ህዝቡ ማጉረምረም ጀመረ፡፡ እርስ በእርሱም "ዝም በሉ! ዝም በሉ!" ተባባለና ዳግም ጸጥታ ሰፈነ፡፡ አባ ገዳውም ቀጠሉ፡፡ "የፖሊስ አዛዡ አሁን እንዳስረዱኝ ድርጊቱን ፈፅሟል ተብሎ የተያዘው እዶሳ እኩለ ሌሊት ላይ በጠና ታሞ ለህክምና በሁለት ፓሊሶች ታጅቦ ወደ ነቀምት ሆስፒታል ተልኳል። ከቀጠሮ ዘግይተው የደረሱትም ስለሁኔታው ለበላይ አለቆቻቸው ሲያስረዱ እንደሆነ ነግረውኛል፡፡ ይቅርታም ጠይቀዋል። ለጊዜው የነመራን ሁኔታ ባናውቅም የክሱ ጭብጥ 'ነፍስ የማጥፋት ወይም የመግደል ሙከራ' የሚል ስለሆነ ወንጀሉ ከፍተኛ በመሆኑ በነቀምት ፍርድ ቤት እንዲታይ ተብሎ

ከበላይ ተወስኗል። ስለዚህ የክስ ማመልከቻውን የሚያሟላ ዲምቱን የሚረዳ ሰው ጨምሩና ክሱን ይከታተሉ ነው የሚሉት፣” ሲሉ አስረዱ። ድምጻቸው የወትሮው ወዝ አልነበረውም፡፡ ግንባራቸው በበርካታ መስመሮች ተኾነጎረጎረ፡፡ ደስተኛ አልነበሩም፡፡ እሳቸውንም፣ ህዝቡንም፣ የአካባቢውን ልማድም መናቅ ነበር፡፡

“ምክንያት ፈጥረው ሆን ብለው ሊያስመልጡት ያደረጉት ሴራ ነው!” አሉ በልባቸው፡፡ በስሱም ከንፈራቸውን እንደ መንከስ አሉና ተዉት፡፡

ህዝቡ ከቀፎው እንደተለቀቀ ንብ ያጉረመርም ጀመር፡፡ የጨቡዴና አንጌሳን ቁጣ ማንም በቃላት ሊገልጸው አይችልም፡፡ በዛ ሰዓት እዶሳ አጠገባቸው ቢኖር ኖሮ ህምሳ ትናንሽ ባደረጉት ነበር፡፡ “ቀድሞውንም ማምጣት አልነበረብንም፣” አለ ጨቡዴ እጆቹን እያወናጨፈ፡፡ “እዚያው ቀጥቅጠን ለጅብ መስጠት ነበረብን፡፡”

አንጌሳ ቁና፣ ቁና እየተነፈሰ ነበር፡፡ “ሞኞቹ እኛ፡፡ እጃችን የገባውን ሂድ ብለን እንለቃለን!” በቁጭት መዳፎቹን አማታ፡፡ “ይኸው ጉድ ሠሩን፡፡ ባዷችንን አስቀሩን፡፡ ከተሰበሰቡት ሰዎች አንዱ “ትናንትናውኑ ለፍርድ ብንቀመጥ ኖሮ ይህ ሁሉ ባልመጣ!” አለ፣ የሁሉንም ስሜት በሚገልጽ ቃና፡፡

ፖሊሶቹ ሁኔታው አላማራቸውም፡፡ ምንም ነገር ሊፈጠር ይችላል፡፡ ለሰዉ በግልጽ በማይታይ እንቅስቃሴ የክላሾቻቸውን መጠበቂያዎች አላቀቁ፡፡ አንደኛው ከፊል፣ ሌሎቹ ደግሞ ሙሉ አውቶማቲክ ቁልፍ ላይ አቆሙት። ዓይናቸውን ወዲህና ወዲያ እያጉረጠረጡ ጣታቸውን ከቃታው አስጠግተው የአለቃቸውን ትዕዛዝ እየተጠባበቁ ነበር።

"እባካችሁ ፀጥታ" ሲሉ አባ ገዳው ህዝቡን አረጋጉ:: ምንም እንኳን እሳቸውም እንደ ሌላው በውስጣቸው ቢከፋቸውም ህዝቡ የፖሊሶቹን ሀሳብ እንዲቀበል አሳመኑት:: ሰው ወደ መምረጡም ገቡና ከዲምቱ ጋር የክስ ማመልከቻውን አሟልቶና ጠበቃ ገዝቶ ጉዳዩን እንዲከታተል ተማሪው ደገፉ ጭኮ ተወከለ:: ደገፉ የነመራ የቅርብ ዘመድ ነው:: በድፍኑ "በኮሌጁ ውስጥ የስነምግባር ጉድለት በማሳየትህ ተሰናብተሀል" በሚል ቀጭን ትዕዛዝ ከሚማርበት ኮሌጅ ለሁለት ዓመት ታግዷል:: የገዳው ችሎት በዚሁ ተጠናቀቀ።

ፖሊሶቹና ደገፉ ለሰኞ ጠዋት ተቃጠሩ፣ ስንብትም ሆነ::

ደገፉ ከትምህርት ገበታው ተለየ እንጂ ከብዕርና ከመፅሐፍ አልተለየም። ራሱን በራሱ ማስተማሩን ቀጥሏል። ሲያነብ ውሎ ሲያነብ ያድራል፣ ይጽፋልም:: የሁለተኛ ደረጃ ተማሪ ሳለ እንደ አሸዋ ፈልተው በነበሩት የግል መፅሄቶችና ጋዜጦች ላይ "መማር ለምኔ፣ ከአምቦ" በሚል የብዕር ስም ታሪክ እያጣቀሰ የሚያወጣቸው ጽሁፎች በርካታ አንባቢዎች አፍርተውለታል። ጽሁፎቹ መሬት ጠብ አይሉም ይባልላቸው ነበር:: የተወሰኑት ጽሁፎች ከታተሙ ከዓመታት በኋላም መነጋገሪያነታቸው ቀጥሎ ነበር:: "የእድገት መሰረት፣ ነፃነት፣" "አብሮ ለማደግ፣ መቆም በህብረት" እና "ልጆችና የእንጀራ ልጆች፣ የአገራችን ፈተና?" "ምን ቢታለብ በገሌ" የመሳሰሉት ጽሁፎች ተለይተው ይጠቀሳሉ:: ክትትልም ይደረግበት ነበር ተብሏል:: ከኮሌጁ የተባረረበት እውነተኛ ምክንያትም በሁለት ዓመት ቆይታው በነበረው ንቁ ተሳትፎና ተናጋሪ በመሆኑ እንደሆነ ዘመዶቹ ያምናሉ።

ደገፉ ቅዳሜ ከቀትር በኋላና እሁድ ዲምቱን፣ እማማ አስካለን፣ የቅርብ ጎረቤቶችና ነገረ ፈጁን አቶ

ኤሊያስ ጎሳን በማነጋገር አምስት ገፅ የክስ ማመልከቻ አዘጋጀ፡፡ የክሱን ማማልከቻ እንደያዘም ሰኞ ጠዋት ሦስት ሰዓት ከዲምቱ ጋር ፖሊስ ጣቢያ ደረሰ።

ወዲያው አልተሰተናገዱም – ሰዓት አለማክበር ወደባህልነት የተለወጠበት ህብረተሰብ ውስጥ ነበሩና፡፡ ጉዳዩን የያዘው ኢንስፔክተር ሮቢ ዲንቄሳ ወዲህ፣ ወዲያ ሲል አርፍዶ ከአንድ ሰዓት ተኩል ጥበቃ በኋላ ቢሮው አስጠራቸው።

ኢንስፔክተር ሮቢ በደርጉ ዘመን የብሔራዊ ውትድርና ዘማች ነበር፡፡ ሰለክላካ አካባቢ በተደረገ መጠነኛ ውጊያ ተማረከ። ከውጊያው አምስት ቀናት በፊት በሰሜን ምዕራብ የጦር ቀጠና የሸሬ ግንባር የጦር አዛዥ፣ የሐረር አካዳሚው ምሩቅ የነበረ ኮሎኔል ሸሬ እንደሥላሴ ቤተክርስቲያን እያስቀደሰ ሳለ ሽጉጣቸውን በጋቢ ደብቀውና እንደቄስ ጠምጥመው ከግራና ከቀኙ ሲያስቀድሱ በነበሩ ሁለት ታጋዮች ተማርኮ ከመወሰዱ አምስት ቀን በፊት ሰለክላካ አካባቢ በተደረገ መጠነኛ ጦርነት ላይ ተማርከው ከተወሰዱት ወታደሮች አንዱ ነው – ኢንስፔክተር ሮቢ።

ኢንስፔክተሩ አሥራ ሁለተኛ ክፍልን አጠናቋል። ትግርኛ፣ ኦሮምኛ፣ አማርኛና እንግሊዘኛ አቀላጥፎ ይናገራል። ከምርኮ በኋላም በአማርኛና ኦሮምኛ ተናጋሪዎች ድርጅት ታቀፈ፡፡ በወለጋ በኩል ቡሬን ተሻግረው "ዘመቻ ቢሊሱማ ወልቂጡማ"ን ሲያውጁ 'ሮቤል' የሚለውን ስሙን 'ሮቢ' በሚል ለውጦ በቀላሉ ከአካባቢው ሰው ጋር ከተደባለቁ የፖሊስ ሠራዊት አባሎች አንዱ ነው።

ሮቢ ከአባቱ አቶ ዲንቄሳ ጉዲናና ከእናቱ ርግበ መሀሪ ጨርቆስ አካባቢ ተወልዶ ያደገ የከተማ ልጅ ነው። ትምህርት ቤት ዘወትር ሰኔ 30 ሲዘጋ አያትና አጎቶቹን ለመጠየቅ አምቦና አድዋ ሲመላለስ ከቤት ውስጥና ከአካባቢው የተማረውን የቋንቋ ችሎታ

አዳብሯል። በዚህ ችሎታው አብዛኛውን ነገር ራሱ ስለሚጨርስ የያዛቸው ምርመራዎች በቶሎ እንዲጠናቀቁ አግዞታል።

የባኮ ፖሊስ ጣቢያ አዛዥ ነቀምት ተወልደው ነቀምት ያደጉት ህይወታቸውን ሙሉ በፖሊስነት ያሳለፉት ሻምበል ኩምሳ መገርሳ ናቸው፡፡ ሆኖም ፈላጭ ቆራጩና ተሰሚነት ያለው ሮቢ ዲንቄሳ ነበር። ከቢሮ አቅም እንኳን ሰፊውና በዘመናዊ ሶፋዎች የተጨናነቀው የእሱ ቢሮ ነው። የአገረ-ስብከት ጳጳሳት እንደሚደፉት ቆብ የጠቀረ ወንበሩ ላይ እየተሽከረከረ ገብተው እጅ የነሱትን ዲምቱንና ደገፉን የእንግዳ መቀመጫው ላይ እንዲቀመጡ በእጁ አመላከታቸው፣ እነሱም ተቀመጡ፡፡ የክስ ማመልከቻውንም አስረከቡ።

ሮቢ በረጃጅም ጣቶቹ መሀል አጥብቆ በያዛት እስክሪብቶ ጠረጴዛውን ጠበጠበ፡፡ “የወንድማችሁ ጉዳት፤ የደረሰባችሁ መከራ እጅግ በጣም ከባድ እንደሆነ ይገባናል፡፡ እኔም ሆንኩኝ የሥራ ባልደረቦቼ ፍትህ ለማግኘት የምታደርጉትን ጥረት በተቻለን መጠን ለመርዳት ዝግጁ ነን፤ ግዴታችንም ነው፣” ብሎ ወረቀቶቹን ያገላብጥ ጀመር። ደገፉም ከሶፋዋ ጠረጴዛ ላይ አንድ ጋዜጣ አንስቶ አገላብጦ ሳይጨርስ፤ የኢንስፔክተሩ ንግግር አቋረጠው፡፡ “የክስ ማመልከቻው ጥሩ ተፅፏል፡፡ ሆኖም ወቅቱን ያለገናዘቡ አንዳንድ ነገሮች ስላሉት መስተካከል ይኖርባቸዋል፣” አለ፡፡ “ከሳሽ ሁለታችሁም ናችሁ?”

“አዎ፣ ዲምቱ በሚስትነቷ እኔ ደግሞ በዝምድናዬ ሁለታችንም ከሳሾች ነን።”

“ስም ከነአያት ስላልተጻፈ የአያት ስም መግባት አለበት። አንተ የኮሌጅ ተማሪ ነህ፡፡ እንዴት ይሄ ይጠፋሃል፣ ተሜ!” አለ በፌዝ መልክ – ደገፉ ለእሱ እንግዳ አልነበረምና። ደገፉ የማያውቀው ነገር ቢኖር

ኢንስፔክተር ሮቢ እሱን በዓይነ ቁራኛ እንዲጠብቅ የተመደበ መሆኑን ነው፡፡

"የእሷ ስም ዲምቱ ለታ ዋቅጅራ ይባላል፡፡ የኔ ደግሞ ደገፋ ጭኮ ምንዳርዓለው ዘውዴ ዶሪ መኮንን ሀብቶም....."

"የተጠየከውን ብቻ መልስ!" ኢንስፔክተሩ ተቆጣ፡፡ "እንኳን የቅድመ አያትህንና ቀጣዩን ስም ጨምረህበት የአያትህ ስም ብቻ..." አለና አንጠልጥሎ ተወው፡፡

"ይቅርታ ኢንስፔክተር ስሙን እኔ አላወጣሁትም፣" አለ ደገፋ፡፡ "ለምን በእኔ ትቆጣለህ?"

"ስሰማቸው የሚለበልቡኝ ስሞች አሉ!" አለ ኢንስፔክተሩ – ለእነሱም ለራሱም፡፡

ደገፋ በበኩሉ በፌዝ መልክ በደብዛዛው ፈገግ አለ፡፡ "ስም ቤንዚን ወይም ከሰል አይደል ነዶ..." አለ፡፡

"በቃ አልኩህ!" ኢንስፔክተሩ አንባረቀበት፡፡ ግንባሩንም ሠላሳ ቦታ ከሰከሰ፡፡ "ብሔር የሚለውን ደግሞ 'ኢትዮጵያዊ' በቅንፍ 'ሀበሻ' ብለህ ነው የሞላኸው፡፡ አልገባህ እንደሆነ ዘርህን ማለት ነው። እ!...ዘርህ ምንድነው?"

"ግልጽ እንዲሆን ከመጀመርያው ልጀምርልህ፣" አለ ደገፋ። "የዘር ግንዴ መሰረቱ አርዲ፤ ሰላምና ድንቅነሽ-ሉሲ የአዋሽን ወንዝ ተከትለው፤ ከጅግናው አልሚራህ አገር ነበር ኑሯቸውን የጀመሩት። በዘመናቸው የልደት ማረጋገጫ ስለሌለ ማምጣት አይቻልም። ነገር ግን የሰው ቅሪተ አካል ተመራማሪዎች እየቆፈሩ ያወጡትን የሁላችንንም የዘር ግንድ ማስረጃ ለማየት ጃማይካው፣ ጃፓኑ፣ ህንዱ፣ እንግሊዙ፣ አሜሪካዊው በድፍኑ ምድረ ፈረንጅ በሙሉ

እየጎረፈ የአቢሲኒያን ምድር እየተሳለመ ፎቶ ሲያነሳና ሲነሳ ነው የሚውለው።" ኢንስፔክተር ሮቢ ግራ መጋባቱ በገጽታው ላይ ታትሟል፡፡ በደገፉ ጤነኝነት ጥርጣሬ የገባው ይመስላል፡፡ እንደ አውነቱ ደገፉ በአንድ ስብሰባ ላይ የጥናት ወረቀት የሚያቀርብ እንጂ ለፖሊስ ቃል እየሰጠ ያለ አይመስልም፡፡ ኢንስፔክተር ሮቢም ምን ማድረግ እንዳለበት ግራ የገባው ይመስላል፡፡

"የኔ ዘሮችና ዘመዶች ምድረ ፈረንጅ ሀገሩ ሲመለስ 'የሰው ዘር መገኛ የቅድመ አያቶቼን ቤት ኢትዮጵያን ጎብኝቼ፣ ወንድሞቼንም አውቄ፣ በእጃቸው በልቼ፣ ሰው ወዳድነታቸውን፣ እንግዳ አክባሪነታቸውን አረጋግጬ መጣሁ። ፍቅር በምድር ላይ የነገሰባት፣ ክርስቲያን ከሙስሊም ተጋብቶ፣ ቤተክርስትያን ከመስጊድ ጎን ለጎን አንፆ፣ ፈጣሪውን የሚያመሰግን ህዝብ፣ ስረ መሰረቴን አገኘሁ፣' ብሎ መደሰቱን በየጋዜጣው የሚፅፍላቸው ናቸው፤።" ኢንስፔክተር ሮቢ እጆቹን አጣምሮ በዝምታ ያየዋል፡፡ ደገፉ ምናልባት ነካ አድርጎት ሊሆን ይችላል፣ ምናልባት...

"ልቀጥል?" አለ ደገፉ፡፡ ኢንስፔክተሩ አልመለሰለትም፡፡ ዲምቱ ደገፉ የምታውቀው ዘመዷ ይሁን ሌላ ሰው የተጠራጠረች ይመስል አፍጥጣ እያየችው ነበር፡፡ ደገፉ ቀጠለ – በራሱ ውሳኔ፡፡

"የቅርቦቼን ማወቅ ከፈለግህ ቅድም እስከ ሰባት ቤት ጠርቼ ሳልጨርስ አቋረጥከኝ እንጂ እዘረዝርልህ ነበር። በድፍኑ ግን ከጅንካ ኢቫንጋዲ መንደር፣ ጎንደር ከመቅደላ አፋፍ፣ ከሐረር ጅጅጋ ሜዳ፣ ከሸዋ በሰላሌ ፍቼና ደገም፣ ወሎ ከቦሩ ሜዳ፣ በከፋ ጅማ-አሰንዳቦ፣ በጎጃም-ሉሚሜና ዋሸራ፣ በአሪሲ-ነገሌ ቦረናና ባሌ፣ በኤርትራ አካለ ጉዛይ ማይ ወይኔ መንደር፣ እንዲሁም ከሸዋ አምቦ በወለጋ ነቀምት ደምቢዶሎ ያሉት የእኔ ዘሮች ናቸው። ባጭሩ የኢትዮጵያ ዋርካ

የአባ ኬሎ ጋሮ ልጅ ጀግናው አርበኛ ጄኔራል ጃጋማ ኬሎ አጎት ፊታውራሪ አባ ዶዬ ዋሚ ገሮ የጣልያን ሰላቶ ብዙ ባንዳዎችን አስከትሎ የዘር መርዙን ሲዘራ 'እኛ የመጣነው እናንተን ከአማራ ጭቆና ነጻ ልናወጣ ነው' ብሎ ሲያባብላቸው መልሱን ለማሳየት አንድ ቁና ሠርገኛ ጤፍ አስመጥተው 'ይህን ለቅመህ ነጩን ጤፍ ከጥቁሩ ወይም ከቀዩ አሁኑኑ ለይልኝ' ብለው እንደማይቻል እንዳሳዩት ሁሉ እኔም እንደ ማኛው ጤፍ ጥርት ያልኩኝ ሳልሆን እንደ ሰርገኛው ጤፍ የተደበላለቅሁኝ ለመለየት ተቸግሬ የማስቸገር ሰው ነኝ። ለዚህ ነው እኔም ከእግር ጥፍሬ እስከ ራስ ፀጉሬ ድረስ እንደ አዙሪት ሽቅብ ቁልቁል እየተሽከረከረ የሚፈሰው ደሜ ድብልቅ ስለሆነ ኢትዮጵያዊ ድብልቅ ሁሉንም ነኝ ያልኩህ።"

ኢንስፔክተር ሮቢ ለአፍታ ያህል ዝም ብሎ ቆየና "ጨረስክ? የኛ ጉዱ ካሳ፤ እንደልቡ ተናጋሪ?" አለው፡፡ ደገፉ መልስ አልሰጠውም፡፡ ኢንስፔክተሩ ከወንበሩ ቀና አለና እንደማሾፍም እጆቹን ከፍ አድርጎ አጨበጨበ፡፡ "እንዴት አይነት የተዋጣልህ ምሁር ነህ እባክህ!" ድምጹ እየጠነከረ ሄደ፡፡ "እኛ ያስቸገርን እንዳንተ አይነቱ ሰባት ቤት፣ አስር ቤት እያለ ተረት፣ ተረት የሚያወራልን ሰው ነው። መፍትሄው በጣም ቀላል ነው። እኛ እናውቀዋለን፡፡" ሳቅ አለ – ቢሮው ከገቡ ለመጀመሪያ ጊዜ፡፡ "ግዴለህም፣ ቀስ እያልክ ታየዋለህ፣ ወይም ታገኘዋለህ ብልህ ይሻላል መሰለኝ። እስካሁን የቀባጠርከው ዋጋ የለውም። የዘር ሀረግህ የሚቆጠረው በአባትህ ነው፡፡ አባትህ ጭኮ ከአምቦ ስለሆነ ብሔር ኦሮሞ ብዬ ሞልቼዋለሁ።" ቀና አለ፡፡ "ኦሮሞ ነህ ብዬሀለሁ፡ ብዬሀለሁ! አለቀ በቃ።" አፈጠጠበት፡፡

"አልስማማም፣" አለ ደገፉ፡፡ "የሰው ልጅን መለያ መስፈርቶች አንደኛ በቀለሙ ቀይ፤ ቀይ ዳማ፤

ጠይም፣ ጥቁር ወይም ነጭ ተብሎ ሊመደብ ይችላል። ሌላው በደም አይነቱ "ኤ" "ቢ" "ኤቢ" ወይም "ኦ" ብሎ መመደብ ይቻላል። አሁን፣ አሁን ደግሞ አዲስ በመጣ መሳሪያ ደም፣ ምራቅ፣ ወይም የፀጉር ናሙና ወስደው በ 'ዲ.ኤን.ኤ.' የዘር ሀርግ ከየት እንደሆነ ማወቅ ይቻላል። የአንድ አካባቢ ነዋሪን ህዝብ ቋንቋና ባህልን ማወቅ የዘር መለያ ሊሆን አይችልም፡፡"

"አትለኝም!" አለ ኢንስፔክተሩ በነገሩ የተመሰጠ ይመስል እያሾፈ፡፡ "አንተ እንዲህ የወጣልህ ምሁር ሆነህ እዚህ ከእኛ ከመሀይሞቹ ጋር ምን ትሠራለህ! የእውነት መሸለም ያለብህ ነህ፡፡"

"አንተ የምትለው ራስህ ፈጥረህ አንተው ወስነህ የምትመድበው እኔን አይወክልም። ለመሆኑ በየትኛው ላቦራቶሪ ነው አሁን ያልከው መመዘኛ የሚረጋገጠው?"

ኢንስፔክተሩም፣ "ላቦራቶሪ አያስፈልገውም፣" አለ በንቀት፡፡ "መመርያ ይበቃዋል። ካስፈለገ ጣልያን ሠራሽ ላቦራቶሪ ስላለ እንዳንተ ያሉትን ያልተዋጠላቸውን ሰዎች በደንብ መመርመር ይቻላል። ያኔ ሳትጠየቅ ታምናለህ፡፡ ባታምንም ለጊዜውም ቢሆን ጥሩ ደጋፊ ትሆናለህ። እና በአንተ መስፈርት የእኔ ዘመዶች በአባቴ በኩል ዲንቄሳ ከአምቦ፣ አሰፋ ከፍቼ፣ ተሰፋሚካኤል ከመቀሌ፣ ተሰፋጋብር ከአስመራ ተወለዱ። በእናቴ በኩል ደግሞ መሃሪ ከአድዋ፣ ባንትይወስን ከመሀል ሜዳ፣ ክንዴ ከጎንደር ወዘተ. እያልኩ ልዘረዝር ነው! በጣም ቀላሉ የእኛ ቀመር ስለሆነ ዲንቄሳ ከአምቦ በሚለው መስፈርት መሰረት ኦሮሞ የሚለው ተስማምቶኛል። አንተም እወቅበት፡፡ ከጊዜው ጋር መራመድ ካልቻልክ እንደ ዳይኖሰር ከምድረ ገፅ ድምጥማጥህ ይጠፋል፡፡"

"ስለ ምክርህ አመሰግናለሁ፣ ዋጋ የለውም እንጂ፣" አለ ደገፉ፡፡ በረጅሙ ተንፍሶም ቀጠለ፡፡ "ሁለት ፀጉር አውጥተው እንኳን እንደሚንገላቱት

የተከበሩ አባቶች ባልሆንም ቢያንስ አጋጣሚ ሳገኝ እውነቱን እናገራለሁ። ጋን ውስጥ እንደተመረገ የጎጃም ጠላ ተከድኖ ከመፍላት መተንፈሱ ይሻላል። ቢያንስ የተደፈነ ጆሮው የሚከፈት ወይም አዲስ ሰሚ ትውልድ አፈራለሁ ብዬ ስለማምንም እንደ አበው ባልመጥንም የአቅሜን እለፈልፋለሁ። የዘር ነገር ለነሂትለርም አልበጃቸውም። ቋንቋ በአንድ አካባቢ ወይም ስፍራ የሚኖር ህዝብ መግባቢያ፣ ቀይ ጥቁር ሳይል ባህሉን፣ ወጉን የሚገልፅበት፣ ታሪኩን ከትቦ ለትውልድ የሚያስተላለፍበት መሳሪያው እንጂ መከፋፈያው አጥሩ አይደለም። ይልቅ ከፋፍሎ የሚያራርቀንን ጣልያን ሠራሹን ቋንቋ መሰረት አድርጎ የተገነባውን የዘር ግርግዳ እንደ ጀርመን ግንብ አፍርስን ልክ እንደ ጥንቱ መሆን ነው፡፡" ለአፍታ ያህል ዝም አለና ትንሽ ግጥም የምትምስል ባነበንብ ቅር ይልሀል?" አለው፡፡

ኢንስፔክተር ሮቢ ወንበሩ ላይ ተንጋለለና በእጁ ቀጥል የሚል ምልክት ሰጠው፡፡

የሐረር የድሬ፣ ባህርዳር መቀሌ

አዋሳና መቱ ዲላና ነገሌ

ከነቀምት ከጅማ ማርቆስና ደሴ

ወልድያና ሽሬ ምፅዋ ከምሴ

የአሰበ ጅጅጋ አዋሽና ሚሌ

የአስመራ የአዲስ ከረን የበደሌ

ጎጃም ደብረማርቆስ ጉርስም ፋኛን-ቢራ

ሰላሌ ኮምቦልቻ ከአሰበ ወበራ

የአሶሳ የቻግኒ ጋምቤላና ቦንጋ

የአርሲና ባሌ ወይም የወለጋ ልጅ

ተባብለን በፍቅር አብረን እንኑር፣"

አለ ደገፉ፡፡ የሆነ ጭንቀት ከትከሻው የወረደ ይመስልም ፈገግ ብሎ በረጅሙ ተነፈሰ፡፡ የረሳው ነገር ያለ ይመስል ፈጠን ባለ አነጋገር፣ “ችግራችንን በፈረንጅ መርፌ ሳይሆን በራሳችን ወረንጦ ፈንቅለን ብንተባበር አይደለም ኢትዮጵያን አፍሪካን አንድ አድርገን ባጭር ጊዜ ማርስና ጨረቃ ላይ ወጥተን የስንዴና የበቆሎ ተስፈኞች እያለ የሚሳለቅብንን ምድረ ፈረንጅ አፍ እናስከፍት ነበር። ለአሁኑ ግን ወሳኙ አንተ ስለሆንክ የፈለግሽውን ሙላ” አለ፡፡

ኢንስፔክተር በደገፉ ንግግር ከነበረው አስተሳሰብ ትንሽ እንኳን ፈቅ የማለት መልክት አይታይበትም፡፡ ጭርሱን አመረረ፡፡ “በዚህ መርዘኛ ምላስህ አይደለም ከኮሌጅ ከሀገር መባረር ሲያንስህ ነው። የሚያዋጣው አንተን ከርቸሌ መወርወር ነው። ቀደም፣ ቀደም ማለት አብዝተሀል። ስማ፣ የተሰጠህ ነፃነት በማንኪያ እንጂ በአካፋ አይደለም፡፡ ብታስብበት ይሻልሀል፣ አለበለዚያ ከማሽላዎች መሀል አስቀድማ እንደዘረዘረችው ማሽላ አንድም ለወፍ፣ አንድም ለወንጭፍ ትሆናታለህ፣” ብሎ ግንባሩን እንደከሰከሰ ወደ ወረቀቶቹ አቀረቀረ፡፡ የሁለቱንም ብሔርና የአያት ስም በፈለገው መልኩ አስተካክሎ ማህደሩን ወደ መዝገብ ቤት መራው።

በዛው ዕለት ሁሉንም ነገር አሟልቶ ጉዳዩን ማክሰኞ ወይም ረቡዕ ነቀምት ፍርድ ቤት ለማቅረብ እንደሚሞክር ቃል ገብቶ አሰናበታቸው።

ምዕራፍ 15

ማክሰኞ ከቀትር በኋላ ስምንት ሰዓት የመጀመሪያው የፍርድ ቤት ቀጠሮ ለመድረስ ዲምቱና ደገፉ አንጌሳንና ጨቡዴን እንዲሁም ነገረ ፈጁን አቶ ኤሊያስን ጨምረው በማለዳው ሊዮንቺና ተሳፍሩ።

ዲምቱ ከቀናት በፊት ነመራን ከጎኗ አድርጋ በአይሱዙ መኪና ከባኮ ወደ ነቀምት ያደረገች ጉዞ በዓይነ ህሊናዋ ትዝ እያላት በሀሳብ ነጉዳለች። ፊቷን ወደ መስኮቱ አዙራም ዕንባ እንደጎርፍ የሚለቁትን ዓይኖቿን በነጠላዋ ታባብሳለች። በአንድ በኩል ባሏን የሞት አፋፍ ያደረሰውን ወንጀለኛ በአደባባይ ህግ ፊት ለመፋረድ ያበቃትን እግዚአብሔር እያመሰገነች፣ በሌላው ወገን ቁርጡን ያላወቀችለት የባሏን የጤንነት ሁኔታ እያስታወሰች ከአእምሮዋ ጋር በደስታና በሀዘን ስሜት ትሟገታለች።

ከተፈቀደላት ሀያ ስምንት ሰው አስር ሰዎችና ብዛት ያላቸው በማዳበርያ ከረጢት የተሞሉ የእህል አይነቶችን ደራርባ የያዘቸው ሊዮንቺና ጥቁር ጭሷን ወደ ሰማይ እየለቀቀች ቀትር ላይ ነቀምት ደረሰች። እነዲምቱም በአቶ ኤሊያስ መሪነት ወደ ነቀምት ፍርድ ቤት ሦስተኛ ችሎት አመሩ።

መሀል ከተማ የሚገኘው የአካባቢው ከፍተኛ ፍርድ ቤት በህዝብ ተጨናንቋል። የነዲምቱን ጉዳይ የተመራለት ሦስተኛ ምድብ ችሎት ብዙውን ጊዜ ከፍተኛ ወንጀሎችን ስለሚያይ ስፍራው መሳሪያ የያዙ በርካታ ፖሊሶችና በካቴና የተጠፈሩ እስረኞች ግራና ቀኝ ተሰልፈው የበሩን መከፈት ይጠባበቃሉ። በጠራው ሰማይ የተዘረጋችው የቀትር ፀሐይ ለምትለቀው ሙቀት የተጋለጡት ባለጉዳዮች ሲንቆራጠጡ ቆይተው ከቀኑ ሰባት ሰዓት ከአርባ ደቂቃ የችሎቱ በር ሲከፈት እንደ ግሪሳ ወፍ ግር ብለው ገቡ። እነዲምቱም በግራ

በኩል ከተደረደሩት አግዳሚ ወንበሮች በሦስተኛው ረድፍ ተቀመጡ።

ታዳሚዎች፣ ፖሊሶችና ተጠርጣሪዎች ቦታቸውን ይዘው የዳኞቹን መምጣት ተረጋግተው ሲጠባበቁ ዲምቱና ደገፋ ግን ተረብሸው ነበር፡፡ ደመኞቻቸውን ፍለጋ እየተገላመጡ መግቢያ በሩን ደጋግመው ያያሉ። እንደ ንጉሥ ዙፋን ከተደረደሩት ወንበሮች በኩል ባለች አነስተኛ በር የደንብ ልብስ የለበሰ ፖሊስ ወጥቶ “ፀጥታ! ተነሱ!” በማለት የዳኞቹን መምጣት አበሰረ። ተከትሎም እጀ ሙሉ ሰፊ ጥቁር ካባ የደረቡ ሦስት ዳኞች ገብተው ተሰየሙ።

የመሀል ዳኛዋ ፊታቸው የነበረውን ማህደር ገልበጥ ገልበጥ አርገው፣ “ከሳሽ ወ/ሮ ዲምቱ ለታ ዋቅጅራና ደገፋ ጭኮ ምንዳርዓለው፣ እንዲሁም ነገረ ፈጅ አቶ ኤሊያስ ጎሳ” ብለው ሲጣሩ ሦስቱም ተንስተው ታዳሚያን ካሉበት ከመጀመሪያው ረድፍ በስተግራ ቆሙ።

ዳኛዋ አስከትለውም “ተከሳሽ አቶ እዶሳ ዳባ ዓለሙ” ብለው ተጣሩ፡፡ የእነዲምቱ ዓይኖች ተቅበዘበዙ፡፡ ዳኛው ደግመው ተጣሩ፡፡ እዶሳ በችሎቱ አልነበረም፡፡ እነዲምቱ አይተውት የማያውቁት አንድ ፖሊስ ብድግ አለ፡፡ “የተከበረው ፍርድ ቤት፣ ተጠርጣሪው ወንጀለኛ በፖሊስ ቁጥጥር ስር ይገኛል፡፡ ሆኖም በጠና በመታመሙ ነቀምት ሆስፒታል ተወስዶ ነበር፡፡ ህመሙ ከባድ በመሆኑም ለከፍተኛ ህክምና ዛሬ ጠዋት ወደ አዲስ አበባ በፖሊስ አጃቢነት ተልኳል” በማለት አስረዳ። ዲምቱ “...ወደ አዲስ አበባ ተልኳል...” የሚለውን ስትሰማ ድንገትም መሀል አናቷ ውስጥ ደም የፈሰሳት ይመስል ተዝለፍልፋ ወደቀች። የችሎቱ ፀጥታ ተናጋ፣ ሁካታም ሆነ። ደገፋና ጨቡዴ ዲምቱን ለማንሳት ሲታገሉ ዳኛዋ አምቡላንስ ተጠርቶ ወደ ሆስፒታል እንዲወስዷት አዘዙ፡፡ በተጨማሪ

ፖሊስ የጎደለውን አሟልቶ ተከሳሽ ባለበት በህግ ቁጥጥር ስር ሆኖ እንዲቀጥልና ከሆስፒታል እንደወጣም ችሎት እንዲቀርብ የሀያ ስምንት ቀን የጊዜ ቀጠሮ ሰጥተው አሰናበቱ።

እንደገፉ ዲምቱን ከችሎቱ አውጥተው የአምቡላንሱን መምጣት እየተጠባበቁ ሳለ ምናልባትም ንፁህ አየር በማግኘቷ ነፍሷ መለስ ብሎላት ቀና አለች። ሙሉ ለሙሉ ራሷን ስታውቅም የሆስፒታሉን ጉዞ አሻፈረኝ ብላ ወደ ቤታቸው አመሩ። “እዶሳ ወደ አዲስ አበባ ለህክምና ተልኳል…” የሚለው ድምፅ አእምሮዋን በጥያቄዎች ሞላው፡፡

“ወደ አዲስ አበባ የሄደው እውነት ታሞ ነው?”

“ከወንጀሉ ለመሸሽ ያመመው አስመስሎ ነው ወደ አዲስ አባባ የሄደው?”

“ሆነ ብለው ሰውረውት ነው?”

አንዱን ጥያቄ ሌላውን እየተከተለ እርጋታ ነሳት። የእዶሳ አንደበት ጤፍ ይቆላል የሚባል አይነት ነበር፡፡ በዚህ ላይ ብዙ ሰው እንደሚያውቅ ዲምቱ ታውቃለች፡፡ ይህ ደግሞ ግራ መጋባቷን አባባሰባት፡፡

“በህመም አሳበው ሊያስፈቱት ይሆን?”

“እንደዛተው ነመራን ሊጨርሰው ነው ዱካውን ተከትሎ አዲስ አባባ የሄደው?”

“ነመራ ያለበት ሆስፒታል እንደጠያቂ ገብቶ የተኛበት በትራስ አፍኖ ሊያስቀረው አስቦ ይሆን?”

የዲምቱ ልብ እዶሳንና ነመራን ተከትሎ ከባኮ አዲስ አበባ እንደተንከራተተ ዕንባዋ ለአፍታም ሳያባራ ከቤቷ ደረሰች።

ምዕራፍ 16

ስለ ነመራ ወሬ ሳይሰማ ቀናቶች ነጎዱ። ነመራ የተኛበት ሆስፒታል ለንጉሡ ለቀዳማዊ ኃይለሥላሴ አራተኛ ልጅና ለኢትዮጵያ የመጀመሪያዋ ሴት ነርስ ለልዕልት ፀሐይ ኃይለሥላሴ መታሰቢያነት የተሠራ ነበር፡፡ ልዕልት ፀሐይ ለጄኔራል አቢይ አበበ ተድራ ነቀምት ከተማ ስትኖር ገና በ25 ዓመቷ እንደብዙዎቹ ወላድ የነቀምት እናቶች በወሊድ ምክንያት ህይወቷን አጥታ ቀብሯ አዲስ አበባ ተፈጽሟል፡፡ ነመራ ከንጉሡ 100,000፣ ከውጭ በዕርዳታ መልክ በተገኘ 50,000 የእንግሊዝ ፓውንድ በተሠራውና ደርግ በ1966 አብዮት ወቅት ወርሶ ወደ ወታደራዊ ንብረትነት በመለወጥ 'የጦር ኃይሎች ጠቅላይ ሆስፒታል' ብሎ በሰየመው ሆስፒታል የደረሰው ዓርብ ከቀትር በፊት ነበር።

የጦር ኃይሎች ሆስፒታልን ከፊት ለፊቱ ማለትም በስተምዕራብ የድሮው አውሮፕላን ማረፊያ፣ በስተደቡብ የድሮው ምድር ጦር ሙዚቀኛ ጦር ካምፕ፣ በስተምስራቅ ጥቂት መኖሪያ ቤቶችና ሳሪስ ወይን ጠጅ ፋብሪካ፣ በስተሰሜን የፖሊስ ስፖርት ክበብ አሜድላና የደህንነት ቅርንጫፍ መስሪያ ቤት ያዋስኑታል።

ዙርያው በግንብ ታጥሮ ከዋናው በር ወደ ውስጥ ሲገቡ ከሆስፒታሉ ህንፃ በተጨማሪ ለሀኪሞችና ለነርሶች መኖርያነት እንዲሁም ለጤና ረዳቶች ማሰልጠኛነት የሚያገለግሉ ቤቶች አሉ።

በግቢው ወስጥ ከሆስፒታሉ አስተዳደር ክፍል በስተጀርባ በንጉሡ ዘመን በምግብ የተጎዱ ህፃናትን ለመጠገን ይረዳ ዘንድ በእንግሊዞቹ ተቋቁሞ በኋላ ቃሊቲ የተዛወረው የመጀመሪያው የፋፋ ፋብሪካና በአሁኑ ወቀት መሰብሰቢያ የሆነው ሰፊ የአዳራሽ ህንፃ አለ።

ድንገተኛ ክፍሉ ግቢው መሀል ላይ ይገኛል። የካርድ፣ የጥርስ፣ የመድሀኒት ቤት፣ አንድ መለስተኛ ላቦራቶሪ እና የተመላላሽ ህክምና ክፍሉ በአራት ማዕዘን ቅርፅ ተሠርተው ዙሪያውን ከበውታል። ዘመናዊ የራጅ መሳሪያዎችን ያካተተው ባለሁለት ፎቅ ህንፃ በአንድ በኩል ከድንገተኛ ክፍሉ፣ በሌላው በኩል ደግሞ ከዋናው ሆስፒታል ጋር ያገናኛል። ባጠቃላይ አስፈላጊዎቹን የህክምና ግብአቶች በሙሉ አሟልቶ ለህሙማን ምቹ በሆነ ስፍራ ይገኛል።

ከራጅ ክፍሉ ጎንና ጎን ያሉት ክፍት ቦታዎች ከፊሉ ለሆስፒታሉ ሠራተኞች መኪና ማቆሚያ ሲያገለግል ቀሪው ለከፍተኛ መኮንኖችና እጅግ ተፈላጊ ሰዎች ወይም የመንግሥት ባለስልጣናትና ቤተሰቦቻቸው ተሽከርካሪዎቹ የሚያቆሙበት ቦታ አለው።

ከራጅ ክፍሉ በስተቀኝ ለመኪና ማቆሚያ የተከለለውን ቦታ ተንተርሶ በዋናው በር መግቢያ በኩል የሚገኘው ስፍራ ለሆስፒታሉ ልዩ ውበት የሚሰጥና በአበቦች የደመቀ ነው። ይህን የሠራተኛ ክበብና መናፈሻ ያሳመረው የቀደሞው ብሔራዊ ምልምል ወታደር እሱም እንደነሮቢ በጦር ሜዳ ተማርኮ በትግሉ ዘመን በቋንቋ ችሎታው ለአማርኛ ቋንቋ ተናጋሪዎች ድርጅት እንደበረከት የተሰጠ ፍቼ ሰላሌ ተወልዶ ያደገ ኦሮምኛና አማርኛውን እንደ ውሀ የጠጣው ቁመተ ረጅሙ ሻምበል ገመቹ ነው።

በንጉሡ ዘመን ቢሆን ኖሮ የገመቹ መለሎ ቁመት ለክብር ዘበኛነት ቁጥር አንድ ተመልማይ ያደርገው ነበር ይባልለታል። የልጆችን ቁመናና ዝንባሌ እያዩ የሚመለምሉ የስፖርት ባለሙያዎች ባለመኖራቸው እንጂ ለውትድርና ሳይሆን ለቦክሰኝነት በልጅነቱ መልምለውት ቢሆን ኖሮ በዚያ ቁመቱ ለታይሰንም አይመለስም ነበር፡፡ “ታይሰንን ከአንድም

ዙር አያሳልፈውም ነበር…" ይላሉ አንዳንድ ጓደኞቹ፡፡ እንደ ድመፀ ጎርናና ጋዜጠኛ በዜና መልክ እያወራ ሻምበል ገመቹንና ጓደኞቹን የሚያስቅ ባልደረባ ነበረው፡፡ ሰበሰብ ባሉ ቁጥር ድምጹን ይስልና ኮስተር ብሎ ይናገራል፡፡

"ፍቼ ሰላሌ ተወልዶ ያደገው፣ ኮርቶ ያኮራን፣ ከአፍሪካ የመጀመሪያው በከባድ ሚዛን የዓለም ሻምፒዮን ቡጢኛ በመሆን የኢትዮጵያን ስም ያስጠራውና ወገኑን፣ ህዝቡን በተለይ በጣም የሚወዳቸውንና መንደረተኛው 'ህዳ ገመቹ' እየተባሉ የሚጠሩትን እናቱን በደስታ ያንበሸበሸው የእኛው ልጅ፣ ገመቹን ኬኛ፣ እጆሌ ፊቼ፣ የፍቼው ልጅ…" እያለ ሲያንበለበልው ጓደኞቹ በድጋፍ ያጨበጭባሉ፡፡

ድግርን ከሞፈር በቅጡ የሚያገጣጥም ሰው ጠፍቶ ገመቹ ውትድርና ገባ፡፡ ከሞትና ከመቁሰል ተርፎም ተማረከ፡፡ በረሀ ከገቡት ጋር ለበርካታ ዓመታት ቆይቶ አብሮ አዲስ አባባ ገብቷል። አዲስ አበባ ከገቡ በኋላም ወደ መደበኛ ሠራዊት አባልነት ተለውጦ በሻምበልነት ማዕረግ የሆስፒታሉ አስተዳዳሪ ሆኖ ተሹሞ አቅሙ በፈቀደ መጠን በቅንነት ለማገልገል ሞክሯል። በኃላፊነት በነበረበት ወቅትም ብዙ ሥራዎችን በመግባባት ፈፅሟል። ከሁሉም ልብ የማትፋቀው በአንድ ወቅት ከቀን ሠራተኞች ጋር አብሮ አፈርና ድንጋይ በባሬላ እያጋዘ ሠርቶ ያሠራት የሠራተኛ ክበብ ወይም መናፈሻዋ ናት፣ እንደ ጓደኞቹ ትረካ።

ሻምበል ገመቹ አንድ ቀን በርካታ የሰራዊቱ አባላት በተሰበሰቡበት የግምገማ ስብሰባ ላይ "በትምህርትና ስልጠና እንዲሁም የስልጣን ስብጥሩን የአንድ አካባቢ ሰዎች ያዙት፡፡ ለዚህ ነው የታገልነው?" ብሎ በመጠየቁ ትክክል ያልሆነ አስተሳሰብና ኋላ ቀር አመለካከት ነው በሚል ቅፅበታዊ ውሳኔ ማዕረጉ ተገፎ

ዘብጥያ ወረደ፡፡ በአንድ ወቅት ሽቅብ ወጥተው ድንገት ቁልቁል ከወረዱት ታጋዮች ጋርም ተደባለቀ። በሆስፒታል ቆይታው ላደረገው በጎ አስተዋፆ የሆስፒታሉ ሠራተኞች ምንም እንኳን ቁጤማ ተጎዝጎዞ፣ አበባና ፈንድሻ ተበትኖ፣ ክር በጥሰው ባይሰይሙለትም በውስጠ ታዋቂ ያሳመራትን አደባባይ 'ገመቹ አደባባይ' ብለው ሰይመውለታል።

'ገመቹ አደባባይ' ሠራተኛውም ሆነ ህሙማኑ ፋታ ሲያገኙ ገመቹን እያመሰገኑ ሻይ ቡና የሚሉባትና ንፁህ አየር የሚተነፍሱባት ስፍራ ናት፡፡ በተለይ ብዛት ያለው ጉዳተኛ ከጦር ቀጠና በአየርም ሆነ በምድር ተልኮ መቃረቡ ሲነገራቸው የሆስፒታሉ ሠራተኞች ተሰባስበው ሲጠባበቁ የሚያመሽባት አንዳንዴም የሚያነጉባት ልዩ ቦታ ነች።

በዛች ዕለተ ዓርብ ገመቹ አደባባይ እድምተኞቿን አጭቃ የከበቡ ሠራተኞች ሻዩ፣ ቡና ወይም ለስላሳ ላዘዘው ለማዳረስ ይራወጣሉ። ድንገተኛ ክፍሉ አካባቢ ጉዳዩ ያለቀለት መድሀኒቱን ቋጥሮ ከግቢው ለመውጣት በብዛት ወደ ዋናው በር ያዘግማል። ለከቀትር በኋላ የተቀጠረውና ከቀትር በፊት የምርመራ ውጤት ለሐኪም ለማቅረብ የተቀጠረው ግቢው ወስጥ ይርመሰመሳሉ።

ወዲ ነጮ የመኪናውን ሞተር ሳያጠፉ ዋናው በር ላይ ለጥበቃ የተመደቡ ወታደሮች ንቃት ጎድሏቸው አያቸው፡፡ "ስማንዶ....ወንድም ቀልጠፍ ቀልጠፍ በሉና አስገቡን፡፡ የያዝነው ሰው በጣም የተጎዳ ነው" ብሎ ወደኋላ አሳያቸው። ጉደታና ዘመዶቹ ነመራን ሸፍነውበት የነበረውን ነጠላ ገለጥ አደረጉት፡፡ ጥበቃዎቹ በድንጋጤ ራሳቸውንና አፋቸውን ይዘው "ቀጥል! ቀጥል!" ብለው ጮሁ። ወዲ ነጮም በቀጥታ ወደ ድንገተኛ ክፍሉ አመራ። ለሰራዊቱ አባላትና ቤተሰቦቻቸው በጦር ኃይሎች ሆስፒታል የሚሰጠው

ህክምና ሙሉ በሙሉ ነፃ በመሆኑ ህክምናውን ለማግኘት ውጣ ውረድ የለውም። 'ካርድ አውጣ!' 'ገንዘብ አስይዝ!' 'ነፃ ወረቀት አምጣ!' የሚሉ የህክምና ባለሙያዎችን አእምሮ የሚፈታተኑ ምክንያቶች በዚህ ሆስፒታል ቦታ የላቸውም።

ድንገተኛ ክፍሉ በር ላይ 24 ሰዓት በፈረቃ ሠራተኞች ይመደባሉ፡፡ በወቅቱ የተመደቡት ህሙማን ተቀባይና ደልዳይ ክፍል ሠራተኞች ወዲ ነጮ የመኪናውን ሞተር ከማጥፋቱ ከተፍ አሉ። የነመራ ዘመዶችና አዱኛ የሸፈኑትን ነጠላ ለመጨረሻ ጊዜ ሲገልጡት ማን እንደጀመረው ያልለየ ኡኡታ እንደ ተላላፊ በሽታ ተዛመተ፡፡ በአካባቢው በተለይ ገመቹ አደባባይን ሞልተውት የነበሩ ህሙማንና አስታማሚዎች ወደ መኪናው እየተጠጉ እየተንጠራሩ ወደ ውስጥ ማየት ያዙ። ገሚሱ ታቦታትን ይማጸናል፣ ገሚሱ የክርስቶስንና የእግዚአብሔርን ስም ደጋግሞ እየጠራ ሽቅብ ያንጋጠጣል፡፡ ገሚሱ ለአላህ አቤት ይላል፡፡ ገሚሱ በጉልበት በርከክ እያለ መሬቱን በእጁ እያበሰ ይስማል፡፡ ገሚሱ ደግሞ መናገር የለ፣ መጮህ የለ፣ መተንፈስ የለ በያለበት ሀውልት ሆኗል፡፡

"ጦር የገባበት ሰው ሆስፒታል መጣ..." የሚለው ወሬ በአንዴ ግቢውን በወርድና በስፋት አካለለው፡፡ ወሬው ከአንዱ ወደ አንዱ ሲቀባባል እየተሸራረፈና እየተጨመረለት መልኩን ሲለውጥ ቆይቶ ከሆስፒታሉ በስተጀርባ በደርጉ ዘመን የሊቢያው መሪ መሀመድ ጋዳፊ በእርዳታ የሰጡት ስምንት ተንቀሳቃሽ የህሙማን መኝታ ክፍሎች (ኬስታጉን) አጠገብ ወሬው ሲደርስ "የኦነግ ጦር በቆረጣ ገባ!" በሚል ተደመደመ።

በግቢው ውስጥ ያለው ወታደር ገሚሱ በጎኑ የታጠቀውን ሽጉጥ እየወዘወዘ ገሚሱ ደግሞ በየቢሮው ያስቀመጠውን ታጣፊ ክላሽ እየመዘዘ ወደ ድንገተኛው ክፍል ይንደረደር ጀመር። በቦታው ሲደርሱ ያዩት ግን

በቆረጣ የገባ ጦር ሳይሆን፣ በአንድ ጎን ገብቶ በሌላ ጎን የወጣ ጦር አንገቱ ላይ የተሰካ ሰው ነበር፡፡ አብዛኞቹ ወታደሮች በርካታ አይነት የሚያሰቅቁ ጉዳቶች ያዩ ቢሆንም ይህኛውን ግን ማመን አልቻሉም። ከንፈራቸውን መጠጡ፣ ራሳቸውን ያዙ። የከፈሎቹ ዓይኖችን ይብለጨለጩ ጀመር – የማንንም የዕንባ ከረጢት የሚሸነቁር ትርኢት ነበርና፡፡

የድንገተኛ ክፍሉ ህሙማን ተቀባይ ቡድን አባላት ተስተካክሎ የተቀመጠውን ቀጥ ያለ የማመላለሻ አልጋ በፍጥነት ከመኪናው ጀርባ አስጠጉት። ከየክፍሉ የወጡት የሻምበል፤ የመቶና ሀምሳ እልቅና ማዕረግ ያላቸው መለዮ ለባሾችና ሲቪሎች ወይም ወታደር ሳይሉ ተባብረው ነመራን አልጋዋ ላይ አስቀመጡት፡፡ በፀዳው ወለል ላይ እየገፉ አጅበው ድንገተኛ ህክምና ክፍል አስጠጉት።

ነመራ በድንገተኛ ከፍሉ ገብቶ ብዙም አልቆየም። ተረኛ ሀኪሙ በቁማቸው የመሸኛ ደብዳቤውን አንብበው ምርመራቸውን ቀጠሉ። ጊዜ ሳያጠፉ የደምና የራጅ ምርመራ ቅፅ ላይ እየሞነጫጨሩ የ‘ድረሱልን’ ጥሪና የ‘ተዘጋጁ’ መልእክት ከዳይሬክተር ጀምሮ በደረጃ አስተላለፉ፡፡ “የላቦራቶሪ ባለሙያ በአስቸኳይ እዚሁ መጥቶ የደም ናሙና ይውሰድ…” ሲሉ በወታደርነታቸውም፣ በሀኪምነታቸውም ትእዛዝ ሰጡ።

የድንገተኛ ከፍሉ ኃላፊዋ ሲስተር ግሉኮስ የተሰካባቸውን የደም ስሮች ቦታቸውን አለመልቀቃቸውን አረጋገጠች። ከአንዱ ክንዱ የደም ናሙና ቀዳችና ለላብራቶሪው ባለሙያ አስረከበች። ሁሉም ድንጋጤያቸውን ለመደበቅ ራሳቸውን ተቆጣጥረው የገጠማቸውን ያልተለመደ ፈተና ለመወጣት ይሯሯጣሉ። አስራ አምስት ደቂቃ ባልሞላ ጊዜ ውስጥ ሁሉን አሟልተው ነመራ ከተቀመጠበት

ሳይነሳ በተንቀሳቃሽ ራጅ መሳሪያ የአንገትና የጭንቅላት ራጅ ለማስነሳት እንደ ታቦት አጅበውት ወደ ራጅ ክፍል አመሩ። ወዲ ነሬሖ ህይወትን የሚያያት ሳይጨናነቅ ነበር – እንደ ትያትር፡፡ ሳምባውን በትምባሆ፣ የሥራ ባልደረባቹንና አለቆቹን በምላሱ እየጠበሰ የሚኖረው ወዲ ነሬሖ አነባ፣ ተንሰቀሰቀ፡፡ ነመራ እየተገፋ ወደ ገመቹ አደባባይ በምትወስደው በር በኩል ሲያልፍ እያየ ከሆዱ አለቀሰ። ሡናይት፣ ‘መነኩሴው’ና አዱኛ በዕንባ የረጠቡ ዓይኖቻቸውን እያባበሱ “እግዜአብሔር ይሁንህ፣ ደህና ሰንብት” እያሉ እጆቻቸውን አውለበለቡ፡፡ የእነሱ ግዳጅ በዚሁ ተደመደመ። የነመራ ህይወት በእጃቸው ላይ ሳያልፍ በህይወት ስላስረከቡት ፈጣሪን እያመሰገኑ ወደ መኪናቸው ተመለሱ።

መደበኛ የወታደር ልብሶቻቸው ላይ ነጭ ሽርጥ የደረቡ የሆስፒታሉ ሠራተኞች ነመራን እየገፉ በገመቹ አደባባይና በራጅ ክፍል መሀል ለእግረኞች በተዘጋጀችው ባለ ታዛ ቀጭን መንገድ አልፈው የተንጣለለው ራጅ ክፍል ይዘውት ገቡ። ራጅ ክፍሉ ቀደም ሲል ሆስፒታሉ በልዕልት ፀሐይ ስም ይጠራበት በነበረበት ዘመን የድንገተኛ ህሙማን መቀበያ ነበር። ከጊዜ በኋላ ወደ ራጅ ክፍል ሲለወጥ የህክምና ሙያቸውን በህዳሳ፣ እስራኤል የቀሰሙት ኮሎኔል መክ በሚገባ አደራጅተውታል። ዘመናዊ መሳሪያዎችን ከማሟላት በተጨማሪ በጡረታ እስከተገለሉበት ድረስ ለትምህርትና ለምርምር ይረዳ ዘንድ የራጅ ምስሎችን ‘የሳንባ’፣ ‘የኩላሊት’፣ ‘የጨጓራ’፣ ‘የአንጀት’፣ ‘የጭንቅላት’ ወዘተ. እያሉ አደራጅተው በቢጫ ፖስታዎች በመደርደር ለመጪው ትውልድ ለምርምር ይረዳ ዘንድ አስቀምጠዋል።

ነመራን የያዘችው ባለጎማዋ አልጋ ተገፍታ የራጅ ክፍል ኃላፊውን ቢሮ በስተግራ በመተው

የፊልም ማጥቆርያ ጨለማ ክፍል፣ ፊልም ማጠቢያና ማድረቂያ ክፍሎቹን በስተቀኝ አልፈው በሁለቱም ወገን አግዳሚ ወንበሮች የተደረደሩበት የህሙማን መጠበቂያ ክፍት ቦታ ሲደርሱ ጨለማ ክፍል የነበሩት መቶ አለቃ የሻለምና ዘይነብ ድንገት ወጡ፡፡ በተመለከቱት ትርኢትም ደነገጡ፣ ደነዘዙ፣ የጨው አምድ ሆኑም፡፡ ህልም ይሁን እውነት ማወቂ ደቂቃዎችን በላባቸው፡፡ ህልም አልነበረም፡፡ የሻለም "በስማም! በስማም! የአክሱሚ ፅዮን!" እያለች ስትለፈለፍ የውቅሮዋ ዘይነብ ደግሞ "ያ አላህ! ያ አላህ!" ብላ አፍንጫዋን በተሸፋፈነችበት ሻርፕ ነገር አፍና ታለቅስ ጀመር።

ነመራ ተዳክሚል፣ ከ24 ሰዓት በላይ ጉሮሮው ላይ ተሰክቶ የሚያሰቃየው ጦር አልበቃ ብሎ ወደ አዲስ አበባ የተደረገው ጉዞ ሰውነቱን አጓጉሎታል፡፡ የዓመት ያህል የረዘመበት የሰዓታት ስቃዩና አእምሮው ላይ የተከመረው የተስፋ መቁረጥ ስሜት ፊቱን የነሐሴ ጽልመት አስመስሎታል። ከአንዴም ሁለት ጊዜ "እንዲህ ከምሰቃይ መሬት ላይ ተከስክሼ ሁሉም ነገር ቢያበቃ!" እያለ ከራሱ ጋር ተሚግቷል፡፡ ቁጭት መለስ ሲልለት ልጆቹንና ሚስቱን ያስታውሳል፡፡ "ከፋም ለማም ድኜ ብኖር ይሻላል፤ ከመሞት መሰንበት…" ይልና አቅም ላጣ ተስፋው ጉልበት ይሆነዋል፡፡

ከድንገተኛ ክፍል ወደ ሆስፒታሉ ዋና ኃላፊና የውስጥ ደዌ ባለሙያ ሊ/ኮሎኔል ቢሮ የተደወለውን ስልክ ያነሳችው ፀሀፊዋ ነበረች። ፀሀፊዋም አስደንጋጩን መልክት እንደተቀበለች የሆስፒታሉ ዳይሬክተር ለጉብኝት ወደ ሆስፒታሉ ከመጣ የአንገትና አገጭ አካባቢ የቀዶ ጥገና ባለሙያ ከሆነው ስዊድናዊ ዶክተር ጋር ስትነጋገር ወደነበረበት ቢሮ ዘው አለች።

"ዶክተር፣ ዶክተርዬ! ጉድ ተፈጥሯል!... ድንገተኛ ክፍል ጦር ገብቷል..." አለች ቁና፣ ቁና እየተነፈሰች፡፡ ዳይሬክተሯ ግራ የተገባውንና እንደ ሌኒን ተመልጦ እንደ ዱባ የተድበደበለውን ነጭ ሀኪም በሚገባው ቋንቋ አናግራው ተያይዘው ወጡ።

ዘለግ ያለችውና ደብረዘይት ከተማ ያደገችው ቅላቷም ወደ እንግዳው ፈረንጅ የሚቀርበው ዳይሬክተሯ ትግሪኛ፣ አማርኛና እንግሊዝኛ አቀላጥፋ ስለምትናገር ሁሉንም በሚገባው ቋንቋ ታስተናግዳለች። ስዊድናዊውን ሀኪም ጥርት ባለው እንግሊዝኛዋ እያናገረችው ቢሮዋ ከሚገኝበት ሁለተኛ ፎቅ ወርዳ ወደ ድንገተኛ ክፍል አመራች፡፡ ወደ ራጅ ክፍል በር ስትቃረብም ለስላሳ ረጅም ፀጉሯን እያደጋገመች ከጆሮ ግንዷ ወደኋላ እየላገች እንግዳዋን አስከትላ ወደ ውስጥ ዘለቀች።

ስዊድናዊው ሀኪም ወደ አፍሪካ ሲመጣ የመጀመሪያው ነበር። በልጅነቱ ስለ አፍሪካ ያስተማሩት አፍሪካውያን ችግርተኞች፣ ረሀብተኞችና ኋላ ቀር መሆናቸውን ብቻ ነበር። ነፍስ እያወቀ ሲመጣ በልጅነቱ የተነገረውንና ከበሰለ በኋላ የሚሰማውን በዓይኖቹ አይቶ ለማነፃፀር ይረዳው ዘንድ አዲስ አበባ ከመጣ ሁለት ሳምንቱ ነበር። በሰሜን፣ በምስራቅና በደቡብ ያሉትን የቱሪስት መስህቦችን ጎብኝቶ በአእምሮው ተቀርጾ የነበረውን የአፍሪካን፣ በተለይም የኢትዮጵያን መጥፎ ገፅታ መፋቅ ጀምሯል። አክሱምና ላሊበላን እንዲሁም የፋሲልን ግንብ ጎብኝቶ ኢትዮጵያ በስልጣኔ ከ3,500 ዓመት በላይ ያስቆጠረች፣ ክርስትናንም ሆነ እስልምናን በመቀበል ከመጀመሪያዎቹ ሀገሮች አንዷ እንደሆነች ሲረዳ፣ "ለካስ እነኚህ ሰዎች እውነትም ታላቅ ሥራ የሠሩ፣ በመጽሐፍት እንደተጻፈው አባቶቻቸው ከግዮን (ዓባይ) መነሻ እስከ መድረሻ ግብፅ ድረስ ጥበብን

ያስተማሩ ናቸው፣" የሚል ስሜት አድሮበታል እንደ ክንፈ ሚካኤል ገለፃ፡፡ ሆኖም "ምን ነካቸው? ለምን ታድያ አሁን ኋላ ቀር ሆኑ?" አይነት ስሜት እያሰለሰ ቢታይበትም አፍ አውጥቶ ግን አልተናገረም፡፡

"አውሮፓ ድርቅ ገብቶ ድንች መብላት ሲሰለቸው ወደ አዲሲቷ ምድር አሜሪካ የተጓዙት 550 ዓመት እንኳን ሳይሞላቸው በምድር ተምዘግዝጊ፣ በሰማይ በራሪ መሳሪያውን፣ ዓለምን የለወጠውን ኮምፒዩተር፣ ስልኩን ወዘተ. ሲፈጥሩ፣ እናንተ ለምን በነበር ቀራችሁ? ወይንስ ከትልቅነት ይልቅ ትንሽነትን፣ ሽቅብ ከመውጣት ይልቅ እየጫጩ ቁልቁል መሄድን መርጣችሁ ነው?" እያለ ያየውን የታሪክ አሻራ ከህዝቡ ኑሮ ጋር እያስተያየ ከአንድ ሁለት ሰዎች ጋር ውይይት ቢጤ ለመፍጠር ሞክሮ ነበር ይላል ክንፈ ሚካኤል፡፡ ዜጋው ሳይቀር እነዚህን ጥያቄዎች መመለስ እንዳዳገተው አላወቀም ነበርና፡፡

ዳይሬክተሯ ተንቀሳቃሽ የራጅ መሳሪያ ያለበት ክፍል በር ላይ ግድግዳውን አስደግፈው ያስቀመጡትን ነመራን ስታይ "በእየሱስ ስም!" ብላ አንድ እርምጃ ወደ ኋላ አፈገፈገች። የስዊድናዊው ነጭ ቆዳ ጭርሱን ሊጥ ሆነ፡፡ ዓይኖቹ የተፈጥሮ መጠናቸውን ሁለትና ሦስት እጥፍ አከሉ፡፡ "ማይ ጎድ!" የምትል የሰለለችና የምታሳዝን ድምፅ ብቻ ነው ማሰማት የቻለው፡፡ ሳይታሰብ ግድግዳውን ደገፍ አለና ቁልቁል ተንሸራተተ – ወለሉ ድረስ፡፡ ዘጭ አለ።

ስዊድናዊውን ለመርዳት ገሚሱ ስትሬቸር ፍለጋ ሲሯሯጥ የራጅ ክፍሉ ፅዳት ሠራተኛ እማማ ተዋበ ዶ/ር መክ ካስደረደሩት "የሳንባ ራጅ" ከሚለው መስመር አንዱን ቢጫ ፖስታ ሳቡና ፊቱና አንገቱ አካባቢ ያራግቡለት ጀመር – አውድማ ላይ ጤፍን ከእብቅ ለመለየት እንደሚያራግብ ገበሬ፡፡

የነመራ ሁኔታና የእንግዳው ድንገተኛ መዘረር ዳይሬክተሯን ረበሻት፡፡ እንደምንም ራሷን ተቆጣጥራ ከወታደራዊ ሰላምታ በቀር ለሁሉም ነገር የሚቀናትን ግራ እጇን እያወናጨፈች ትእዛዞቿን ደረደረች። “እንትና ኦክስጅን አዘጋጅ፣ አንተ ከማደንዘዣ እነ…፣ እንዲሁም ከከፍተኛ ህክምናና ከትትል ክፍል እነ….. ባስቸኳይ ጥራ፡፡”

በግራ እጇ ሁለት ጣቶቿ ስዊድናዊውን ግራ እጁ አካባቢ ለሴኮንዶች ያህል ጫን አድርጋ በማስከተልም ማዳመጫዋን ከግራ ጡቱ ስር አስገብታ አዳመጠች። የልቡ ምት የተረጋጋ ነበር፣ እሷም ተረጋጋች፡፡ “ኦክስጅን አፍንጫው ላይ አድርጋችሁ ግሉኮስ ጀምሩለት…” አለች፡፡ ወዲያውኑ ከኦፕሬሽን ክፍሉ አንድ ዶክተር… እና ሻምበል ሲስተር ከረዳታቸው ጋር ወፈር ብላ በመድሀኒት የተሞላች ሻንጣና አነስተኛ የኦክስጅን በርሜል ይዘው ከተፍ አሉ።

የራጅ ክፍሉ የመድፍና የሞርታር ፍንዳታ አይናጠው፣ ጥይት አይንጣጣበት እንጂ እንደ ጦር ቀጠና ሰዉ ይርመሰመስበታል። ነመራ ግድግዳውን ደገፍ ብሎ ስትሬቸሩ ላይ እንደተቀመጠ እንቅስቃሴዎቹን ይታዘባል። አልፎ፣ አልፎ “ከእኔም የባሰ አለ እንዴ?” እያለ ራሱን ይጠይቃል። ነጭ ሸርጥ ከለበሱት ባለሙያዎች ይልቅ ቅጠልያውን ዥጉርጉር ልብስ የለበሱ ወታደሮች ክፍሉን ይራወጡበታል። የጥበቃ ክፍሉ ሰዎች ተጠርተው አብዛኛውን ሰው እስከሚያስወጡ ድረስ የራጅ ክፍሉ ወደ መለስተኛ ገበያነት እየተለወጠ ነበር።

የማደንዘዣ ሙያተኞችም ነመራን እንዳዩት የደም ዝውውራቸው የቆመ ያህል ደረቁ። “ጌታዬ፣ ምን ጉድ አሳየኸኝ!” አለ አንደኛው ከከንፈሮቹ ብዙም ባልዘለለ ድምጽ፡፡ እስኪረጋጉና ሥራቸውን እስኪቀጥሉ

የተወሰኑ ሴኮንዶች ባከኑ፡፡ ለስዊድናዊውና ለነመራ ዕርዳታ ሠጥተው ስዊድናዊው ለተወሰነ ሰዓት ክትትል እንዲደረግለት ሁለተኛ ፎቅ ላይ ወደሚገኘው የከፍተኛ ህሙማን መከታተያ ክፍል ሸኙት። የቀዶ ጥገና፣ የአጥንት፣ የአንገትና ጉሮሮ፣ የጥርስ ሀኪሞች ከዳይሬክተሯ ጋር መክረው ነመራ በቀጥታ ወደ ቀዶ ጥገና ክፍሉ እንዲወሰድና ተንቀሳቃሽ የራጅ መሳሪያውም እዚያው ድረስ እንዲመጣ ተስማምተው አጅበውት ወደ ቀዶ ጥገናው ክፍል አመሩ።

ሦስት ሰዎች በግራ፣ ሦስት በቀኝ ሆነው ልዩ የሕሙማን መተኛ የህክምና ክፍሉ በር ላይ ሲደርሱ አዛውንቱ፤ አቶ ስሜ በእንጨት ፈላጭነት ተቀጥረው ከረጅም አገልግሎት በኋላ ብቸኛው የሬሳ ክፍል ኃላፊም ገናዥም ሆነው ሲያገለግሉ በጡረታ እስከተገለሉበት ድረስ የጌታዬ ማስታወሻ እያሉ የሚንከባከቧት ለጄነራል ዶ/ር ጋጋ መታሰቢያ የተተከለችውና ውሃ የሚያጠጣት አጥታ የጠወለገችው ዘንባባ አጠገብ ሲደርሱ ወደ ቀኝ ታጠፉ። ምድር ላይ የሚገኘውን የህሙማን ክፍል “ለ”ን አቋርጠው ወደ ውስጥ አመሩ።

ቀደም ሲል አንዱ ዶክተር ቀዶ ጥገናው ክፍል ደውሎ “እጅግ በጣም አስቸኳይ ቀዶ ጥገና የሚያስፈልገው ሰው ስለመጣ ተዘጋጁ” የሚል መልክት አስተላልፎ ነበር።

ዳይሬክተሯ ከራጅ ክፍሉ እንደወጣች በእጅ ስልኳ ቁጥሮች መታች፡፡ “ሀሎ….. አስተዳደር፣ መኪኖች ደም ለማምጣት ይዘጋጁ፣ የአቅርቦት ክፍል ኃላፊዋ ወደኔ እንድትመጣ…..” ወዘተ. እያለች መመሪያዎች ደረደረች። ስዊድናዊውን ዶክተር አየት አድርጋ ወደ ቀዶ ጥገናው ክፍል በሚወስደው በዋናው ህንፃ ውስጥ በሚገኘው ክብ ስፍራ ገባች።

ክቡ ስፍራ ቀደም ሲል የልዕልት ፀሀይ ሀውልት ነበረበት። በ1966 ዓ.ም. አብዮቱ ሲፈነዳ 120ያው የሰራዊት አባላት ሰኔ 21 ቀን ደርገው ጀርመናዊው ማርክስ የባዘተውን ጥጥ ሩስያዊው ሌኒን ሸምኖ፣ የቻይና ማኦ፣ የቬትናሙ ሆቺሚን ካለልኳ የሰፉትን የሶሻሊዝም ጥብቆ ኢትዮጵያን ለማልበስ ማርሽ እየደረደሩ አዋጅ ሲያውጁ ጠባቸው ከሰው ብቻ አልነበረም፣ ከሀውልት ጋር ጭምር እንጂ፡፡

የልዕልቲቱን ሀውልት አውጥተው የት እንደጣሉት አይታወቅም።

ምዕራፍ 17

የሆስፒታሉ ሰባት የቀዶ ጥገና ክፍሎቹ ከድንገተኛ ክፍሉ ሰሜን ምስራቅ ከፍተኛ መኮንኖችና የመንግሥት ባለስልጣናት ከሚተኙበት ባለ ሦስት ፎቅ ህንጻ በስተጀርባ ይገኛሉ። በስተሰሜን በኩል በንጉሡ ዘመን የነበሩ እማሆይ ሀብታቸውን ሸጠው ለህሙማን እንዲያገለግል በስማቸው ያሠሩት ሰፊ መታሻና የሙቀት አገልግሎት መስጫ ክፍል ይገኛል።

'የአጥንት'፤ 'የጠቅላላ ቀዶ ጥገና'፤ 'የማህፀን'፤ 'የአንገት በላይ'፣ 'የዓይን ቀዶ ጥገና' እንዲሁም 'የድንገተኛ' የቀዶ ጥገና ክፍሎቹ በመደዳ ከ1 እስከ 7 ቁጥር ተሰጥቷቸው በተሟሉ መሳሪያዎች ተደራጅተው አገልግሎት ይሰጣሉ። የቀዶ ጥገና ዕቃዎች ማፅጃና ማዘጋጃ፤ ለሠራተኛው ሻይ፣ ቡና ማፍያና ማረፊያ ቢሮዎችንና ባለ አራት አልጋ ቅድመ ቀዶ ጥገና ህሙማንን ማዘጋጃ ክፍልና ህሙማን ከማደንዘዣ እስከሚነቁ ከሁለት እስከ አራት ሰዓት የሚቆዩበት ባለ ስድስት አልጋ ክፍል አካቶ ምድር ላይ በትናንሽ ጥዶችና አበቦች ተከቦ ይገኛል።

የማደንዘዣ ክፍሉ በሁለት ዶክተሮች፣ ስድስት የሰመመን ባለሙያ ነርሶችና አምስት ረዳቶች እየታገዘ ድንገተኛ ቀዶ ጥገና የሚደረግለትንና የጦርነት ወቅት ታካሚን ሳይጨምር በቀን ከ10 –15 ለሚሆኑ ህሙማን አገልግሎት ይሰጣል። ከክፍሉ ውጭ ለሚከሰቱ፥ ድንገተኛ፣ አስቸኳይ ችግሮች አገልግሎት በሆስፒታሉ ቅጥር ግቢ፤ ህሙማንን ለማምጣት ወይም ለመውሰድ ሲታዘዙ የሚይዟቸው የህክምና መሳሪያዎችንና መድሀኒቶችን ያሟሉ ሦስት ሻንጣዎች ምንጊዜም ዝግጁ ናቸው። ያን ዕለትም ከራጅ ክፍል የድረሱ ጥሪ ሲመጣ ከመቅፅበት ከሻንጣዎቹ አንዱን ይዘው ነመራ ካለበት ከተፍ አሉ።

የቀዶ ጥገናው ክፍልም ሆነ የሰመመን ሰጪ ቡድን አባላት ከድንገተኛ ክፍልና ነመራ ከራጅ ክፍል ሲወጣ የስልክ ጥሪ ከደረሳቸው ጀምሮ ዝግጅታቸውን አጧጡፈውታል። በጨርቅ የተጠቀለሉ የህክምና መሳሪያዎች የብር ቀለም ባላቸው ከፊል እየተፈቱ በሲስተር አቤ-ዘው እና ሲስተር ፋና በቀዶ ጥገና ክፍል ቁጥር አንድ ትሪ በመሰሉ ዕቃዎች ላይ ይደረደሩ ጀመር።

የማደንዘዣ ክፍል ሠራተኞችም ጃታን ሠራሹን አኮማ የማደንዘዣ ጋዝና ኦክስጅን መስጫ መሳሪያ ገመዶቹን ፈታተው ወደ ቀዶ ጥገና አልጋው አስጠጉት፡፡ አራት ማዕዘን ቅርፅ ያላቸው የልብ ምት መቆጣጠሪያዎች፣ በደም ውስጥ ያለውን የኦክስጅን መጠን መለኪያ መሳሪያዎች አስተካክለው ሰመመን መስጫ መሳሪያው ላይ ደረቡበት። አራት ትናንሽ ኀማዎች በተገጠሙላት ጠረጴዛ ላይ ሲሪንጆችንና መድሀኒቶች እንዲሁም ጠማማ ባትሪና ኀማ የመሳሰሉ ነገሮችን ደርድረው ይጠባበቁ ጀመር።

ብዙም ሳይቆይ ነመራ ከቀዶ ጥገናው ክፍል በር አካባቢ ወለሉ ላይ ሰፋ ያለ አረንጓዴ መስመር ተሰምሮበት አጠገቡ ‘ማለፍ ክልክል ነው’ የሚል ማስጠንቀቂያ የተፃፈበት ስፍራ ላይ ደረሰ። ለወትሮው ህሙማን መጀመሪያ ቅድመ ዝግጅት የሚደረግበት ክፍል እንዲገቡ ቢደረግም በዛን ዕለት ግን ነመራ በቀጥታ ወደ ቀዶ ጥገና ክፍል ቁጥር ‘1’ ተወሰደ።

የቀዶ ጥገና ክፍሉ ባለሙያዎች ሙሉ ለሙሉ አረንጓዴ ለብሰው የመነኩሴዎች አይነት ተመሳሳይ ቀለም ያላቸው ቆቦች ደፍተዋል። አፍና አፍንጫቸውን በጨርቅ ሸብበዋል። ነመራን ከአረንጓዴዋ መስመር ላይ ተረክበው ወደ ክፍል ቁጥር ‘1’ አስገቡና ከቀዶ ጥገናው አልጋ ጎን አቆሙት።

የጦር ኃይሎች ሆስፒታል ሠራተኞች ከፊታቸው የተደቀነውን ፈተና ለመወጣት "ሁሉም ነገር ወደ ቀዶ ጥገና ክፍል ቁጥር 1" ያሉ ይመስል የህክምና መሳሪያዎች ሁሉ ወደዚች ክፍል ይጋዛሉ።

በእነ ሲስተር ፋናና አቤ-ዘው የሚመራው ቡድን አጭር፣ ረጅም፣ ቀጥ ያሉና ጠማማ መቆንጠጫዎች፣ ሰውነትን መቅደጃ ስለቶች፣ ደም ማቆሚያ ወይም ማድረቂያ ወዘተ. ዕቃዎችን በፈርጅ፣ በፈርጁ ደርድሯል።

እቃ በወደቀ ቁጥር "ምነው ሸዋ፣ ወንድ የለም እንዴ!" በማለት የሚታወቁት የፅዳት ሠራተኛዋ እማማ ዓለሚቱ ሳይቀሩ መወልወያቸውን አሹለው የቀዶ ጥገናው ቡድን አባላት እጆቻቸውን ሲታጠቡ ወይም የህክምና መሳሪያዎች ሲፀዱ ወለል ላይ ጠብ የሚል ውሀ ካለ ለማድረቅ ተዘጋጅተዋል፡፡ በደከመ ጉልበታቸው "የሸንኮራው የሁንስ ምኑን አሳየሽኝ ደግሞ ዛሬ! በስመአብ፣ ያንተ ያለህ!" እያሉ ከወዲያ ወዲህ ይንቆራጠጣሉ።

ከማህፀንና የስነ አእምሮ ልዩ ሀኪሞች በስተቀር ከየዘርፉ ቢያንስ አንድ ባለሙያ ቡድኑን ተቀላቅሏል፡፡ የሆስፒታሉ ዳይሬክተርም ስዊድናዊውን አይታ ወደ ቀዶ ጥገና ክፍሉ ተመልሳለች። የውስጥ ደዌ ሙያዋ ለቀዶ ጥገናው የሚያደርገው አስተዋጽኦ አነስተኛ ቢሆንም በበላይ ኃላፊነቷ ከቢሮዋ ሆና በቀጭኑ ሽቦ ከመከታተል ይልቅ በአካል ተገኝታለች፡፡

ዳይሬክተሯ የምትተማመንባቸውና የጦር ሜዳ ቁስለኞችን እየተቀበሉ ያለ እረፍት ቀን ተሌት የሚደክሙትን፣ ሲታዘዙ አምቦ ወይም ሀገረ ማርያም ወዘተ. በሄሊኮፕተር፣ ሌላ ጊዜ ደግሞ ቴላቪቭ፣ ሪያድ፣ ለንደን ስትልካቸው በአውሮፕላን የሚከንፉትን የሙያ አጋሮቿንና በአጠቃላይ ሠራተኞቹን ለማበረታታት አረንጓዴውን ልብስ አጥልቃ ተቀላቅላለች።

የሳምንቱ የድንገተኛ ቀዶ ጥገና ተረኛ ሀኪም የነመራን አጭር የጤንነት ታሪክ የያዘችውን ካርድ አንስቶ እያገላበጠ ከሙያ ጓደኞቹ ጋር ምክክር ጀምሯል። ተንቀሳቃሹን የራጅ ማንሻ መሳሪያ ይዞ የመጣው ባለሙያ ከተለያዩ አቅጣጫ ራጅ አነሳው። ሁለቱ ሰመመን ሰጪዎች በምን መልኩ ይህን ሰው ማስተኛት እንደሚቻል ሀሳብ ይለዋወጣሉ – ሁኔታው ለእነሱ አዲስ ነበርና፡፡ ነመራ ላይ ስለደረሰው አይነት ጉዳት ማከሚያ ዘዴዎች ያነበቡትም ሆነ ሲነገር የሰሙት ነገር አልነበረም።

በቀዶ ጥገና ወቅት መቶ በመቶ ችግር አይገጥምም ባይባልም ለወትሮው የቀዶ ጥገና ሀኪሞች ልበ ሙሉነት ነበራቸው። ማንኛውም ቀዶ ጥገና እንደሚሳካላቸው በከፍተኛ ደረጃ ተማምነው ነበር ሥራቸውን የሚያካሂዱት፡፡ ያን ዕለት ግን የሁሉም ገጽታ የሐምሌን ሰማይ መስሏል። ጭንቀት የተፈጥሮ መልካቸውን አወይቦታል።

ነመራ ሆስፒታል በደረሰ አንድ ሰዓት ባልሞላ ጊዜ ውስጥ ሁሉም ነገር ቢሟላም ማደንዘዣውን እንዲወስድ መፈረም የሚገባቸው የስምምነት ወረቀቶች ገና አልተፈረሙም ነበር።

ነመራ ራሱን ባይስትም በሚያሰቃየው ህመምና ባደረበት የተስፋ መቁረጥ ስሜት ሙሉ ለሙሉ አገናዝቦ በዛን ወቅት ማደንዘዣውን ለመውሰድም ሆነ ቀዶ ጥገናው እንዲካሄድ ይስማማል ማለት አስቸጋሪ ነበር። አንድ ሰው ሳይስማማ ወይም ከፍላጎቱ ውጪ ማደንዘዣ መስጠትም ሆነ ቀዶ ጥገና ማካሄድን ሙያውም፣ ህጉም አይፈቅዱምና። ለሀኪሞቹ የህግ ከለላ መስጠት አስፈላጊ ነበር፡፡

"እዶሳ የጀመረውን እነሱ ሆነ ብለው ጨረሱት" የሚል ክስ ቢመጣ ለመከላከል መክሮ ውሳኔ ላይ መድረስ አስፈላጊ ነበር፡፡ በመሆኑም ለወትሮው

ሀኪሞቹ የቀዶ ጥገና ሥራቸውን ጨርሰው ዘገባዎችን በሚጽፉባት መለስተኛ ክፍል ተሰባሰቡ፣ የጋራ ውሳኔም ላይ ደረሱ፡፡

"ነመራ፣ በቀዶ ጥገናው ወቅት የመሞት እድሉ ከዘጠና አምስት በመቶ በላይ መሆኑን ብናውቅም እንደ ህክምና ባለሙያዎች የአምስት በመቶ የመዳን ዕድሉን መጠቀም ይኖርብናል፡፡ በመሆኑም ማደንዘዣው እንዲሰጠውና ቀዶ ጥገናው እንዲካሄድ በጋራ ወስነናል፣" ሲሉ በፊርማቸው አረጋገጡ።

እነሆ ዋናው ፈተናም ተጀመረ። የሰመመን ክፍሉ ሠራተኞች ነመራን ቀዶ ጥገና የሚካሄድበትን አልጋ ላይ አመቻቹት። ቢጫ ስፖንጅና የቡና ጀበና ማስቀመጫ የመሰለ ነገር እንደ ትራስ እንዲያገለግሉት በራስጌው አደረጉለት።

ሰመመን ሰጪ ዶክተሮቹ ተነጋግረው በነደፉት መሰረት ራሱን ሳይስት ከህመሙ ነፃ ለማድረግ እንዲረዳው በእነሱ እጅ ብቻ ከሚገኘው ኬታሚን ከተባለው መድኃኒት በትንሹ በታፋው ሰጡት። በግምት ከአምስት ደቂቃ በኋላም በከፍተኛ ጥንቃቄ ወደ አልጋው አሻግረው ደረቱ ላይ ከመሳሪያ ጋር የተያያዙ ገመዳ ገመዶች ለጠፉበት።

ነመራ በህይወት የሚቆይበት ወይም እስከ መጨረሻው የሚያሸልብበት አልጋ ላይ ያለ ችግር ቢደርስም እሱን አደንዝዞ በጀርባው የማስተኛቱና የቀዶ ጥገና ሀኪሞቹ ሥራቸውን እንዲጀምሩ የማድረጉ አደገኛውና ቀጣዩ ግዳጅ በማደንዘዣ ክፍሉ ሙያተኞች ላይ ወደቀ።

የሰመመን/ማደንዘዣ ሙያ እጅግ አስቸጋሪና አስጨናቂ ነው። ለህሙማን ከበሽታው ሁኔታ፣ ከባለሙያው አቅም፣ ካሉት መድኃኒቶችና ቁሳቁሶች በመነሳት ሙሉ፣ ግማሽ ወይም ከፊል የሰውነት

ማደንዘዣ አማራጮች ይሰጣሉ። ለነመራ ጉዳት ብቸኛ አማራጭ ሙሉ ማደንዘዣው መስጠቱ ሲሆን በተለይ ጉዳቱ አንገቱና ጉሮሮው አካባቢ በመሆኑ ሁኔታውን በጣም ከባድና ውስብስብ አድርጎታል።

በሚቀጥለው ገፅ ላይ የሚገኘውን ምስል ማየት ካልፈለጉ ከዚህ ገፅ ጋር ደርበው ይግለጡት።

ጣምራ ቁስል

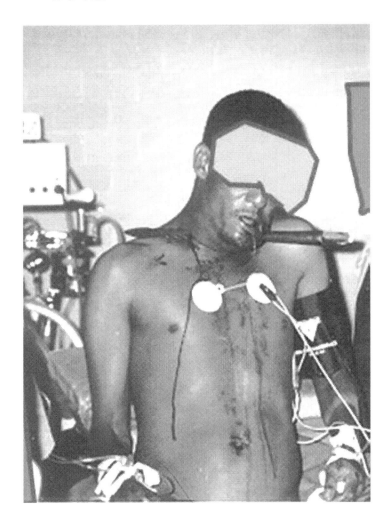

ጣምራ ቁስል

ሆን ተብሎ የተተወ ገፅ

ሙሉ ማደንዘዣ ሦስት ነገሮችን ያካትታል ይላል ክንፈ ሚካኤል ትረካውን ሲቀጥል። አንደኛ ተጎጂውን ወይም በሽተኛውን እንዲተኛ ወይም እንቅልፍ እንዲወስደው ማድረግ፤ ሁለተኛ ሙሉ ሰውነቱን እንዳይታዘዝ ማድረግ፤ ሦስተኛው ደግሞ ምንም አይነት ህመም እንዳይሰማው ማድረግ ናቸው። እነኝህን ሦስት ነገሮች ለመፈጸም ተጎጂው በጀርባ ተኝቶና ሰውነቱ እንዳይታዘዝ ተደርጎ በጉሮሮው በኩል ወደ ሳምባው ለአየር ማስወጫና ማስገቢያ የሚያገለግልን ጎማ መሳይ ቱቦ ማስገባትን ይጠይቃል። በዚህ ጎማ ውስጥ ከኦክስጅን ጋር እንቅልፍ የሚያስወስድ የማደንዘዣ ጋዝ አብሮ ሊሰጥ ይችላል። ይህም የሚሆነው ቀዶ ጥገናው ሊጠናቀቅ አሥር፣ አሥራ አምስት ደቂቃዎች እስከሚቀሩት ድረስ ነው፡፡

የማደንዘዣ ሙያ ከአውሮፕላን በረራ ሥራ ጋር በብዙ መልኩ ተመሳሳይነት አለው ይላሉ ባለሙያዎቹ። አውሮፕላን ምድር ላይ ታጥቦ፣ ተወልውሎ፣ ሞተሩ ተፈትሾና ተስተካክሎ በየዘርፉ ባሉት ሙያተኞች ዝግጁነቱ ተረጋግጦ መንገደኞቹን ለማሳፈር ወደ መንገደኞች መሳፈርያ ስፍራ ይመጣል። ልክ እንደዚሁ ህሙማንም በተኙበት ክፍል ተመርምረው፣ መሟላት ያለባቸው ነገሮች ተሟልተው፣ ህሙማን ቀዶ ጥገናው አንድ ቀን ሲቀረው የህክምና ምርመራዎችን የስምምነት ቅፅ መፈረሙን እነዲሁም ታካሚው ለማደንዘዣ ብቁ መሆኑን መርምረው የሰመመን ክፍል ሙያተኞች ለቀዶ ጥገና ብቁ መሆኑንና አለመሆኑን ይወስናሉ። በቀዶ ጥገናው ዕለትም ህሙማኑ ወደ ቀዶ ጥገናው ክፍል በየተራቸው እንዲመጡ ያደርጋሉ።

የአውሮፕላን አብራሪዎች እንደሚገልፁት አውሮፕላን ብዙ ጊዜ ችግር የሚገጥመው ለመብረር ሲያኮበክብ ቁልቁል የሚጎትተውን የመሬት ስበት

ተቋቁሞ ወደ ላይ ለመነሳት ሲሞክር ወይም ተመልሶ ለማረፍ ሲንደረደር ነው ይላሉ፡፡ ለህሙማንም ማደንዘዣ ሲሰጥ አብዛኛውን ጊዜ ችግር ሊገጥም የሚችለው የእንቅልፍና የማደንዘዣ መድኃኒቶች ተሰጥተውት አተነፋፈሱንና የልብ ምቱን ተቆጣጥሮ ከህመም ነፃ አድርጎ ለማስተኛት ሲሞከርና ቀዶ ጥገናው ተጠናቆ ወደነበረበት ተፈጥሯዊ አተነፋፈሱ ለመመለስ በሚሞከርበት ወቅት ነው።

የአውሮፕላን አብራሪው ግዙፉን አውሮፕላን ወደ ሰማይ አምዘግዝጎ ከደመናው በላይ በተፈቀደለት ከፍታ ሲደርስ ሁሉን ተቆጣጥሮ መብረር ሲጀምር "መንገደኞች ቀበቷችሁን መፍታት ትችላላችሁ" ብለው የበረራ አስተናጋጆች መልእክት እንደሚያስተላልፉት ሁሉ የሰመመን ባለሙያዎቹ በታማሚው ግራ ወይም ቀኝ ክንድ የደም ስር መደሀኒት አድርገውለት በማጅራት የላይኛው ክፍል ከራስ ወደ አንገት መውጫ ትልቁ የውስጥ ቀዳዳ አካባቢ የሚገኘውን የልብ ምትና አተነፋፈስ የሚቆጣጠረውን ክፍል በእጃቸው ማስገባታቸውን ሲያረጋግጡ ለቀዳጅ ሀኪሞቹ ጀምሩ የሚል ምልክት ይሰጣሉ፡፡ የበረራ ታሪኩን እንደሚመዘግበው አብራሪ እነሱም ህመምተኛው የተኛበትን ሰዓት፣ የተሰጠውን የመድሀኒት አይነት፣ ቀዶ ጥገናው የተጀመረበትን ሰዓት ያሰፍራሉ፣ የደም ግፊቱንም በየአሥር ደቂቃ ልዩነት ይመዘግባሉ። አልፎ፣ አልፎም ራሱን በራሱ የሚያስተነፍስ መሳሪያ ላይ አድርገውት የልብ ምቱን መቆጣጠሪያ እንዲሁም ጣት ላይ ተሰክቶ ደም ውስጥ ያለውን ኦክስጅን የሚያነበውን መሳሪያ እያዩ ዘና ማለት ወይም መንቀሳቀስ ይችላሉ።

ነመራ ቀዶ ጥገናው አልጋ ላይ ተሻግሮ እግሮቹ እንደተንጠለጠሉ በዓይኖቹ የከበቡትን የህክምና ባለሙያዎች ቃኘ። ከማደንዘዣ መሳሪያው የዝሆን

ኩምቢ በመሰሉ ሁለት ቱቦዎች መጥቶ በአንዲት ትንሽዬ ጭምብል በምትመስል ነገር አማካኝነት በደቂቃ አምስት ሊትር ገደማ የሚፈሰውን ንፁህ ኦክሲጅን አፍና አፍንጫው አካባቢ ይምጋል። ረቂቅ ህዋሳት ወደ ውስጥ እንዳይገቡም ሆነ ወደ ውጭ እንዳይወጡ ለመከላከል ያጠለቁት አረንጓዴ ጨርቅ ከዓይናቸው በስተቀር ፊታቸውን ሸፍኖት ማንነታቸውን ለመለየት ቢቸግርም ዓይኖቹን ከከበቡት ሠራተኞች ላይ አልነቀለም። ወደ መጨረሻዋ የሞት ሽረት ደቂቃ መቃረቡ ታውቆት ከአንደበቱ ምንም ቃል ባይወጣም “በርቱ እግዜር ይርዳችሁ፣ ብሞትም እባካችሁ እንዳታዝኑ” የሚል በሚመስል መልኩ ከከበቡት ነርሶች የሁለቱን እጆች ተራ በተራ በቀኝ እጁ ጨምድዶ ያዝ፣ ለቀቅ አደረገ – የስንብት ያህል።

ጦሩ በገባባት በኩል ወፈር ያለ የደም ጠብታ ተከታትሎ የተጣመሩት ጣቶች ላይ ተንጠባጠበ፡፡ የቃል ማሰሪያ፣ የስንብት መሀላ ማረጋገጫ፡፡ ነመራ ሊጠገንበት ወይ ሊገነዝበት ከተዘጋጀው የቀዶ ጥገናው አልጋ ላይ እግሮቹን አንጠልጥሎ በዓይኖቹ ሁሉንም ዳግም ቃኘ፡፡ ሲስተር አቤም ትኩር ብላ አየችው፣ ምናልባትም የመጨረሻ እይታ – ድንገትም ዓይኖቿ በእንባ ተሞሉ፡፡ ኅንት ያጠለቁ ጣቶቿን ከነመራ ጣቶች ላይ ቀስ ብላ አነሳች፡፡ ፊቷን ወደ ግድግዳው አዞረች– የተሰበረ ልቧን ለመደበቅ፡፡ ግን ልትሸሽገው አልቻለችም፡፡ እንባዋ ግድቡን ሊጥስ ተቃረበ፡፡ እንዳይታወቅባት ፈጠን ብላ ለጊዜውም ቢሆን ከክፍሉ ወጣች፡፡

የሰመመን ባለሙያዎች ሥራውን ተከፋፍለው ቦታ ቦታቸውን ይዘዋል። አንዱ ሀኪም በቀኝ በኩል ሰንጥቆ የወጣውን ጦር እንዳይነቃነቅ በጥንቃቄ ከነመራ ትከሻ ጋር በመያዝ ደረጃ በደረጃ መወሰድ የሚገባውን እርምጃ ይመራል። ሁለተኛው የሰመመን

ሀኪም ለነመራ ኦክስጅኑን እየሰጠ የማስተኛቱን ኃላፊነቱን ወስዷል።

ሁለቱ የሰመመን ነርሶች መድሀኒቶችን በሲርንጅ ቀድተው ጎንና ጎን ሆነው ሲጠባበቁ የቡድኑ መሪ ምልክት ሲሰጧቸው ከተቀዱት መድሀኒቶች ሁለቱን ቀስ እያሉ በነመራ ግራ ክንድ ላይ በተሰካው ቱቦ ከግልኮስ ጋር ይገፉት ጀመር። የነመራ ቅንድቦቹ ተርገበገቡ፣ እየጠበቡም ሄዱ። አተነፋፈሱም እየቀነሰ ሄደ።

ነመራ በዝግታ በጀርባው እየተኛ በሂደ ቁጥር የከበቡት የህክምና ባለሙያዎች አንገቱ ላይ የተሰካው ጦር በአንገቱ ግራና ቀኝ ከልብ ወደ አንገትና ጭንቅላት ደም የሚያመላልሱት ትልልቅ 'ደም ቅዳ ወይም መልስ' ቧንቧዎች አንዱ ወይ ሁለቱም ተበጥሶ የሚፈሰው ደም እየታያቸው፣ የማደንዘዣው መድሀኒት መተንፈሻውን እንዳይዘጋው እየተሳቀቁ ነበር።

ነመራ በጀርባው ሙሉ በሙሉ ለመተኛት ሠላሳ ዲግሪ ያህል ከፍታ ሲቀረው ኦክሲጅን በመስጠት ላይ የነበሩት ሀኪም በግራ እጃቸው ትንሽዬ ጭምብል መሳይ ጎማውን ከነመራ አፍንጫና አፍ ጋር አጥብቀው በመያዝ በተነፈሰ ቁጥር ተጨማሪ አየር እየሰጡ ማስተንፈስ ወይም አለማስተንፈሳቸውን ለመሞከር በቀኝ እጃቸው የያዟትን እንደ ወናፍ በአየር የተሞላች የላስቲክ ከረጢት ጫን፣ ጫን ያደርጓት ገቡ።

በሚቀጥለው ገፅ ላይ የሚገኘውን ምስል ማየት ካልደፈሩ ከዚህ ገፅ ጋር ደርበው ይግለጡት።

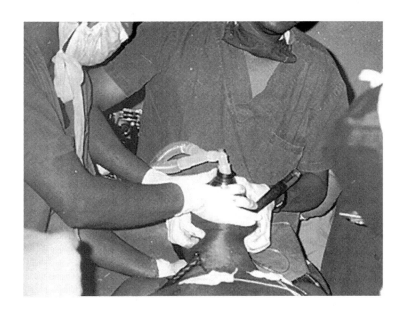

ሆን ተብሎ የተተወ ገፅ

ድንገትም "በእኔ በኩል ማስተንፈስና የሚፈለገውን የኦክስጅን መጠን መስጠት እችላለሁ፣" አሉ፡፡ ጠሩ እንዳይነቃነቅ አጥብቀው የያዙት የቡድኑ መሪ ደግሞ "በእኔ በኩል እስካሁን ችግር የለም፣ ሙሉ በሙሉ ሰውነቱ እንዳይታዘዝ የሚያደርገው መድሀኒት ይሰጥ፣" አሉ፡፡ ሲስተሯ በጣቶቿ መሀል እንደ መድፍ ጥይት ከደረደረቻቸው መሀል አንዱን መድሀኒት (ሬላክሳንት) በደም ስሩ ሰደደችው። የነመራ ሰውነት ተዝለፈለፈ፣ በባለሙያዎቹ ቁጥጥር ስርም ሆነ። በማስከተልም ያስተነፍሱት የነበሩት ሀኪም ወናፉቸውን ደጋግመው እየነፉ በቂ አየር ከሰጡት በኋላ ጫፉ ላይ አንዲት ትንሽ የባትሪ ዓይን ያላትና ብርሃኗ ልክ እንደ መኪና መብራት ተግ ብሎ የፈካን ጠማማ ባትሪ በግራ እጃቸው አንስተው በነመራ አፍ ወስጥ በተሰባበሩት ጥርሶቹ መሀል በጥንቃቄ ከተቷት።

ፈሳሽ በምትመጥ መሳሪያ ጉሮሮውን ካፀዱለት በኋላ ለነመራ ጉሮሮ የሚመጥነውን 'ቁጥር 8' የጎማ ቱቦ "ስጡኝ" ከማለታቸው አንዱ የሰመመን ሰጪ ነርስ ቀኝ እጃቸው ላይ አስቀመጠችላቸው። በመነፅራቸው አስተካክለው እያዩ በቀኝ እጃቸው የያዙትን ጎማ ከነመራ ጉሮሮ አስገብተው ጠማማዋን ባትሪ ሲያወጡ ደስታ ሆነ። የመጀመሪያውን ፈተና በማለፋቸውና የፈሩት ሳይደርስ የነመራን ህይወት ሙሉ በሙሉ ሊቆጣጠሩ በመቻላቸው ተቃቀፉ፣ መዳፎቻቸውንም አገጩ። የመተንፈሻ ቧንቧውን፣ ኦክስጅንና የማደንዘዣ መስጫ መሳሪያው አያይዘው በመቆጣጠሪያ መሳሪያቸው ትንፋሹንና የደም ግፊቱን እየለኩ መመዝገብ ጀመሩ። ዓይኖቹ ጉዳት እንዳይደርስባቸው ጠብታ ጨምረውባቸው እንደተገነዘ ሬሳ ከደኗቸውና በፕላስተር አጣበቋቸው። አስከትለውም በአረንጓዴ ልብሳቸው ላይ ተጨማሪ እጀ ሙሉ ከፊት ወደኋላ የሚታሰር የማታ ልብስ የመሰለ አረንጓዴ ልብስ ደርበው ይጠባበቁ ለነበሩት የቀዶ ጥገና ሀኪሞች

“ማፅዳትና ማልበስ ይቻላል…” የሚል መልዕክት አስተላለፉ።

በሚቀጥለው ገፅ ላይ የሚገኘውን ምስል ማየት ካልደፈሩ ከዚህ ገፅ ጋር ደርበው ይግለጡት።

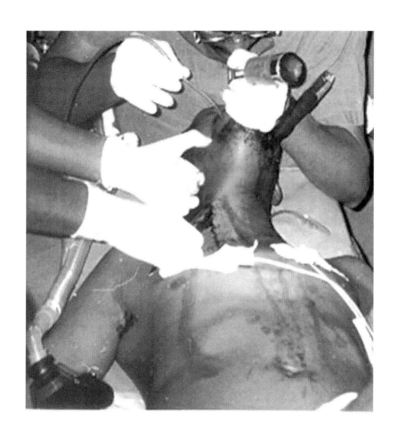

ሆን ተብሎ የተተወ ገፅ

ሰው ላይ ተለጥፈው በሰላም አብረው የሚኖሩ ሲታመም ግን ስጋውንም ሆነ አጥንቱን በልተው መግደል የሚችሉ ረቂቅ ተውሳኮችን ለማጥፋት አንደኛው ሀኪም የተከካ ባቄላ የሚመስል ቅርፅ ባላት አነስተኛ ሰሀን ውስጥ በነበረ ቀለሙ በወየበ ፈሳሽ ነገር የነመራን አንገት፣ አገጭና ከፊል ትከሻውን እየቀባ የተለቀለቀ የጤፍ አውድማ አስመሰለው።

ነርሶቹም ቀዶ ጥገናው የሚካሄድበትን ቦታ ብቻ እንደመስኮት ትተው የሜትር ከሀያ አልጋ አንሶላ የሚያካክሉ አረንጓዴ ጨርቆችን የድግስ ቤት ድስት ከመሰለ ነገር ውስጥ እያወጡ በመደራብ አለበሱት። በመጨረሻም የሰመመን ክፍል ባለሙያዎቹ ከቀዶ ጥገና ሀኪሞቹ የሚለየውን አንድ አረንጓዴ አንሶላ ከራስጌ በኩል ሲወጥሩ ሰመመን ሰጪዎቹ ተቀብለው ለነመራ ግሉኮሱን በሚያንቆረቁሩት ሁለቱ ብረቶች ላይ ፒንሳ በመሰሉ መቆንጠጫዎች አጥብቀው ሲያስሯቸው የሚንቋቋ ድምፅ ተሰማ።

እቃ አቀባይ ነርሶቹ ከሁለቱ የቀዶ ጥገና ሀኪሞች ጎን በነመራ እግር አቅጣጫ ለቀዶ ጥገናው የሚያስፈልጉትን መሳሪያዎች በሙሉ የደረደሩባቸውን ሁለት ትሪ መሰል እቃዎች በነመራ ጉልበት አካባቢ ባለው ቦታ ከፍ አድርገው አቆሟቸው።

ሁሉ ነገርም ዝግጁ ሆነ። ነመራም የማደንዘዣ ጋዝና አየር እየማገ ነፍሱን ለእግዚአብሔርና ከምድር በታች ደግሞ ለህክምና ባለሙያዎቹ ሰጥቶ ድብን ብሎ ተኝቷል። የልብም ሆነ የመተንፈሻ መቆጣጠሪያ መሳሪያዎቹ ችግር እንደሌለ ያሳያሉ። ነመራ አንገት ላይ የተሰካውን ብረት የማውጣት ኃላፊነትና የክፍል ሁለት ፈተናን መወጣቱ በሁለቱ የቀዶ ጥገና ባለሙያዎች ላይ ወደቀ።

በሚቀጥለው ገፅ ላይ የሚገኘውን ምስል ማየት ካልደፈሩ ከዚህ ገፅ ጋር ደርበው ይግለጡት፡፡

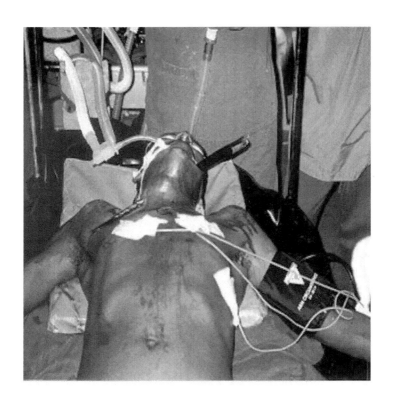

ሆን ተብሎ የተተወ ገፅ

የነመራን ህይወት ለማዳን ቀጥተኛውን ኃላፊነቱን ከወሰዱት አራቱ ሀኪሞች ሦስቱ በልጅነታቸው የጦርነትን አስከፊነት ቀምሰውታል። በ1969 ዓ.ም. የዚያድ ባሬ ሠራዊት እስከ ድሬዳዋ ሲዘልቅ ደገሀቡር፣ ጉርስምና ድሬዳዋ ላይ የጥይት ባሩድ አሽትተዋል። ከሚኖሩበት ቀዬ ካደጉበት መንደር ተፈናቅለው የተሰደዱትም በሬሳ ላይ ተረማምደው ነበር።

ህይወታቸውን ለመሰዋት እንደ ነመራ በመጀመሪያው ረድፍ የተሰለፉ ወታደሮች ባይሆኑም አባቶች በክብር ያስረከቧት የእምዬ ኢትዮጵያ ስም በክፉ ሲነሳ እንደ ብዙሀኑ ኢትየጵያውያን ያንገበግባቸዋል። እነደ ክንፈሚካኤል ትረካ የባለ አንበሳው አርማ ጀግናው ሦስተኛ ክፍለ ጦር ነባር አባላት የነበሩት አባቶቻቸው ለባንዲራና ለአገር ክብር የመጨረሻውን መስዋትነት ከፍለዋል።

ደርግ ያለፍርድ የረሸናቸው ጄኔራል አማን ሚካኤል አምዶም በመሩት በ1956ቱ የቶጎ ውጫሌ ጦርነት፣ በኋላ ደግሞ በ1969ኙ የቀብሪደሀር፣ ጎዴ፣ ጅጅጋ ወዘተ. ጦርነቶች ላይ ሲፋለሙ በኦጋዴን በረሀ በወደቁት አባቶቻቸው ይኮሩባቸዋል። እነኚህ ባለሙያዎች ኩባ አሳድጋ፣ አስተምራ በተለያዩ ሙያዎች ለቁም ነገር ካበቃቻቸው በግምት ከአምስት ሺህ በላይ ምሩቃን መሀል ነበሩ፡፡ ይህንን ውለታ ሳይረሱም “ክብር ምስጋና ለሰፊው የኢትዮጵያ ህዝብና ከእርዳታ አልፎ በሶማልያ ጦርነት ከኢትዮጵያ ጎን ተሰልፎ ደምና አጥንቱን እንዲሁም ህይወቱን ለኢትዮጵያ ምድር ለሰጠው ለኩባ ህዝብ ይሁን” ይላሉ ዘወትር።

ለትምህርት የተላኩት ታዳጊ ህፃናት ወደ ኩባ ያመሩት በ1970ዎቹ መጀመሪያ ዓመታት ነበር፡፡ 2,400 የሚሆኑት በአሰብ ወደብ በኩል በሁለት ዙር በመርከብ ለ21 ቀን ተጉዘው ሲደርሱ፣ ቀሪዎቹ ደግሞ

በተለያየ ጊዜ በአውሮፕላን ተጓጉዘዋል፡፡ በኩባ ኢዝላ ዴላ ሁቬንቱድ (የወጣቶች ደሴት) ተብላ በምትጠራ አነስተኛ ደሴት ላይ ሰኔ 21፣ መንግሥቱ ኃይለማርያም፣ ቆሬና ካራማራ የተባሉ አራት ትምህርት ቤቶች ተከፍተው ነበር፡፡ ሦስቱ ዶክተሮች በሁለቱ ማለትም በሰኔ 21ና በመንግሥቱ ኃይለማርያም የስፓኒሽ ቋንቋና የሁለተኛ ደረጃ ትምህርትን እየቀሰሙ ብርቱካን እየኮተኮቱ አድገዋል። ደስታና ችግሩንም በጋራ አሳልፈዋል። የህክምና ትምህርታቸውንም በምዕራባዊው ኩባ በሚገኝ አንድ የህክምና ተቋም በነፃ ተምረዋል። በተለይ የነመራን ቀዶ ጥገና የሚያካሂዱት ሁለቱ ሀኪሞች የሰለጠኑት በአንድ ተቋምና በተመሳሳይ መምህራን ነበር። በሀገር በቅለው ባህር ማዶ ተጉዘው የተሳሉ አእምሮዎች፣ የተገሩ ጣቶች እነሆ ዛሬ ላልጠበቁት ፍልሚያ ተዘጋጅተዋል፡፡

ቀዶ ጥገና ክፍል ቁጥር '1' የተሰበሰቡት ባለሙያዎች እንደየእምነታቸው ፈጣሪን ለመማጸን ለደቂቃም ቢሆን ፀጥ አሉ። ገሚሱ ዓይኑን ጨፍኖ ሲያነበንብ፣ ገሚሱ ጣቶቹን ሲቆጥር ቆይተው በመጨረሻ በጋራ "አሜን!" አሉ፡፡ እማማ አለሚቱ ድምጻቸውን ከፍ አድርገው "እሱ ይርዳችሁ፣ ፈጣኑ ገብርኤል፣ ፈረሰኛው ጊዮርጊስ፣ ቅዱስ ሚካኤል ያማልዷችሁ!" እያሉ መወልወያቸውንና ባልዲያቸውን እንደያዙ በእጅ መታጠቢያው በኩል ባለው በር ሲያልፉ ድምፃቸው እየራቀ ሄደ።

ክፍል ሁለት ህይወት የማዳን ትንቅንቅን ለመጀመር ሲስተር ፋና አነስተኛ ብረት ላይ የተሰካች የቆዳ መቅደጃዋን ስለት በቀኝ በኩል ለነበረው ዶክተር ሰጠችው። እሱም ቀና ብሎ ከመጋረጃ ጀርባ ለነበሩት አሰምናኝ ዶክተር "መጀመር ይቻላል?" ሲል የፈቃድ ጥያቄ አቀረበ። አሰምናኝ ዶክተሩም ሰዓታቸውንና

የሰመመን መስጫ ማሽኑ (ወሰምኔ) ላይ ተደርበው የተቀመጡትን መሳሪያዎች ቃኝተው "አዎን፣ መጀመር ትችላላችሁ" ሲሉ መለሱ።

ከቀኑ 6፡50 ደቂቃ ሲል በቀኝ በኩል የነበሩት ዶክተር የአንገቱን ቆዳ በጣቶቻቸው መሀል በያዟት ስለት የእንግሊዘኛውን 's' ፊደል ቅርፅ በመሰለ መስመር ከግራ አገጩ በኩል ተነስተው የጡሩ ጫፍ ወደ ወጣበት አቅጣጫ ሰነጠቁት። የሰመመን ዶክተሩ በመጋረጃዋ አሰግገው የደሙን ቀለም እያዩ "የደም ቀለም እንደሚፈለገው ደመቅ ያለ ቀይ፣ ቀዶ ጥገናው የተጀመረበት ሰዓት 6፡50" ብላ እንድትመዘግብ ረዳት ነርሷን አዘዟት።

ወሰምኔዎቹ ከሚያወጡትና ነርሶቹ ለዶክተሮቹ መሳሪያዎች መዳፋቸው ላይ ሲያስቀምጡላቸው ከሚሰሙት ድምፆች በስተቀር ክፍሉን ፀጥታ ዋጠው – ወይ በደስታ ወይ በሀዘን የሚደመደም ፀጥታ፡፡ ሁሉም አትኩሮቱን ነመራ አንገት ላይ የሚርሰመሱት ሀያ ጣቶች ላይ አድርጓል።

የተለያዩ ርዝማኔ ያሏቸው መቆንጠጫዎችን እየተጠቀሙ የሚፈሰውን ደም ያቆማሉ። ስጋን እንደ መጽሐፍ እየገለጡና የደም ስርን ከነርቭ እየለዩ በከፍተኛ ጥንቃቄ ደረጃ በደረጃ ጡሩ ሰንጥቆ ያለፈበት ቦታ ደረሱ። ሆኖም እንደፈሩት በስተግራ የጡሩ ጫፍ በወጣበት በኩል ያለው ትልቁ የደም ቧንቧ እንደ መጋዝ ጥርስ ካገጠጠው ጦር ጋር በጣም ተጠጋግቷል። በክፍሉ ውስጥ ከነበሩት ባለሙያዎች ሦስቱ ብቻ በሚገባቸው ስፓኒሽ ቋንቋም "አለቀ፣ በቃ!" የሚል የተስፋ መቁረጥ ቃል አሰሙ።

አሰምናኞቹ ፈሳሽ ንጥረ ነገሮቹን አይነታቸውን እየለዋወጡ ያንቆረቁራሉ። የሁለት ሰው ደም ሰጥተው ሦስተኛውን አጋምሰዋል። ተጨማሪ የአስር ሰው ደም ስለጠየቁ ዳይሬክተሯ ይጠባበቅ የነበረውን የአስተዳደር

መኪና እንዲላክ ትእዛዝ ሰጥታ የቀይ መስቀል ኃላፊዎችን ለማግባባት ስልክ ላይ "ሀሎ! ሀሎ!" በማለት ተጠምዳለች።

ክፍሉን የሞሉት ሰዎች እስትንፋስ ከውጭኛው የፀሀይ ሙቀት ጋር ተዳምሮ ክፍሉ በጣም ይሞቃል። ሲስተር አቤ ከተፎ የነጠላ ቁራጭ የመሰለች ነጭ ጨርቅ ቀዝቃዛ ውሀ ውስጥ ነክራ እየጨመቀች ከአራስ ልጅ በማይተናነስ እንክብካቤ የሁለቱን ቀዶ ጥገና ሀኪሞች ፊትና አንገት እየጠረገች ከግንባራቸውና ከጆሯቸው አካባቢ የሚንቆረቆረውን ላብ ታደርቃለች። ያጠለቋቸው መነፅሮች ደም ሲፈናጠርባቸው ወይም ሲተነፍሱ ጉም የመሰለ ነገር ሲሸፍናቸው ከመቅፅበት አውልቃ ጠራርጋ መልሳ ትሰካላቸዋለች።

ከጣሪያው ትንሽ ዝቅ ብለው በተፈለገው አቅጣጫ የሚሽከረከሩት ሁለት ከፍተኛ ብርሀን ያላቸው ክብ መብራቶች በደም ስሩ አካባቢ ተስተካክለው እንዲበሩላቸው አስደረጉ። በስተቀኝ የደም ስሩን የተጠጋውን ጦር ለመለየት እነኛ ሀያ ጣቶች ዳግም ነመራ አንገት ላይ ይርመሰመሱ ገቡ። የዶክተሮቹ ጣቶች በተንቀሳቀሱ ቁጥር ከተበጠሰው የደም ስር እንደ ምንጭ ውሀ የሚፈልቀውን ደም ለማቆም በትናንሽ ጨርቆች እያደረቁ በአጭርና ረጅም መቆንጠጫዎች የሚደማውን ቦታ ይይዙታል። ከድመት አንጀት የተሠራ "ካት ገት" ወይም የዓባይ በረሀዋ ጥበበኛዋ የሀር ትል የፈተለችውን ሀር የህንድና የቻይና ነጋዴ በርካሽ እየገዛ በጎጆ ፋብሪካ አባዝቶና ፈትሎ መልሶ በእጥፍ በሚሸጥልን የሀር ክር "ባለ አንድ አልቦ (ዜሮ)፤" "ባለ ሁለት አልቦ" "ባለ ሦስት አልቦ" የሚል ድምፅ ከዶክተሮቹ ሲሰሙ ነርሶቹ የተረተሩትን ክር ከጣቶቻቸው ላይ ያደርጉላቸዋል፡፡ እነሱም እያጠላለፉ የሚደማውን ቦታ ደጋግመው ያስራሉ። "ዜሮው" በጨመረ ቁጥር ክሩ እየቀጠነ

ይሄዳል። በሌላ አነጋገር "0000" ያለው በጣም ቀጭን ሲሆን "0" ያለው ደግሞ ወፍራም ይሆናል። ለማሰር የሚያስቸግር ወይም ታስሮም ደም ማፍሰሱ አልቆም ያለ ቦታ ሲገጥማቸው በኤሌትሪክ ሀይል ከምትሠራ ባለ አራት ማዕዘን አነስተኛ ሳጥን ከመሰለች መሳሪያ ጋር በገመድ ተያይዛ እንደ እርሳስ የሾለችን ብረት ከመቆንጠጫው ጋር እያነካኩ የደም ስሩን እንደ ላስቲክ እያቀለጡ ያጣብቁታል።

በቀኝ በኩል የነበረው ዶክተር በአመልካቿ ወይም በትንሿ ጣቱ እየሰረሰረ ነመራ አንገት ላይ ካለው ትልቁ የደም ስር ተቃርቧል። በስተግራ የነበሩት ዶክተር ቀና ብለው የሰመመን ባለሙያዎቹን አዩአቸው፡፡ "በእናንተ በኩል እንዴት ነው?" ሲሉም ጠየቁ። አሰምናኙ ዶክተር "ሁሉም ነገር ደህና ነው። ቀዶ ጥገናው ከተጀመረ ድፍን ሦስት ሰዓት ከሠላሳ ደቂቃ ሆኗል፣" ሲሉ መለሱ ።

በግራ በኩል የጦሩ እንጨት ቁራጭ የተሰካበትን ጫፍ ይዘው "ተዘጋጁ፣ ወሳኙ ሰዓት ላይ ደርሰናል!" አሉ። ሌላኛው ዶክተር በእሳቸው በኩል የነበረውን የጦሩን ጫፍ በአንድ እጃቸው ይዘው በቀሪዎቹ አምስት ጣቶች ትልቁን የአንገት የደም ስር እንዳይጎዳ እየተከላከሉ ሁለቱም ዶክተሮች በአንድ ልብ ይንቀሳቀሱ ይመስል ጦሩን በዝግታ ወደላይ አነሱት። ሆኖም ጥርሱ እንደ መጋዝ ያገጠጠው ጦር በግራ በኩል ከጥርስ ማረፊያ አጥንት ወይም መንጋጭላ ስር ገብቶ አጥንቱን ሰብሮት ስለነበር በመጠኑም አስቸገራቸው። በመጨረሻም አነስተኛ መሰርሰሪያ የመሰለች ብረት አስገብተው ተምዘግዝጎ ገብቶ ከሰላሳ ስድስት ሰዓት በላይ ከስጋ ጋር ተዛምዶ የነበረውን ጦር ፈልቅቀው አወጡት።

ቁጥር ‘1’ ክፍል ውስጥ እንደ መርግ ተከምሮ የነበረው ፀጥታ ተፈረካከሰ፡፡ ጩኸትና እልልታም አስተጋባ፡፡ ከፍተኛ ደስታና እፎይታም ሆነ፡፡ የእማማ አለሚቱ ረጅም እልልታ ከክፍሉ ግድግዳዎች አስተጋባ። የማይቻል ሆኖባቸው እንጂ ነርሶቹና ዶክተሮቹ እየዘለሉ ቢተቃቀፉ በወደዱ። ከደስታቸው ብዛት አንዱ ባለሙያ “21 ጊዜ መድፍ ተኩሱ!” አለ በስሜት፣ ሳቁም አስተጋባ፡፡

በጭንቀት ፈጠው የነበሩ ዓይኖች በደስታ ዕንባ ረጠቡ። ግሚሱ ይለፈልፋል፤ አንዱ “የእኛ ልጆች ጀግኖች፣ ኮራንባችሁ!” ሲል ሌላው “ነመራም እኛም ዕድለኞች ነን፣ ቢያንስ እዚህ ደርሰናል፣” ይላል። “ኢትዮጵያ ሆኖ ነው እንጂ ይሄ ፈተና አሜሪካኖች አፖሎ 13ን ወደ ጨረቃ ልከው ችግር ገጥሟቸው በውስጧ የነበሩት ሰዎችን ለማዳን በምድረ አሜሪካ የሚደረገውን ጥረትና በሮማ ቫቲካን በካቶሊኩ ጳጳስ የተመራውን ፀሎት ሳይቀር በቀጥታ በቴሌቪዥን ሲያስተላልፉት እንደነበረው የእኛም የሞት የሽረት

ትንቅንቅ ቢያንስ ለእኛው ህዝብ መተላለፍ ይገባው ነበር፣" አለ ከሀኪሞቹ አንዱ። ለአጭር ጊዜም ቢሆን በደስታ ሲፈነጥዙ ቆይተው ነመራን ወደነበረበት ለመመለስ ዳግም ሥራቸውን ተያያዙት።

ከነመራ አንገት የወጣውን ጦር ነርሶቹ በአረንጓዴ ጨርቅ ጠቅልለው ከአንድ ጥግ አስቀመጡት። በማስከተልም አንደኛ ነርስ በነጭ ፕላስተር ላይ በብዕር "ከአስር አለቃ ነመራ ገመቹ አንገት ላይ የወጣ" ብላ ቀንና ሰዓቱን ጨምራ ፅፋ ለጠፈችበት።

በክፍሉ ውስጥ ያሉት ነርሶቹም፣ ዶክተሮቹም እንኳን ከሦስት ሰዓት በላይ ቆመው ሲሠሩ የቆዩ ሊመስሉ ጭርሱን ኃይላቸው ጨምሯል። የጣቶቻቸው ፍጥነትና የእጃ ቅብብሎሹን ላየ "እንዴት ቢሰለጥኑ ነው እንዲህ አበባ ላይ እንደሰፈረ ንብ ተግተው በአንድ ልብ የሚሠሩት!" ያሰኛል። መቆንጠጫውና መቀሱ በነመራ አንገት ላይ ዳግም ያፏጩ ጀመር።

በግራ የነበሩት ዶክተር ቀደም ሲል ጦሩን ሲያወጡ አስቸግሯቸው በነበረው መንጋጭላው አጠገብ የተሰበረውን አጥንት ለማጠጋጋት ሲሞክሩ ያልጠበቁት ሁኔታ ገጠማቸው። ምኑ እንደለቀቀ ለጊዜው ባይታወቅም ደሙ እንደ ምንጭ ውሀ ፍልቅ፣ ፍልቅ እያለ ይጎርፍ ጀመር። በመቆንጠጫውም ሆነ በኤሌትሪክ ማቃጠያዋ መሳሪያ ለማቆም ቢሞክሩም አልተሳካላቸውም። የነጠላ ቁራጭ በመሳሰሉ አንስተኛና ከፍ ያሉ ፎጣ መሳይ ጨርቆችን እንደ ውታፍ እየጠቀጠቁ ቢሞክሩት ሊቆም አልቻለም። የነበረው የደስታ መንፈስም ደፈረሰ፣ እርካታ ያበራቸው ፊቶች እንደገና ጭንቀት አጠቆራቸው፡፡

እነ ሲስተር አቤ ከተፎ በደም የራሱትን ጨርቆች ከስር ስር እየሰበሰቡ በአንዱ ጥግ አረንጓዴ አንሶላ ዘርግተው በመስመር ይደረድራሉ። አሰምናኝ

ነርሶቹና ረዳቶቻቸው የተደረደሩትን በደም የራሱ ጨርቆች እየቆጠሩ ትንንሹን በ10 ትልልቁን በ100 ያበዛሉ። ድምራቸውን ሲጨርሱ የፈሰሰውን ደም "ግማሽ ሊትር፤" "አንድ ሊትር፣" "ሁለት ሊትር፣" እያሉ በየግማሽ ሰዓቱ ለቡድኑ መሪ ያቀርባሉ። እየተንሾካሾኩም የፈሰሰውን ደም ለመተካት ሦስት እጥፍ ንጥረ ነገሩን (ግልኮስ) ወይም ደምን በደም ለመተካት ከተቻለ የወጣውን ደም ያክል መልሰው በመስጠት ሥራ ተጠመዱ። የሚፈሰውን ደም ማቆም ስላልተቻለና ከሚተካው ደም ጋር ስላልተመጣጠነ የነመራ ህይወት ዳግም አደጋ ላይ ወደቀ። ያ ሁሉ ድካም፣ ያ ሁሉ ልፋት መና ሆኖ ሊቀር ነው፡፡

አሰምናኝ ቡድኑ የሚከታተላቸው የልብ ምት ፍጥነትና የደሙ የኦክስጅን መጠን የሚጠቁመው መሳሪያ የማስጠንቀቂያ ደውሎቻቸውን ያንባርቋቸው ጀመር። የነመራ ልብ ፍጥነት ከነበረበት በደቂቃ 100 አካባቢ ማዘቅዘቅ ጀመረ። የደም ግፊቱን ከክንዱ አካባቢ በትክክል ማዳመጥ አልተቻለም። ለጥቂት ደቂቃዎች ደስታ አጥለቅልቋት የነበረችው የቀዶ ጥገና ክፍል ቁጥር '1' የሀዘን ድባብ አከበዳት። ከነመራ ራስጌና ግርጌ የተሰለፉት ባለሙያዎች ምንም እንኳን በልባቸው "ለፍቶ መና!" ብለው ቢያዝኑም ዳግም ኃይላቸውን አሰባስበው ነመራን ለማትረፍ ይረባረቡ ጀመር።

የቀዶ ጥገና ሀኪሞቹ ደሙን በክር አስሮ ሙሉ በሙሉ ለስማቆም ከመሞከር ለጊዜው የሚደማውን ቦታ ማዳረቂያ ጨርቆቹን ሰርስረው በመክተትና ቢያንስ የደም ግፊቱና የልቡ ምት እስከሚስተካከል ድረስ ተጭኖ መቆየትን መርጠው ቦታውን አጥብቀው ይዘዋል።

የነመራ ደም ግፊት የላይኛው ከ40 በታች ነበር፡፡ "የታችኛው አይሰማኝም፣" አለች ረዳት

አሰምናኝ ነርሷ። የነመራም ልብ ምት ከ100 ተንሸራቶ 60… 55… 53… እያለ በፍጥነት ወደ '0' እየተቃረበ ሄደ። የልብ ምቱንም ሆነ የደም ግፊቱን ወደነበረበት ቦታ መመለስ አለያም "ሞቷል፣ በቃ!" የሚለውን መርዶ ማሰማት በአሰምናኝ ቡድኑ ትከሻ ላይ ወደቀ።

የአሰምናኝ በድኑ አባላት እንዲህ ያለው አስቸኳይ ሁኔታ ሲገጥማቸው ማን ምን መሥራት እንዳለበት ስለሚያውቁ አንዷ ነርስ የተለያዩ መድሀኒቶችን እየቀዳች ትደረድራለች። የቡድኑ መሪ ዶክተር ተጨማሪ ደም መስጫ መርፌ የነመራ ቀኝ እጅ ላይ ተከሉለት። የነመራ ልብ ምት 45 ሲደርስ እያፈራረቁ ለሰሚ ግራ የሚያጋቡ የመድሀኒቶችን ስም እየጠሩ በደም ስሮቹ ይሰጡት ገቡ። "አትሮፒን፣" "አድሬናሊን" ብሎ ሳይጨርስ ነርሷ አከታትላ በደም ስሩ ትደረግመዋለች። የማደንዘዣ ጋዝ ተዘግቶ በምትኩ ሌሎች መድሀኒቶች በደም ስሩ ያንቆረቆሩ ጀመር። በሆስፒታሉ ዳይሬክተር ብርቱ ጥረት ከመጣው አስር የደም ከረጢት አራቱን ምንም እንኳን እንደ ፈረንጆቹ አገር እያሞቀ መጥኖ የሚሰጥ መሳሪያ ባይኖርም የሀገርን ሰርዶ በሀገሩ በሬ ነውና እማማ አለሚቱ በባልዲ እያመላለሱ በሚያመጡት ለብ ያለ ውሀ ውስጥ እያሞቁ በነመራ ክንድ ላይ እየጨመቁ ያንቆረቁሩታል።

የዘመኑ ኮምፒዩተር መዘበራረቅ ሲያበዛ ባለሙያዎቹ 'አጥፍታችሁ አስነሱት' እንደሚሉት እነሱም ልብ ሙሉ ለሙሉ ከቆመ ወይም ከተዘበራረቀ ለማስተካከል የሚጠቀሙበት መሳሪያ ከኤሌትሪክ ጋር አያይዘውት የልብስ ካውያ የመሰሉ ሁለት ክብ ብረቶቹን አዘጋጅተው በግራ በኩል ልብ አካባቢ አጣብቀው በኤሌትሪክ ሊጠብሱት ተዘጋጅተው የልብ መቆጣጠሪያ መሳሪያን አፍጠው እየተመለከቱ ይጠባበቃሉ።

በእንዲህ ያለ ሁኔታ እየደጋገሙ መድሀኒቶቹን ሲሰጡና ደምና ንጥረ ነገሮቹን ሲያንቆረቁሩ ከ30 ደቂቃ በላይ አሳለፉ። የተሰጠውን የመድሀኒት አይነት ለመዘርዘር ቢያስቸግርም በጥቅሉ በርካታ ብልቃጦችና ካርቶን ወረቀቶች ተደርድረዋል። ቀዶ ጥገናው ከተጀመረ ጀምሮ 8ኛው የደም ከረጢት ተንጠልጥሎለታል። የግልኮሱ ላስቲክ ቢቆጠር ከ10 አያንስም። ከፊኛው ጋር ተያይዞ የነበረውን የሽንት ጎማ ስለሞላ ነርሷ አዲስ ቀይራለች። ነገር ግን የደም ግፊቱ ከወረደ ጀምሮ ሽንት መምጣቱን አቁሟል። ሙያተኞቹ የሽንት መቅረት ለጊዜው በጣም ባያስጨንቃቸውም እየደጋገሙ መመልከታቸው ግን አልቀረም።

ከብዙ መረባረብ በኋላ የነመራ ልብ ወደመጣችበት ሽቅብ እየተርገበገበች ትጓዝ ጀመር። ፍጥነቷ በደቂቃ 80ዎቹ ውስጥ ገባ። የኦክስጅንም መጠን ወደነበረበት 90ዎቹ ተመለሰ – ዳግም ደስታ። አሰምናኙ ዶክተር ቀዳጅ ሀኪሞቹ ሥራቸውን እንዲቀጥሉ ፈቃድ ሰጡ። እነኛ 20 ጣቶች ከነመራ አንገት ላይ እየተርመሰመሱ መቀስና ክሩን ያፈራርቁት ገቡ።

የነመራ አንገት፣ አገጭ፣ ከንፈር፣ አፍና አፍንጫው በሙሉ በቀዶ ጥገናው ምክንያት አባብጧል። ክፉኛ የሚደማ አካባቢ ግን አልነበረም። ቀደም ሲል ፍጭ፣ ፍጭ እያለ ይደማ የነበረበትን አካባቢ ዳግም ሊደማ ስለሚችል ክብ በሚመስል መርፌ ጠንካራ በሆነ ክር እየጠላለፉ አሰሩት። የአፉን የታችኛው ክፍል አጥንትና በአካባቢው ያለውን ስጋ ለመጠገንም ሆነ በእብጠቱ ምክንያት ከቀዶ ጥገናው በኋላ ሊመጣ የሚችለውን የመተንፈስ ችግር ለመከላከል ይረዳ ዘንድ የመተንፈሻ መስኮት ከጉሮሮው ዝቅ ብሎ ከአንገት የታችኛው ክፍል ቀዳጅ ሀኪሞቹ

ከፈቱለት። በመተንፈሻ ቀዳዳዋም የ‘ጋ’ ቅርፅ ያላት ጎማ አስገቡ። የማደንዘዣ ቡድኑ በነመራ አፍና ጉሮሮ በኩል የነበረውን የማስተንፈሻ ጎማ አውጥተው መሳሪያቸውን ከመቅፀበት ከዚች የመተንፈሻ መስኮት ጋር አያያዙ። የነመራን ጭንቅላትም ሙሉ ለሙሉ ለቀዶ ጥገናው ቡድን ለቀቁላቸው። የክልል መጋረጃቸውን ዘርግተው ቦታ ተለዋውጠው ሁለቱም ቡድኖች ሥራቸውን ቀጠሉ።

በክፍሉ ውስጥ የሰፈነው ውጥረት ቀነሷል። እንደበፊቱ ፊታቸው ላይ ጭንቀት አይነበብም። ዶክተሮቹና ነርሶቹ አልፎ፣ አልፎ ግድግዳ ላይ የተሰቀለችውን ሰዓት ቃኘት ማድረግ ጀምረዋል። ሳቅና ሹክሹክታ ዝምታውን እየሰበሩት ነበር። ፀጥ በሚልበት ጊዜም የማን እንደሆነ የማይታወቅና ዓርብ በመሆኑ ከነጋ እህል ያለቀመሰና ረሀብ የፀናበት ያመኛ አንጀትም ያጉረመርማል – “አትርሱኝ” የማለት አይነት። እነ አቤ ከተፎ ያላባቸውን ፊቶች ደጋግመው በመጥረግ ያበረታታሉ። የሆስፒታሉ ዳይሬክተር የሆድን አቤቱታ ሰምተው ወይ ምሳ ሳይበላ የተጀመረው ሥራ አለመጠናቀቁን በማየታቸው ከሆስፒታሉ አቅራቢያ ከምድር ጦር ጠቅላይ መምርያ ጀርባ ከሚገኘው ጎልፍ ክለብ ምግብ እንዲመጣ አዘዙ፡፡ አንዷ ነርስ የእያንዳንዱን ሰው ፍላጎት በለሰለሰ ድምፅ ከዝርዝር ውስጥ እያስመረጠች መዘገበች።

ቀዳጅ ሀኪሞቹ ከድመት አንጀት በተሠራው ቀጫጭን ክር ስጋን ከስጋ ያያይዙ ጀመር። የአገሬ የባህል ወጌሻ የተሰበረውን አጥንት መቃ እየሰነጠቀ ከውጭ አስደግፎ እንደሚያስረው እነሱም ሰባራውን አጥንት ለማያያዝ አጫጭር ባለ ሦስት ቀዳዳ ብረቶች ከውስጥ እያስገቡ እንደመኪና ሞተር በቡሎን አጥብቀው አሰሩት። ሁለት የተሰባበሩ ጥርሶቹንም

ነቃቅለው አውጥተው የላይኛውን የጥርስ ክፍል ከታችኛው ጋር በቀጭን ሽቦ ማገር እያሰሩ በቀኝ በኩል ለፈሳሽ መውሰጃ የምትሆን ትንሽ ቦታ ብቻ በመተው እንዳይንቀሳቀስ በመቆንጠጫቸው እየጠመዘዙ አህያ ላይ እንደተጫነ ዳውላ ጠፈሩት። በመጨረሻም በደም እርሶና ከስጋ ተመሳስሎ በቀዶ ጥገናው ቦታ የቀረ ማድረቂያ ጨርቅ ወይም እቃ እንዳይኖር ቆጠራ ተደረገ፡፡ ዋናዋ ነርስ "ትክክል ነው፣ የጎደለ የለም፣" ብላ ስታረጋግጥ ቆዳውን በሀር ክር አልፈው፣ አልፈው እየሰፉ መዝጋት ያዙ።

ከአምስት ሰዓት በላይ የፈጀው ቀዶ ጥገና ሊጠናቀቅ በግምት 15 ደቂቃ ቀርቶታል። በሰላም ከደመና በላይ ይበር የነበረው አውሮፕላን ወደ ማረፊያው ሲቃረብ ፍጥነቱንና ከፍታውን እየቀነሰ ተሳፋሪዎቹን "ቀበቶ እሰሩ፣ ለማረፍ እየተቃረብኩኝ ነው፣" ብሎ ማስጠንቀቂያ እንደሚያስለፍፈው ሁሉ የአሰምናኝ ቡድኑ አባላት ለነመራ ይሰጡ የነበረውን የማደንዘዣ መድሀኒቶችን ሲቀንሱ ቆይተው ቆዳ መስፋት ሲጀመር ሙሉ በሙሉ አቁመዋል። የነመራን አተነፋፈስና የልብ ቁጥጥር ከእነሱ እጅ አውጥተው ወደ ነመራ አካል መመለስ ወደ መጨረሻውና ፈታኙ ምዕራፍ ሦስትም ተሸጋግረዋል።

በደቂቃ 16 ጊዜ እየጨበጡ የትንፋሽ አየር የሚሰጡባትን ኳስ የመሰለች ጎማ አየር አሰጣጡን ቀንሰው 6-8 ጊዜ አልፈው፣ አልፈው ይሰጡት ጀመር። የመቆጣጠርያ መሳሪያቸውን እየቃኙ ወናፏን አፍጥጠው ይመለከቷታል። ለአምስት ደቂቃ ያህል እንደቆዩም ወናፏ በትንሹም ቢሆን ልክ እንደተነፈሰ ኳስ መጨማደድ ስትጀምር "በጣም ጥሩ፣ ጎበዙ ነመራ በራሱ መተንፈስ ጀምሯል፣" ብለው ለማደንዘዣነት ለተሰጡት መድሀኒቶች ማርከሻ በሁለት ትንንሽ

ሲሪንጆች የተቀዱትን መድሀኒቶች ረዳቷ እንድትሰጥ አሰምናኝ ዶክተሩ አዘዙ።

በሌላ በኩል የቀዳጅ ቡድኑ የሚሰፋፋውን ጨርሶ፤ የሚፀዳውን አፀዳድቶ ቁስሉን እንደ ወተት ነጭ የሆኑ ትናንሽ ጨርቆችን እየደራረበ በፕላስተር አሸገ። እንደ ልቃቂት በሚተረተር ጥቅል ነጭ ጨርቅ እየጠላለፉ አገጩን፣ አንገቱንና ጭንቅላቱን ጭምር እያዞሩ ጠምጥመውለት ሲጨርሱ ነመራ ሲታይ አልጋ ላይ ሆኖ ነው እንጂ ቆሞ ቢሆን ኖሮ “የልደታ ማርያም ገበዝ መጡ...” ብሎ ሰው ሁሉ እየተሳሳተ መስቀል ለመሳለም ይሽቀዳደም ነበር።

ቡድኑ ሥራውን እንዳጠናቀቀም ነርሶቹ የተጠቀሙባቸውን እቃዎች ለማፀዳዳትና ለነገ ዝግጁ ለማድረግ ወደ ማጠቢያ ክፍል ይዘው ሲሄዱ ዶክተሮቹ ደግሞ በመዳፋቸው ያጠለቋቸውን ጓንቶች እያስፈነጠሩ ወደ ቆሻሻ ማጠራቀሚያው ወረወሩ። እንደ ካባ የደረቡትን አረንጓዴ ልብስም አወላልቀው የነመራን መውጣት ይጠባበቁ ጀመር።

ነመራ በራሱ መተንፈስ ጀምሯል። ከማደንዘዣ መንቃቱን ለማረጋገጥ አንዱ ረዳት አሰምናኝ ባለሙያ “ዓይንህን ግለጥ፤ ምላስህን አውጣ” እያለ የሚያዘውን በትክክል ሰምቶ ጥርሱ በመታሰሩ ምላሱን ማውጣት ባይችልም ዓይኖቹን ግን ገለጠ። አተነፋፈሱም የሚፈለገውን ያህል የአየር መጠን እየወሰደ እንዳለ ያረጋግጣል። ባለሙያዎቹም ከማደንዘዣው በመንቃቱና ራሱን መቆጣጠር በመጀመሩ ተደሰቱ። ከግራ ከቀኝ፤ ከራስና ከግርጌ ተባብረው በመያዝም ወደ ማመላለሻ አልጋዋ አሻገሩት። ህሙማን ከማደንዘዣ ሙሉ በሙሉ እስከሚነቁ ወደሚቆዩበት ክፍል ወሰዱት። በሥራ ላይ የነበሩት ሙያተኞች በደስታ እየተቃቀፉ ከጎልፍ ክለብ የመጣውን እህል ውሀ ለመቅመስ ወደተዘጋጀው ክፍል ስስ አረንጓዴ

ልብሳቸውን እንኳን ሳያወልቁ አመሩ። በእርግጥም ረሀቡ ይሰማቸው ጀምሮ ነበር።

ምዕራፍ 18

ነመራ ከማደንዘዣ መንቂያዋ ክፍል እንደደረሰ የክፍሉ ሠራተኞች የደም ግፊቱን ለክተው የተረከቡበትን ሁኔታ ወረቀታቸው ላይ ይሞነጫጭሩ ጀመር። ክፍሏ ህሙማንን ለማስተናገድ የምታመች ነበረች። ይህች በውስጧ ለህሙማኑም ሆነ ለባለሙያዎች ምቹና ዘመናዊ የሆኑ ስድስት አልጋዎች ያሏት ለአገሪቱ ብቸኛ የሆነች ክፍል ከወርቅ አልፈው አልማዝ በሆኑ ነርሶች የምትተዳደር ከቀዶ ጥገና በኋላ በሚደርሱ ያልተጠበቁ ችግሮች ህይወታቸው ሊያልፍ ይችል የነበሩ የበርካቶችን ህይወት ያተረፈች ነች።

በአንድ ወቅት በሆስፒታሉ የህፃናት ህክምና ክፍል የምትሠራ ነባር ነርስ የመጀመሪያ ሴት ልጇ ለገጠማት የጉሮሮ ችግር (ቶንሲል) ቀዶ ጥገና ተደርጎላት በሰላም ትወጣለች፡፡ ሆኖም እዚች ክፍል ለደቂቃዎች ስትቆይ ደም ፈሷትና መተንፈስ ተስኗት ከሞት አፋፍ ደርሳ በነበረበት ወቅት ሰውነቷ መጥቆር ሲጀመር ነርሶቹ ችግሩን ለዶክተሮቹ በማሳወቃቸው በፍጥነት ወደ ቀዶ ጥገና ክፍል መልሰዋት ችግሩን ተስተካክሏል። በዚች ወሳኝ ቦታ አፋጣኝ ውሳኔ ባይወሰድ ኖሮ ይህች ህፃን አፈር ሆና ተረስታ ነበር።

በክፍሏ ውስጥ ሁለቱ አልማዞች መሯሯጡን ቀጥለዋል። በየ10 ደቂቃው የነመራን የደም ግፊት ልዩነት እየወሰዱ ከልቡ ጋር የተያያዘውን የልብ ምት መቆጣጠሪያ መሳሪያ በየደቂቃው ይቃኛሉ። አንገቱና አገጩ አካባቢ የተሸፈነው ቁስልም አለመድማቱንም ደጋግመው ይፈትሻሉ። ነመራ ከአንድ ሰዓት በኋላ ሙሉ በሙሉ ነቃ። እግሮቹንና እጆቹን እንደልቡ ማጠፍና መዘርጋትም ቻለ። ሆኖም አንዲትም የሽንት ጠብታ አልነበረችውም። የሰመመን ዶክተሩ ለመጨረሻ ጊዜ ገብተው ከመረመሩትና መረጃዎቹን ካገላበጡ

በኋላ ወደ ከፍተኛ ህክምና ክትትል ክፍል እንዲወሰድ አዘዙ።

ከምሽቱ አንድ ሰዓት። ነመራ ማመላለሻ አልጋዋ ላይ ተኝቶ ከቀዶ ጥገናው ክፍል ለመሄድ ተዘጋጀ። ወደ ደም ስሩ የሚንቆረቆሩት ንጥረ ነገሮች ተዘግተው ሆዱና እግሩ መሀል ከብርድ ልብሱ በላይ ተደረደሩ። የወጣለት ጦር በጨርቅ እንደተጠቀለለ ከጎኑ ተቀምጧል። ህይወቱን ያተረፉት ባለሙያዎች እህል ውሀቸውን ቀምሰው በድል አድራጊነትና በደስታ ሊሸኙት ተሰባስበው ወደ ክፍሉ መጡ። እማማ አለሚቱም፣ "እንግዲህ የቀረ ካለ ገብርኤልና ሚካኤል ይጠብቁህ። ለዚህ ያደረሰህ አምላክ እሱ ያውቃል..." ብለው ወለሉን ይፈትጉ ገቡ። ነመራ በአራት የህክምና ባለሙያዎች ታጅቦ ወደ ከፍተኛ ህክምና ክፍል ተወሰደ።

እዛም ሲደርስ አንገቱ ላይ የተሰካው አስፈሪ ጦር ባይኖርም የሁለቱ ከንፈሮችና የዓይኖቹን ማበጥ፣ እንዲሁም በደም የራሰው ቁስል ነመራን ያለርህራሄ በቡጢ የተደበደበ ቡጢኛ አስመስለውታል። የከፍተኛ ህክምና ክፍሉ መዳረሻ ላይ የነበሩት ዘመዶቹ ነመራን በቅጡ ባያዩትም ጦሩ አንገቱ ላይ አለመኖሩን በማወቃቸው ተንበርክከው ወለሉን ደጋግመው ሳሙ። አምላካቸውንም አመሰገኑ።

የከፍተኛ ህክምና ክፍሉ ሙያተኞች በሲስተር ስምረ እየተመሩ ወደ ክፍሉ ሲገባ ከሚገኙት አራት አልጋዎች ቀደም ሲል በድንጋጤ ከድንገተኛ ከፍል ወድቆ የነበረው ስዊድናዊ ዶክተር ለአንድ ሰዓት ተኩል ያህል ተኝቶበት የነበረውን አልጋ ለነመራ አዘጋጅተው ይጠባበቁ ነበር። ስዊድናዊውን ጤንነቱ በመስተካከሉ ወደ ሆቴሉ ተሸኝቷል።

ነመራ እንደደረሰም ተባብረው ወደ አልጋ አዛወሩት። የተሰካኩትን የህክምና ቁሳቁሶች

በተዘጋጀላቸው ቦታ አንጠልጥለው የደም ግፊቱን ይለኩ ጀመር። ቀጭን ቱቦ የመሰለች ኦክሲጅን መስጪያ ላስቲክ ከመተንፈሻው መስኮት አስጠግተው በፕላስተር አጣበቁለት። ለመናገር እንደሚቸገር ቢያውቁም “እንዴት ነህ አሁን? ምን ይሰማሀል? ህመም አለ?” የሚሉ ጥያቄዎችን ደርድረው በምልክት የሰጣቸውን መልስ አንዷ ነርስ አሰባስባ በወፍራም ደብተር ላይ አተነፋፈሱን፤ የደም ግፊቱን፤ ቀንና ሰዓት እየጨመረች ትመዘግባለች።

ምዕራፍ 19

ለነመራ ከተዘጋጀው አልጋ አጠገብ አንድ በዕድሜ የገፉ ቁጡ፣ ደፋርና ነገር አዋቂ አዛውንት ተኝተዋል። የአንዲት የሆስፒታሉ ሠራተኛ አባት ነበሩ። ሽበቶ ፂማቸው ደረታቸው ላይ ተነጥፏል። ቀኛዝማች ናቸው፣ ቀኛዝማች መንገሻ። የረዥም ጊዜ የስኳር በሽተኛ በመሆናቸው ግራ እግራቸው ከጉልበት በታች የደም ዝውውሩን አቁሞ ነበር፡፡ ብቸኛው አማራጭ የታመመውን የአካል ክፍል መቁረጥ ብቻ መሆኑን ሀኪሞቹ ሲነግሯቸው "እንዴት ተደርጎ!" ብለው አስቸግረው ነበር።

ነመራ ሲገባም ቀኛዝማች ከሽለብታቸው ነቁ። ግርግሩን አዩ፣ ጎናቸው የተኛውን አዲሱን በሽተኛ ከእግር እስከ ራሱ ቃኙት፡፡ "የምን ግርግር ነው?" አሉ ለራሳቸው፡፡ "ይሄ ሁሉ ሽር ጉድ ሰውየውን ምን ሊያደርጉት ነው!"

በረጅሙ አፋሽከው "እይሂሂ…." አሉ፡፡ "የኔስ እሺ በቁሜ እግሬን ቆረጣችሁ፡፡ እሱን ወንድሜን ደግሞ ትንፋሹ እስከምትወጣ አላደርስ ብሏችሁ ነው እንዲህ በቁሙ የገነዛችሁት! እንዲህ ስትጠመጥሙለት የዋላችሁት የዲማው ጊዮርጊስ መምሬ መስሏችሁ ነው?" እንደገናም ነመራን አትኩረው ያዩት ገቡ፡፡ "ከአንገቱ ደግሞ ምን አላችሁና ነው እንደ እህል ጎተራ የሸነቆራችሁት? ቆይ፣ የዘንድሮ ትምህርት አካል እየቆረጡ መጣልና መገዝገዝ ነው እንዴ? ያውም አንገትን የሚያህል አካል!" የህክምና ባለሙያዎቹ እየሰሙ እንዳልሰሙ ሥራቸውን ቀጥለዋል፡፡ ቀኛዝማች ደግሞ አንዴ ከጀመሩ የልባቸውን ካልተናገሩ ሰው ምን ይለኛል ብሎ ነገር የለም፡፡

"ኸረ እነኚህን ልጆች መላ በሏቸው! አንዴ እግር፣ አንዴ አንገት እየቆረጡ ነገ ደግሞ ምክንያት እየፈለጉ ኩላሊታችንን እየቆረጡ ሊጥሉ ነው እኮ! እኔን

ሰነከላችሁኝ፣ እሱን ወንድሜን ደግሞ አፉን አስራችሁ ዲዳ አደረጋችሁ፡፡ አዬ አንቺ የሉሚሜ ማርያም፣ ስንቱን ታሳዩኝ!”

ትንፋሽ ሰብሰብ አደረጉና ሊቀጥሉ ሲሉ አንዱ ሙያተኛ ጠጋ ብላ ስለ ሁኔታው እያስረዳች ታባብላቸው ጀመር። ስኳራቸው ሽቅብና ቁልቁል እየዋዠቀ አስቸገራቸው እንጂ የሁሉም ሠራተኞች ምኞት አዛውንቱን ወደ መደበኛ ህሙማን ክፍል ልከው መገላገል ነበር። ቀኛዝማች መንገሻ ምን ቢታመሙ፣ ምን ቢደክሙ ልባቸው የማይደክም፣ ከመናገር ወደኋላ የማይሉ ሰው ናቸው።

ቀኛዝማች ከአሥር ቀናት በፊት “እግሬን አልቆረጥም! አሻፈረኝ!” ብለው በዘመድ አዝማድ ግፊትና ልመና ተስማምተው የግራ እግራቸው ከጉልበት በታች ሊቆረጥ ወደ ቀዶ ጥገና ክፍል መጥተው ነበር።

የቀዶ ጥገናው ክፍል በር እንደደረሱም ድምፃቸውን ከፍ አድርገው “ዘራፍ፣ አካኪ ዘራፍ! ዘራፍ አካኪ ዘራፍ!” ማለት ጀመሩ። ዝም እንዲሉ ቢለመኑም ባሰባቸው፡፡ “ዝም በሉ! ይችን ይወዳል መንገሻ! ደግሞ ዝም በል ትላላችሁ! እግርን የሚያህል አካል ቆርጣችሁ ስትወስዱ ወንድ ልጅ ዝም ብሎ የሚሰጥ ይመስላችሁል? አይ የዘመኑ ልጅ! ባይሆን ዝም በሉ ማለት እናንተ የሰው አካል ቆርጣችሁ ለመጣል ለተዘጋጃችሁት እንጂ ለኔ ለቀኛዝማች መንገሻ አይደለም። ከፊቴ ወግዱ ብያለሁ!” ብለው ከተኙባት አልጋ በክርናቸውን ተደግፈው፣ ከደረታቸው ቀና እንዳሉ ድምፃቸውን ከፍ አርገው ፉከራቸውን ቀጠሉበት…

“ዘራፍ፣ አካኪ ዘራፍ! ዘራፍ፣ አካኪ ዘራፍ!

እምቧ በል አንተ፣ እምቧ በልዬ

የዚያ ጀግና ዘር፣ የዚያ ሰውዬ
በረጅሙ አልቤን፣ ያስተኛል ብዬ
አይ አተኳኮስ አይ አገዳደል
ካፋፍ ላይ ሁኖ ዘቅዝቆ መግደል"

እያሉ ሲፎክሩ ሲሉ ከአሰምናኞቹ አንዱ በትንሿ ስሪንጅ ከአንዲት ብልቃጥ መድሀኒት ትንሽ ቀድቶ በደም ስራቸው ሲደረግመው "ዘራፍ አካኪ..." ብለው ሳይጨርሱ ዓይኖቻቸውን አርገብግበው ፀጥ አሉ። ከረዳቶቹ አንዷ "ጎሽ ገላገልከን፣ ልባቸው የማይሞት ሽማግሌ!..." ብላ አልጋውን እየገፋች ወደ ውስጥ ዘለቀች።

ቀዶ ጥገናው ተጠናቆ ቀኛዝማች ከማደንዘዣዋ ክፍል ጥቂት ደቂቃዎች ቆይተው መንቃት ሲጀምሩ በደከመና በሰለለ ድምፅ "ዘራ...ዘራፍ.... ዘራፍፍ..." እያሉ ካቆሙበት ለመቀጠል ሞክርው አዳገታቸው። ሙሉ ለሙሉ ሲነቁም "ጨረሳችሁ እንዴ?" ሲሉ የተፈጥሮ ወዙን ባጣ ድምጽ ጠየቁ። ስለ ቀዶ ጥገናው በእርጋታ አስረዷቸው፡፡ ልባቸውም ለሰለሰ፣ ቁጣቸውም ረገበ፡፡ "ለበሽተኛ የምታደርጉት ክብካቤ በጣም ደስ ይላል። እግዚአብሔር ጥበቡን ገልጾላችኋል። ግን ይሄ ሰው ዓይኑ እያየ፣ በአንደበቱ እየለፈለፈ በድን የምታደርጉት ነገር የሳጥናኤል "ያፍዝ ያደንግዝ" ሥራ ነው እንጂ እግዚአብሔር የሰጣችሁ ጥበብ አይደለም፣" ብለው የአሰምናኝ ቡድኑን በነገር ወጋ አድርገውት ነበር ወደ ከፍተኛ ህክምናው ክፍል የተወሰዱት።

ከፍተኛ ህክምና ክፍል ስምንት ቀናት ቆይተውም የእግራቸውን መቆረጥ አሜን ብለው አልተቀበሉም። የስነ ልቦና ባለሙያዎች እንኳን ቀስ በቀስ እውነታውን እንዲቀበሉ ሊያደርጓቸው ቢሞክሩም አልተሳካላቸውም፡፡ "የኔ አካል አልተቆረጠም፣" ይላሉ ቁጣ በወጠረው ድምጽ፡፡ "ስለ በረደኝ አልብሱኝ፣

ለሁሉቱም እግሮቼ ካልሲ አድርጉልኝ። ከተጠራጠራችሁ ይሄው የእግሬን ጣቶች ንኳቸው። እግሬ እንደሆነ አለ፣ አልሄደም…" እያሉ ተቆርጦ የቀረውን አካል ያሳያሉ።

የሆስፒታሉ ባልደረባ የሆነችው ነርስ ልጃቸው ደስ በሚለው ድምጿ እንደ አስተዳደጓ እርሶ እያለች የምትጠራቸውን አባቷን እያባበለች፣ "በእርግጥ ህይወትን ሙሉ አብሮ የኖረን አካል በአንድ ምሽት ተቆርጦ ተጥሏል ሲባል የሰው ልጅ አይምሮ አይቀበለውም፣" አለቻቸው፡፡ "እኛ ልጆችዎም ሆንን የልጅ ልጆችዎ እንኳን ለመቀበል ይከብደናል። ተቆርጦ ስለተጣለ ችግሩ ሁሉ ተወገደ ማለት አይደለም። የተበላሸው የሰውነት አካሎ ተቆርጦ ቢሄድም ከእርሶ ጋር በነበረበት ዘመን ምግብ የሚያመላልሱለት የደም ቧንቧዎች፣ ከሰውነት አካል ዋና አዛዥ ክፍል አንጎል ጋር እንደ መንገድ ተዘርግተው መልእክት ሲያመላልሱ የኖሩት ነርቮች፣ መሰረት ማገርና ግድግዳ የነበሩት አጥንቶች ቢቆረጡም አንጎል እንዳሉ እየቆጠረ መልዕክት ያስተላልፋል። አንጎል የሚያውቀው አብረው ተፈጥረው አብረው መኖራቸውን ስለሆነ ሙሉ በሙሉ እስከሚረሳ ድረስ አካልዎ ከእርሶ ጋር ባይኖርም ህመም፣ ሙቀት፣ ቅዝቃዜው ሊሰማዎት ይችላል። ይህን ስሜት ለማጥፋት ጊዜ ይወስዳል፡፡ እስከዚያው ድረስ ግን ማስታገሻ መድሀኒት ይሰጥዎታል፣ መቆረጡን ግን ለመቀበል ይሞክሩ።"

የልጃቸው ምክር ቀኛዝማችን ይበልጡኑ አበሳጫቸው፡፡ ግንባራቸው ታረሰ፡፡ "እናንተ ተቆርጧል በሉ እንጂ ለእኔ አልተቆረጠም፡ ባላየውም የሚሰማኝ ስሜት አብሮኝ እንዳለ ነው፣" አሉና አከታትለውም "ለመሆኑ ቆርጠው የት አደረሱት?" ሲሉ ጠየቁ፡፡ "ለአውሬ ሰጡት እንዴ?" ልጃቸው "እንደዚያ

አይደለም፣ አባባ፣" አለቻቸው፡፡ "በግቢው ውስጥ ባለ ማቃጠያ ቦታ ተቃጥሏል..." ብላ ሳትጨርስ ጦፉ፡፡ "ይችን ይወዳል መንገሻ! መቁረጣቸው ሳያንስ እንደገና በእሳት መለብለብ? ኸረ ተው በሉ ጎበዝ! መንገሻ ዘመድ አልባ ነው፣ ቀባሪ የለውም ያላችሁ ማነው? ስሚ ልጄ እኔ'ኮ ዕድሜዬን ሙሉ ለተባበሩት እድር ስከፍል፣ ድስትና ብርጭቆ ስለቅም የኖርኩት ቢያንስ ስሞት ከእነሙሉ አካሌ እንዲቀብሩኝ እንጂ በቁሜ እንደ ሉካንዳ ሥጋ ተቀንጥቤ አልቄ ባዶ ሳጥን እንዲቀብሩ አይደለም። ነዳጅ አርከፍክፋችሁ በሩቅ ከማቃጠል እድርተኛው ተሰብስቦ እርሙን አውጥቶ ቢቀብረው ምን ነበረበት?

"ወይ እኔ መንገሻ! ሀኪምና ጠንቋይ የሚለው አያጣም ይላል የአገሬ ሰው። ሞገደኛው ስኳር ሰርሳሪ ነውና ነገ ደግሞ የቀረችውን እግሬን አድርቆ ይቆረጥ ማለታቸው አይቀርም። ቀስ ብለው ወደ እጅ ሊሄዱ ነው፡፡ እንዲህ እያሉ ሲቆርጡኝ ሊኖሩ ነው ማለት ነው? እየቆረጡ ከመጣል ለምን በሽታውን ለይተው አያስተካክሉም? የተማሩት አካል እየቆረጡ ለመጣል ነው እንዴ? እኛ መሀይሞቹ እንደነሱ ሳንማር ከአባቶቻችን ባየናትና፣ በሰማናት ጥበብ ጤና ሲጎድለን ጤና አዳም፣ ፌጦ፣ ነጭ ሽንኩርትን፣ አጥንት ቢሰበር መቃ ሰንጥቀን፣ ቅልጥም ቀቅለን በዘዴ እየጠገንን አስታመን ነው እዚህ የደረስነው። የዘንድሮዎቹ ግን፣ አንቺን ጨምሮ፣ አስታሞ ከማዳን ቆርጦ መጣልን ለምን መረጣችሁ?"

ነርሷ የአባቷ ነገር ሰልችቷት በረጅሙ ተነፈሰች፡፡ "አባባ፣ ከዚህ በፊት እንደተነገረዎት ስኳር ሲበዛ መርዝ ነው። መርዝነቱ የሚታወቀው ቆይቶ አካልን አንድ በአንድ እያጠቃ ሲሄድ ነው። ከእግርና እጅ አልፎ ኩላሊትና ዓይንን ሊያሳጣ ይችላል። ስለዚህ የተበላሸውን ቆርጦ ቢያንስ አሁን ባሉበት ሁኔታ

ጤንነትዎ ተጠብቆ እንዲኖር የእርሶም የእኛም የልጆችዎ ጥረትና እንክብካቤ ያስፈልጋል። የተቆረጠውን በሰው ሠራሽ አግር መተካት ስለሚቻል ይታገሱ። በእርግጥ ጊዜ ይወስዳል። ሲፈልጉ የሚያወልቁት ሲፈልጉ ደግሞ የሚያጠልቁት ይሆናል፣" ብላ ትራሳቸውን ታመቻችላቸው ገባች።

ቀኛዝማች ምኑም አልጣማቸው፡፡ "አብሮ የኖረን እግር ነቅሎ ጥሎ በምትኩ በእጅ የተጠፈጠፈን ነገር ሰክቶ ሲፈቱና ሲያስሩ መኖር! ሰዶ ማሳደድ ማለት ይህ አይደለም! የእኔ ልጅ ይልቁንስ ስሚኝ፣ ይሄ በየቀኑ የምታቅሙኝ ክኒን፣ የምትወጉኝ መርፌ መድሀኒት አይሆኑም። ስንት ጦርነትና መከራን ተቋቁሞ ለዚህ የደረሰን ሌላው ሰውነቴን ተራ፣ በተራ በክሎ ከመጨረሱና በቁሙ ተበጫጭቆ ከማለቁ በፊት የሚሻለው የሀገር ወጌሻና ደብተራ አሰባስቦ መፍትሄ መሻቱ ነው። ፈረንጅ መድሀኒቱን የሠራው ለራሱ እንጂ ለእኛ አይደለም፣" ብለው ትራሳቸው ላይ ደገፍ አሉ።

ምክንያቱ ባይታወቅም ቀኛዝማች መንገሻ ትንሽ የሚሰሚት የከፍተኛ ህክምና ክፍል ኃላፊዋንና የልጃቸው የቅርብ ጓደኛን ሲስተር ስምረን ብቻ ነው። ጎህ ሲቀድ ከክፍሉ ገብታ ጀምበር ስትጠልቅ ተገፍታ ወደ ቤቷ በጨለማ እየተደናበረች የምትሄደው ሲስተር ስምረ ለቀኛዝማች መንገሻ ብቻ ሳይሆን ለሁሉም የምትመች ትጉህና እጅግ ሥራ ወዳድ፣ ሰው አክባሪ ነርስ ነበረች። ያን ዕለትም እንደ ወትሮዋ ነመራን ጨምሮ በክፍሉ ለነበሩት አምስት ህሙማን የታዘዙትን መድሀኒቶች ለተረኛ አዳሪዎቹ አስረከበች። በዕለት መዝገቡ ላይም ስለ ሁሉም ህሙማን የውሎ ሁኔታ ዘግባለች። ስለነመራም "ሽንት የለም" ስትል በቀይ ቀለም የፃፈችውን ከበዋለች። ተረኛ አዳሪዎቹ

ሁኔታውን እየተከታተሉ ለተረኛው ሀኪም እንዲያሳውቁ አስገንዝባ ተሰናብታ ወደ ቤቷ ሄደች።

ምዕራፍ 20

የከፍተኛ ህክምና ክፍል ባለሙያዎች ሊሊቱን ሙሉ ከነመራ አጠገብ አልራቁም። የታዘዙትን መድሀኒቶች ገሚሱን በአራት ገሚሱን በስድስት ሰዓት ልዩነት ሲሰጡ አድረዋል። ነመራ ሳይገላበጥ በጀርባው ተኝቶ እንደ ቤቱም ባይሆን ምሽቱን በሰላም አሳልፏል። ከጥዋቱ 12 ሰዓት ሲል ነርሶቹ ከቀዶ ጥገናው በኋላ እንዲሠሩ ለታዘዙት የደምና የሽንት ምርመራዎች የደም ናሙናውን ቀድተው ወደ ላቦራቶሪ ሲልኩ ሽንት ግን 'የውሀ ሽታ' ሁኖ በመቅረቱ መላክ አልቻሉም። ቀኛዝማች መንገሻም ከእንቅልፍ በባነኑ ቁጥር ነመራ አጠገብ ሽር ጉድ የሚሉትን ሙያተኞች የጎሪጥ ሲመለከቱ ነው ያደሩት።

የጦር ኃይሎች ሆስፒታል ቅዳሜ እስከ ቀኑ ስድስት ሰዓት ድረስ ለመደበኛ ሥራ ክፍት ነው። ቅዳሜ፣ ሰዓት መቁጠሪያው ከጠዋቱ ሁለት ሰዓት ያሳያል። የዓርብ ምሽት ተረኛ ዶክተር ምሽቱን የታዩትን ህሙማን ዘገባ ለማቅረብ ብዛት ያላቸው ወረቀቶችን በግራ እጁ ደረቱ ላይ ለጥፎና በቀኝ እጁ በጨርቅ የተጠቀለለ ነገር ይዞ ሁለተኛ ፎቅ ከሆስፒታሉ ዳይሬክተር ቢሮ አጠገብ ወደሚገኘው የሀኪሞች መሰብሰቢያ አዳራሽ ይጣደፋል። የነመራ ቀዶ ጥገና ላይ የተረባረቡት ነመራን ጎብኝተው ወደ ስብሰባው አዳራሽ ገብተዋል።

ሀኪሞች መደበኛ ሥራቸውን የሚጀምሩት ከሥራ መውጫቸው ከቀኑ 10 ሰዓት ጀምሮ ምሽቱን ተረኛ ሀኪሙ(ሞቹ) ያዩዋቸውን ህሙማን የጤንነት ሁኔታ ጠዋት በሁለት ሰዓት በመሰብሰቢያው አዳራሽ ለተሰበሰቡት የሙያ አጋሮቻቸው ዘገባ ሲያቀርቡ አዳምጠው ሳይንሳዊ የሆነ ገንቢም ይሁን ወቀሳ ወይም አስተያየት በመስጠት ነው።

ተሰብሳቢዎቹ አዳራሹ ውስጥ በሚገኙት 40 ወንበሮች ላይ በስምንት ረድፍ ተደርድረዋል። መጀመሪያው ረድፍ ላይ ከሆስፒታሉ ዋናና ምክትል ዳይሬክተሮች በስተቀር የተቀመጠ የለም። አዳራሹ ግጥም ብሎ ሞልቷል – ከጥቂት ወንበሮች በስተቀር።

ተረኛው ሀኪም ፊት ለፊት መድረኩ ላይ ከነበሩት ሁለት ወንበሮች አንዱ ላይ ተቀምጠው ዘገባቸውን በዝርዝር አቀረቡ። ምሽቱን ሁለት እናቶች በቀዶ ጥገና እንደተገላገሉ ገልፀው በጉጉት የሚጠበቀውን የነመራን ሁኔታ አብራርተው መድረኩን ለሆስፒታሉ ዳይሬክተር ለቀቁ።

የሆስፒታሉ ዋና ዳይሬክተር "በድጋሚ እንዴት አደራችሁ…" ስትል ጀመረች። "ብዙዎቻችሁ እንደሰማችሁት ወይም እንዳያችሁት ዛሬ በሆስፒታላችን ውስጥ ታሪክ ተሠርቷል። ትላንት እጅግ በጣም አስቸጋሪና እውቀትንም ይሁን ስብዕናን በሚፈታተን ሁኔታ ውስጥ ገብተን ነበር። የመሞት ዕድሉ ከፍተኛ የሆነን ሰው ህይወት ለማዳን በመቻሉ እግዚአብሔር የተመሰገነ ይሁን።

"እኔም እንደ ሆስፒታሉ ኃላፊነቴና የሙያ አጋርነቴ በሥራችሁ እጅግ በጣም ኮርቻለሁ። በተለያየ ጊዜ ፈተናዎች ሲገጥሙን የሚደረገውን ርብርብ በሚገባ ብረዳም በትናንትናው ዕለት የተገነዘብኩት የሆስፒታሉ ሠራተኞች ሙያዊ ስነ ምግባር፣ ፅናትና ህብረት ግን እጅግ የተለየ ስሜት ፈጥሮብኛል። ዳግም ኮራሁባችሁ። ጉጉታችሁ ልክ አልነበረውም። ትኩረታችሁ አንድ ነገር ላይ ብቻ ነበር። የነመራን ህይወት ማዳን! ስለ ሥራ መውጫ ሰዓት መድረስ፣ ቢርባችሁም ስለ ሻይ ወይም የምግብ ሰዓት ያሰበ የተጨነቀ ሰው በፍፁም አልነበረም።

"የዚህን ሰው ህይወት ለማዳን የሚደረገውን ጥረትና ፍላጎት ስመለከት ከእሱ ህይወት በተጨማሪ

እእምሮዬን ያስጨንቀው የነበረው ህይወቱ በቀዶ ጥገናው ወቅት ቢያልፍ በሠራተኛው ላይ ሊፈጠር የሚችለው ስሜት ነበር። ቅድመ ዝግጅትም በማድረግ የስነ ልቦናና የስነ አእምሮ ሙያተኞችንም እንዲዘጋጁ ጠይቄም ነበር። አንዳንድ ሰው የሀኪም ልብ ደንዳና ሊመስለው ይችላል። በሰላም ለመውለድ የመጣች እናት በቀዶ ጥገና ወቅት ህይወቷ ሲያልፍ፣ ከእናት አባቱ እቅፍ ወስደው ወይ በማደንዘዣ ወይም በቀዶ ጥገናው ወቅት ሊፈጠር በሚችል ችግር የህፃን ህይወት ሲቀጠፍ ስቅስቅ ብለው የሚያለቅሱ ባለሙያዎች እንዳሉ ላይረዱም ይችላሉ። ለቀናት ወይም ሳምንታት ልባቸው ተሰብሮ ሥራቸውን ለመሥራትም ሆነ የዕለት ኑሯቸውን ለመምራት የሚቸገሩ ሙያተኞች እንዳሉ ላይገነዘቡ ይችላሉ። ዛሬ ከገጠመን ችግርና ጭንቀት በእግዚአብሔር ፈቃድ ለዚህ ደርሰናል።

"በርግጥ አሁንም ሙሉ ለሙሉ ችግር የለም ማለት አይደለም። እንደሰማችሁት ከትናንት ጀምሮ ህመምተኛው ምንም ሽንት የለውም። ቀላል ችግር አይደለም። ቀጣዩን እሱ ያውቃል..." ብላ በቀጥታ የተሳተፉትን ባለሙያዎች አንድ ጊዜ ከወንበራቸው እንዲነሱ ጠየቀች። ተረኛው ሀኪም በጨርቅ ጠቅልሎ ወደ ስብሰባው አዳራሽ ይዞት የመጣውን ጥቅል ገላልጣ ከነመራ አንገት ላይ የወጣውን ጦር ድል አድርጎ እንደገባ የእግር ኳስ ቡድን አምበል ከፍ አድርጋ ስታሳይ አዳራሹ በጭብጨባ ተሞላ። ሙያተኞቹ በሙሉ ከተቀመጡበት ተነስተው በጦር ኃይሎች ሆስፒታል ታሪክ ረጅሙን ጭብጨባ ሲያደርጉ በሆደ ቡቡዋ የሆስፒታሉ ምክትል ዳይሬክተር መሪነት ግሚሱ በደስታ ዕንባ ይራጭ ጀመር። በመጨረሻም ተያይዘው መሰብሰቢያ አዳራሹ ከሚገኝበት መደዳ ከምክትል ዳይሬክተሯ ቢሮ በስተቀኝ በኩል በምትገኘው ስፔሻሊስት ዶክተሮች ሻይ ቡና ወደሚሉባት ክፍል አመሩ።

የዶክተሮቹ ሻይ ቡናና ምሳ የሚመገቡባት ክፍል ምቹ በሆኑ ሶፋዎች የተሞላች ነች። በአንድ በኩል ሙሉ የእጅ መታጠቢያ፣ መጠነኛ የእቃ መደርደሪያና ባለ ሁለት የኤሌትሪክ ምድጃን አካታ መጠነኛ የሆነ የማዕድ ቤት አገልግሎትም ትሰጣለች። ለዚች ክፍል ዶክተሮቹ ወርሀዊ መዋጮ በማድረግ አንድ አስተናጋጅ ሠራተኛ ቀጥረው ጥዋትና በምሳ ሰዓት ሻይ ወይም ቡና ይጠጣሉ። ከቤት ያመጡትን ወይም በአስተናጋጇ በኩል ከክበብ የገዙትን ምሳ ይመገባሉ። ጎብኚ እንግዳ ወይም የሙያ አጋር ከመጣም በዚች ክፍል ወስጥ ያስተናግዱታል።

በዛች ዕለትም እንደወትሮው ሻይ ቡናቸውን እየወሰዱ ህሙማንን የሚጎበኙበት ሰዓት እስከሚደርስ ይጫወታሉ። በተለይ በመሰብሰቢያው አዳራሽ ተጀምሮ የነበረውን የነመራን ሁኔታ ከሙያዊ ትንታኔ ጋር መወያየቱን ቀጥለውበታል። ቀዳጅና አሰምናኝ ዶክተሮች ለውጤታቸው ትልቁና ዋናውን ድርሻ የሚይዘው ተስፋ አለመቁረጣቸውና ከትብብራቸው ጋር የእግዚአብሔር ፈቃድ ተጨምሮበት እንደሆነ በድጋሚ ገለፁ። ከዶክተሮቹ አንዱ “በተለይ እንደዚች እንቁራሪት እስከ መጨረሻው ደቂቃ እስኪለይልን ድረስ ከመተናነቅ በስተቀር ሌላ አማራጭ አልነበረንም…” ብለው በሌባ ጣታቸው ከተቀመጡበት ፊት ለፊት ቀደም ሲል በሰማኒያዎቹ መጀመሪያ በዛሬይቱ ኢትዮጵያ ጋዜጣ ላይ ወጥታ አንዱ ሀኪም በትልቁ አሠርቶ ግድግዳው ላይ የሰቀላትን ምስል እያመለከቱ። “ለሁላችንም ትልቅ ፈተና ነበር። ይህ ሥራችን በተንቀሳቃሽ ምስለ መቅረጫ ቢቀረፅ ኖሮ ያለ ዘመናዊ ተዋናይ ጥሩ ፊልም ይወጣው ነበር፣” ብለው ቡናቸውን ደጋግመው ፉት አሉ።

ጣምራ ቁስል

የከፍተኛ ህክምና ክፍል ዶክተሮች ህሙማኑን የሚጎበኙበት ሰዓት ስለደረሰ የላቦራቶሪ ወረቀቶቹን፣ የራጅ ውጤቶችን አሰባስበውና ብዕራቸውን አሾለው ይጠባበቃሉ። ከጠዋቱ 3፡30 ዶክተሮቹ ገብተው ህሙማኑን ማየት ጀመሩ። እያንዳንዱን ህመምተኛ አይተው በጨረሱ ቁጥር እጃቸውን በውሀና በሳሙና ይፈትጋሉ። የወይን ጠጅ በመሰለ አልኮል ባለው ፈሳሽ በራሰ ጥጥ እጃቸውን እየጠራረጉ በቀኝ በኩል ያሉትን ሦስት አልጋዎች አዳርሰው ከነመራ አልጋ ደረሱ።

ሰውነቱ ከማበጡ በስተቀር ነመራ ቁልጭ ብሏል። በተፈጥሮው ጠንካራና ቻይ በመሆኑ ወይም በሚሰጠው መድሀኒት ኃይል የህመም ምልክት አይታይበትም። የተመደበው የጠቅላላ ህክምና ዶክተር ነመራ ትኩሳት እንደሌለው፣ አተነፋፈሱም ሆነ የልቡ ምት በመልካም ሁኔታ ላይ እንዳለ፣ ሆኖም የደም ግፊቱ እየጨመረ መምጣቱን በዚህ ላይ እስከዛች ደቂቃ ድረስ ምንም የሽንት ጠብታ እንደሌለ ለስፔሻሊስት ዶክተሮቹ አስረዳ። እነሱም በተራቸው ነመራን አገላብጠው ከመረመሩ በኋላ የሽንት ጎማውን ደጋግመው እየነካኩ አዩት። ምንም አልመጣም።

ነመራን የከበቡት ዶክተሮች የየግላቸውን ሙያዊ አስተያየት ይሰጣሉ። በቃል ለመያዝም ሆነ ለመጻፍ አስቸጋሪ የሆኑ የመድሀኒቶችን ስም ይደረድራሉ። ተለማማጅ ጤና መኮንኖችና ነርሶች ስለነበሩም ስለ ችግሩ መነሻና እንዴት ሊከሰት እንደቻለም ትምህርታዊ በሆነ መልኩ ሀሳብ ይለዋወጣሉ። አጠር ያሉት ባለመነጽር የውስጥ ደዌ ስፔሻሊስት ሲያስረዱ "ኩላሊት ዋና የሰውነታችን ደም አጣሪ አካል ነው፣" ሲሉ ጀመሩ፡፡ "በግራና በቀኝ ጎንና ጀርባን ከሚያዋስነው መስመር ከፍ ብሎ ከታች በመጨረሻው ጎድናችን አካባቢ በሁለቱም በኩል ይገኛል። ሰው ብዙ ደም ሲፈሰውና የደም ግፊቱ በጣም

ሲቀንስ በቀላሉ ሊጎዳ ይችላል። እንደምታውቁት ከሰውነታችን አካላት እንደ አንጎል በጣም ስስታምና ገብጋባ የለም።

"በደም ውስጥ የቀረች አንዲት ጠብታ ስኳር ወይም አየር ለእኔ ብቻ የሚል፣ ቤተ መንግሥቱን በግንብ አጥሮ እንደሚኖር ንጉሥ እሱም በጠንካራ አጥንቶች ክብ ምሽግ ውስጥ ተቀብሮ ሁሉን የሚቆጣጠር ግለኛ፣ ከእኔ በቀር ማንም የሚል አካል ነው፣ አንጎል። በዚህ ላይ እጅግ ሲበዛ ተጠራጣሪ ነው። ማንንም አያምንም። የሆድ እቃ ለቃቅሞ ያመጣውን የሰውነታችን ዋና ላብራቶሪ ጉበት አጣርቶ በልብ በኩል ወደ አንጎል የሚልከውን ምግብም ሆነ ውሃ እጅግ በጣም ተፈትሾና ተጣርቶ ነው የሚቀበለው።

"ደም ከሰውነታችን ውስጥ በጥቂት ደቂቃዎች ፈሶ የደም ግፊቱ ሲቀንስ መጀመሪያ እግርና እጅ አካባቢ፣ ቀጥሎ አንጀታችን፣ ከዚያም ጣፊያ፣ ጉበት፣ የመሳሰሉት ከድርሻቸው ደም ቀንሰው ብዙውን ለሳምባ፣ ልብና አንጎል ይልካሉ። ችግሩ ቀጥሎ መፍትሄ ካላገኘ ኩላሊትም ድርሻውን በተራው ለግሶ እንደሌሎቹ ራሱን ጎድቶ እጅግ አስፈላጊ የሆኑትን አካላት አንጎልን ሳምባንና ልብን ለማዳን ይጥራል። ዛሬም የተከሰተው ይሄው ይመስለኛል። ራስን መስዋእት አድርጎ የሌላውን ህይወት ማዳን።

"መፍትሄውም ቀለል ባሉ ሽንትን ለማመንጨት በሚረዱት መድሀኒቶች መጀመር ነው። በእነሱ ተጠቅመን መፍትሄ ካላገኘን ደግሞ ተጨማሪ ማጠናከሪያ መድሀኒቶችን እንጀምራለን። በዚህም ሽንት ካልተገኘ የሚኖረው አማራጭ የኩላሊት ማጣሪያ መሳሪያ መጠቀም ነው። ሆኖም መሳሪያው በሆስፒታላችን የለም። አገልግሎቱ በጥቁር አንበሳ ሆስፒታል ስለሚሰጥ ተነጋግረን ከተቻለ እየተመላለሰ እንዲሠራለት ጥረት እናደርጋለን። በዚህ ሁሉ ጥረት

ግን ኩላሊቱ መሥራት ካልጀመረ የመጨረሻው አማራጭ ኩላሊት የሚሰጥ ከተገኘ ንቅለ መትከል ነው። እንደምታውቂት በአንድ ኩላሊት መኖር ይቻላል። በሀገራችን ኩላሊት ንቅለ የመትከል አገልግሎት ስላልተጀመረ ህመምተኛውን ውጪ አገር መላክ ያስፈልጋል። ይሄ ደግሞ ከእኛ ሙያዊ ውሳኔ ውጪ አስተዳደራዊ ውሳኔን ይጠይቃል፣" ሲሉ አብራሩ፡፡

ዶክተሮቹ ነመራ እያሳየ ባለው ለውጥ ቢደሰቱም የሽንት ጉዳይ እየረበሻቸው ወደ ቀኛዝማች መንገሻ ዘለቁ። እሳቸውም ለውጥ እያሳዩ ቢሆንም ስኳራቸው ገና አልተስተካከለም። የእግራቸውን መቆረጥ በከፊል መቀበል ቢጀምሩም አልፎ፣ አልፎ "በረደኝ፣ አልብሱኝ፣ ካልሲ አድርጉልኝ" እያሉ መጨቃጨቃቸውን አላቆሙም። ከአጠገባቸው ሰላለው ነመራ ዶክተሮቹ ያወሩት በቅጡ ባይገባቸውም ጎማዋን እየደጋገሙ ማየታቸው ግን ከንክኗቸዋል።

የከፍተኛው ህክምና ክፍል ኃላፊ ሲስተር ስምረ ከህሙማን ጎብኝት በኋላ የታዘዙትን መድሀኒቶች ለህሙማኑ በሙሉ አሰጥታለች። ነመራም በ6 እና 12 ሰዓት ልዩነት እንዲሰጡ የታዘዙትን የሽንት ማመንጫ መድሀኒቶች በቀኝ ክንዱ ራሷ ሰጥታ ዕለታዊ ዘገባዋን መጻፍ ቀጠለች። ዕለቱ ቅዳሜ ነበርና ቀትር ላይ ዶክተሮቹ ነመራን ብቅ ብለው አይተው ተሰናብተው ለሳምንቱ መጨረሻ ለረጅሙ ዕረፍት ወጡ።

እሁድ ከቀትር በኋላ– አዲስ አባባ በሰርግ መኪኖች ጡሩምባ ተጨናንቃለች። ኳስ ሜዳ ውሎ የሚመለሰውም እግረኛ ቀጠና ሁለት የታክሲ ማቆሚያን አጣቧታል። በእሁድ ምድር ብዙሀኑ የአዲስ አባባ ነዋሪ በቤቱ በሚያርፍበት ቀን ከሰርግ መኪና ጋር እየተጋፉ የነመራን ሁኔታ ለማየት ቀዶ ጥገናውን ካካሄዱት ዶክተር አንዱ ከውስጥ ደዌ ዶክተሩ ጋር

ከከፍተኛ ህክምናው ክፍል ደረሱ። በግቢው ውስጥ የሚኖርው አሰምናኝ ዶክተር ወዲያውኑ ተቀላቀላቸው። ስለ ነመራ ሁኔታም ዳግም ይወያዩ ጀመር።

ነመራ ቀዶ ጥገናው ከተካሄደለት አርባ አምስት ሰዓት ሆኖታል። የታዘዙለት መድሀኒቶች በተገቢው መልክ ተሰጥተውታል። ቢያንስ 1.5 እስከ 2 ሊትር ሽንት ቢጠበቅም አስከዚያች ደቂቃ ድረስ ግን አንዲት ጠብታ አልታየችም። በደም ውስጥ እየተጠራቀሙ ያሉ በኩላሊት ብቻ መጣራት የሚገባቸው መርዛማ ነገሮችም ጨምረዋል። የነመራ ሰውነትና መንፈስ ግን ይበልጡኑ ጠንክሯል። ባይናገርም ፊቱ ላይ ደስታ ይነበባል። የቀኝ እጁን አውራ ጣት ደጋግሞ በማንሳት ብርቱነቱን ይገልፃል።

ዶክተሮቹ ዳግም ነመራን አገላብጠው መርምረውና ተወያይተው ዶፓ (ዶፓሚን) እያሉ የሚጠሩት መድሀኒት እንዲጀመር አዘዙ። ይህ መድሀኒት በጣም በትንሹ በህመምተኛው ክብደት መጠን ተለክቶ ከተሰጠ ኩላሊት ሽንት እንዲያመነጭ ይረዳል። በተፃራሪው ግን ተመጥኖ ሊሰጠው ከሚገባው በላይ ከተሰጠ ኩላሊትን መርዳቱ ቀርቶ የደም ስርና ልብን ሥራ በማወክ የደም ግፊትን ከፍ ያደርጋል ወይም የልብ ምትን ያፋጥናል ይላሉ ዶክተሮች። ይህን መድሀኒት መጠቀም ካስፈለገም መጥነው በሚሰጡ መሳሪያዎች ብቻ ቢሆን ይመረጣል። ሆኖም ግን አስተካክሎና መጥኖ የሚሰጠው መሳሪያ በወቅቱ ስላልነበረ ዶክተሮቹ በወረቀት ላይ ደምረው ቀንሰው ከንጥረ ነገር (ግሉኮስ) ጋር ተደባልቆ በትንሹ ጠብታ እየተቆጠረ እንዲሰጥ አዘዙለት። ተረኛ ነርሷ በነመራ ቀኝ ክንድ ላይ በጠብታ መልክ የሚወርደው ፈሳሽ ውስጥ መድሀኒቱን ጨምራ የእጅ ሰዓቷን ወደ ተሰቀለው የግሉኮስ ገመድ አስጠግታ በመቁጠር በደቂቃ 8 እንዲሆን አሰተካክላ ከፈተችለት።

ቀኛዝማች መንገሻ ዶክተሮቹና ነርሶቹ በተደጋጋሚ የሚያገላብጧት የላስቲክ ጉዳይ ከንክኗቸዋል። ጠብቄ የተባሉ ይመስል ከእንቅልፋቸው በባነኑ ቁጥር ነመራን እያቃኙ ለሰኞ ደርሰዋል። ሰኞ ጠዋት 4 ሰዓት የህሙማን ጉብኝት ለመጀመር እነሲስተር ስምረ ዝግጅታቸውን አጠናቀው የሀኪሞችን መምጣት ይጠባበቃሉ። የሰኞ ጠዋት የሀኪሞች ስብሰባ ትንሽ ዘግይቷል። ከባኮ ድረስ ነመራን ተከትለው የመጡት ዘመዶች ከከፍተኛ ህክምናው ክፍል ብዙም ሳይርቁ ግድግዳ አስጠግተው ካርቶን አንጥፈው ከርመው በዛን ዕለት ወደ አገራቸው ለመጓዝ ነመራን ለመሰናበት በሲስተሯ ፈቃድ ወደ ክፍሉ ገብተዋል።

ዶክተሮቹ ከወትሮው ሀያ ደቂቃ ዘግይተው ጉብኝታቸውን ጀመሩ። አዲስ የገቡትን ሁለት ህሙማን አይተው በቀጥታ ወደ ነመራ ሲያመሩ ለ66 ሰዓት ጠፍቶ የነበረው ሽንት ከፊኛው ጋር በተያያዘው ጎማ አማካኝነት የላስቲክ ከረጢት ውስጥ ይንጠባጠብ ጀመር። ሲስተር ስምረ ወደ ላስቲኩ እየጠቆመች በደስታ “መጣ! መጣ!” ስትል ጮኸች። እንቅልፍ ሸለብ አድርጓቸው የነበሩት ቀኛዝማች መንገሻ “ምኑ መጣ!” አሉ የሆነ ነገር መስሏቸው፡፡ ሽንት መሆኑን ሲረዱ ግን… “እይ… እኔ’ኮ በሰንበት ምድር ሳይቀር ዶክተሩም ነርሱም እያጎነበሰ አልጋ ሲፈትሽና ይህን ላስቲክ ሲያገላብጥ ከእጅ ያመለጠ የወለጋን ወርቅ ፍለጋ መስሎኝ!” አሉ እንደማሾፍም እየቃጣቸው፡፡ “አዳሜ በየሜዳው እየገለበ ሲያንፈሸፍሽ የሚውለው ሽንት ከቁም ነገር ቆጥራችሁ ነው እንዴ እንዲህ የምትደክሙት? ሽንት እንዲህ በክብር የምትጠበቅና የምትፈልግ ከሆነ እባካችሁ ለከንቲባው ንገሩት፡፡ ከአሁን በኋላ ‘ሽንት ወርቅ ነው። በየሜዳው አትድፉት። ከቤት ጉድጓድ ቅበሩት’ ብሎ እንዲለጥፍ…” ብለው አንገታቸውን ወደ ነመራ አዞሩ፡፡

"ማነህ ወንድሜ እንዲህ የሚፈልጉት ከሆነስ እንፈሽፍሽላቸው..." ብለው ተመልሰው ጋደም አሉ።

ነመራ የመጀመሪያዋ ጠብታ ከታየችባት ደቂቃ ጀምሮ በ48 ሰዓት ከአራት ሊትር በላይ ሸንቷል። አብጠው የነበሩት ፊቱ፣ ዓይኖቹና የእግሩም ሆኑ የእጁ ጣቶች እብጠታቸው ጎድሎ ሚሸዋል። የቀዶ ጥገናው ቁስልም አላመረቀዘም። ነርሶቹም መድሀኒቶቹን ሰዓት እየጠበቁ መስጠትን አላቋረጡም። ሳምባው እንዳይለግም አልፎ፣ አልፎ ከደረቱ ቀና እያደረጉ ጀርባውን በመዳፋቸው እያፈራረቁ እንደ ድቤ ይደልቁታል። ባጠቃላይ ነመራ አካሉ ወደ ወትሮ ሥራ የተመለሰ ይመስላል። ሆኖም ሁሉም ነገር አልጋ በአልጋ አልሆነም፡፡ ባልታወቀ ምክንያት ሆዱ ማበጥ ጀመረ።

ምዕራፍ 21

ማክሰኞ ለረቡዕ አጥቢያ የነመራ ሆድ እብጠቱ ጨምሮ ሲያሰቃይ አደረ። ተረኛው ዶክተር እየተመላለሱ የግራ እጃቸውን እንደ ምንሊክ ነጋሪት የተወጠረው ነመራ ሆድ ላይ አድርገው በቀኝ እጃቸው መሀል ጣት የግራ እጅ ጣቶቻቸውን ጀርባ ይጠበጥባሉ። ጆሯቸውን ወደ ሆዱ አስጠግተው እያዳመጡ የግራ እጅ መዳፋቸውን ከእምብርት፣ በሁሉም አቅጣጫ ሆዱ ላይ እየለዋወጡ ጣታቸውን እየጠበጠቡ "ነመራ ጋዝ አለህ? ጋዝ ይወጣል?" እያለ ይጠይቃሉ። ነመራ መልስ አልሰጠም። ማስታገሻ መርፌ አዘዙለት።

ማስታገሻ መርፌው ለውጥ አላመጣም፡፡ ነመራ ሌሊቱን ሲያቃስት አደረ። ቀኛዝማችም እንቅልፍ በቅጡ አልወሰዳቸውም። ዶክተሩ ነመራን "ጋዝ አለህ?" ብሎ ሲጠይቅ ሰምተው ሲብሰለሰሉ ነበር ያደሩት።

ረቡዕ ጠዋት ስፔሻሊስቶቹ በጎብኝት ሰዓታቸው በተለማማጅ ተማሪዎችና በነርሶቹ ታጅበው ወደ ክፍሉ መጡ። ህሙማኑን እያዩ ከነመራ አልጋ ሲደርሱ የክፍሉ ጠቅላላ ሀኪም የሸንቱ ሁኔታ እንደተስተካከለ፣ ሆኖም ሆዱ በጣም ስላበጠ እንቅልፍ አጥቶ በህመም ሲሰቃይ እንዳደረ አስረዳ። የውስጥ ደዌ ስፔሻሊስቱ የነመራን ሆድ በጣታቸው እየጠበጠቡና በማዳመጫ ሆዱን አዳምጠው "አንጀቱ ምንም እንቅስቃሴ የለውም፣" አሉ። በማስከተልም "እንዲህ ያለ ችግር መነሾው ብዙ ሊሆን ይችላል። ከቀዶ ጥገና በኋላ ግን አብዛኛውን ጊዜ በማደንዘዣ መድሀኒቶች ሰበብ ወይም ህሙማን አልጋ ላይ ለረጅም ሰዓታት ሳይንቀሳቀሱ ከቆዩ እንዲህ ያለ ችግር ይከሰታል..." እያሉ ለተማሪዎቹ አስረዱ። "ከቀዶ ጥገና በኋላ ቶሎ መንቀሳቀስ ደም እንዳይረጋ፣ ሳምባም ሆነ አንጀት ችግር እንዳይገጥመው በጣም ይረዳል..." ብለው

ተጨማሪ መድሀኒቶች በመርፌ መልክ እንዲሰጡት አዘዙለት። "አቶ ነመራ፣ ለመሆኑ ጋዝ ወይም አየር ሊወጣህ ይሞክራል?" አሉ ወደ ፊንጢጣው እያመላከቱ። ከህፍረት ምልክት በቀር ከነመራ ምንም መልስ አላገኙም።

ቀኛዝማች መንገሻ በአስተማማኝ ሁኔታ ስለተሻላቸው ወደ መደበኛ ክፍል እንዲዛወሩ ሀኪሞቹ ያንኑ ዕለት ወስነዋል። ስኳራቸው እንደተስተካከለ የተደረገላቸው ምርመራ ያሳያል።

ልጃቸውና ሲስተር ስምረ ቀኛአዝማች ወደ ሌላ ክፍል ከመሄዳቸው በፊት ቁስላቸውንና ልብሳቸውን እየቀየሩላቸው ሳሉ ትከንክናቸው ለነበረችው ጥያቄ መልስ ለማግኘት "ሲስተር፣ ለመሆኑ ሌሊቱን ሙሉ ሲመላለስ ያደረውም ዶክተርም ሆነ ዛሬ ዋናው ስፔሻሊስት ይህን ሰው የምን ጋዝ ነው የሚጠይቁት?። እንዲህ አስር ጊዜ የሚወተውቱት ጋዝ ያመነጫል አሏቸው እነዴ?" አሉ።

ሲስተር ስምረ ፈገግ አለች፡፡ "አይደለም አባት፣ አየር ወይም ፈስ ማለታቸው ነው..." ስትል፣ ቀኛዝማችም "ይችን ይወዳል ቀኛዝማች መንገሻ!" አሉ ድምጻቸው ጨምሮ፡፡ "ፈስ እኮ ይሄ ወደል አህያ በየሜዳው የሚያንዛርጠው ፈስ! ወይ አለማወቅ፣ ፈስ ከቁም ነገር ተቆጥሮ ነው ይህ ሁሉ ባለሙያ ቀን ተሌሊት መጣች፣ አልመጣች እያለ ሲርድ፣ ሲረግድላት የሚውል የሚያድረው?። አይ አለማፈር፣ አይ ስምንተኛው ሺህ!" አሉና ፊታቸውን ወደ ነመራ ዞር አደረጉ፡፡ "ወንድሜ ነመራ በል እንግዲህ ፈስ ሲመጣ አንጣጣው፣ አንዴ ሽንት፣ እንዴ ፈስ እያለ ሲጨነቁ ከሚከርሙ ልቀቀው..." አሉና "እግዚአብሔር ይማርህ ወንድሜ። እኔም ከዚህ ክፍል መውጣቴ ነው፡፡ እየመጣሁ እጠይቅሀለሁ፣" ብለው ተሰናበቱት።

ምዕራፍ 22

ሲስተር ስምረ የምትመራው ቡድን አባላት ለነመራ አዲስ የታዘዘውን መድሀኒት ቀደም ሲል ከተጀመሩት መድሀኒቶች ጋር እየደባለቁ ሰዓት ጠብቀው መስጠቱን ተያይዘውታል። በተጨማሪም ሳምባው እንዳይቆጣና እንዳይለግም በየሁለት ሰዓት ልዩነት እያገላበጡ ጀርባና ደረቱን ደልቀው በቫዝሊን ያሹታል። ቢያንስ በቀን ሁለቴ ከአልጋ ደግፈው አውርደው ክፍሉ ውስጥ ከወዲያ ወዲህ ያመላልሱታል። ስድስት ቀንም ሆነ – ቀዶ ጥገና ከተደረገለት።

ሲስተር ስምረ የዕለት ከዕለት ሥራውን ከመምራት በተጨማሪ ለአንድ ወር ተግባራዊ ልምምድ ለሚመጡ ነርስ ተማሪዎች ስለህሙማን እንክብካቤ፣ ስለ ሙያዊ ስነምግባር ወይም ስለ ድንገተኛ ህክምና አሰጣጥ አንዱን ርዕስ መርጣ መጠነኛ ትምህርት ትሰጣለች። ሁሌም እንደምታደርገው ያን ዕለትም በክፍሏ መሀል በመስታወት በተከለለችው ስፍራ ከበዋት ለተቀመጡ ነርስ ተማሪዎች እንደ ነመራ ላሉት ህሙማን ሊሰጥ ስለሚገባው የህክምና አገልግሎት እያስተማረች ነበር፡፡

"በመጀመሪያ ደረጃ ነመራን የመሰሉ ህሙማን በሚገባ የሚንከባከብና የሚረዳው የሙያ ዘርፍ 'የድንገተኛ ህክምና አገልግሎት' ተብሎ ይጠራል። ይህ ዘርፍ ብዙ ነገሮችን ያካትታል። የመኪና፣ የባቡር፣ የአውሮፕላን የመሳሰሉ አደጋዎችን፣ በህንጻ መደርመስ ወይም በመውደቅ ሊደርሱ የሚችሉ ጉዳቶችን፣ በቦምብ ወይም በጥይት የሚቆስሉ ሰዎችን፣ ድንገተኛ የልብ ህመም፣ ከፍ ባለ የደም ግፊት ሊመጣ የሚችል የአንጎል ውስጥ ደም መፍሰስን፣ ከወላድ እናት ወይም ህፃናት ጋር የተያያዙ ችግሮችን ወዘተ. ተጎጅዎችን ወይም ህሙማንን መከታተያ ዘርፍ ነው። በተለይ

ደግሞ ጊዜ የማይሰጡ ሕመሞች ወይም አደጋዎች፣ ለምሳሌ ነመራ ላይ የደረሰው አይነት አደጋ፣" አለች ነመራ ወደተኛበት አልጋ ፊቷን አዙራ። በመቀጠልም....

"የድንገተኛ ህክምና አልግሎት በአንድ ቦታ ብቻ ህንፃ ገንብቶና ሙያተኞችን አሰባስቦ የሚሰጥ አገልግሎት አይደለም። በሙያው ፕሮፌሰርነት ደረጃ የደረሱ ባለሙያዎች ተሰባስበው ጉዳተኛውን በአንድ ቦታ ቢጠብቁ እምብዛም ውጤት አያመጡም። የድንገተኛ ህክምና ክፍል እንደ ዱላ ቅብብል ሩጫ ከታች እስከ ላይ እንደሰንሰለት ተያይዞ ተገቢውን የህክምና አገልግሎት የሚሰጥ ክፍል ነው። 'ህንፃ አልባ ተንቀሳቃሽ የህክምና ተቋም' ተብሎ ሊጠራም ይችላል። እንደ ነመራ ያሉ ተጎጂዎችን ለማዳንም አንዱ እየተንከባከበ ለሚቀጥለው ክፍል ያስረክባል። የድንገተኛ ህክምና አገልግሎት ስርዓት ሦስት ዓበይት ክፍሎች አሉት..." አለች ጥቁር ዞማ ፀጉሯን ወደ ጀርባዋ እየነሰነሰች፡፡ "አንደኛው ክፍል ችግሩ በተፈጠረበት ስፍራ ያሉ ሰዎች በአካባቢያቸው የአምቡላንስ አገልግሎት ካለ ደውለው መጥራት ካልሆነም ተጎጅውን በራሳቸው መንገድ ወደ ጤና ተቋማት ባስቸኳይ መውሰድ ነው። ይህ የቅድመ ሆስፒታል ህክምና አገልግሎት ወይም የአምቡላንስ አገልግሎት ህሙማንን ወይም ጉዳተኞችን በሚያጓጉዝበት ወቅት ችግሩ ከተከሰተበት ስፍራ እስከ ጤና ተቋሙ በሚደረገው ጉዞ ላይ ተገቢውን ህክምና እየሰጡ መሄድን ያካትታል። ይህ ክፍል ህብረተሰቡን ከጤና ተቋማት ጋር የሚያገናኝ ድልድይም ነው።"

ከተሰባሰቡባት የመስታወት ክፍል ወደ ነመራ አልጋ ሄዱ። ከበውትም ቆሙ። ሲስተር ስምረ ነመራን "አሁን እንዴት ነህ? እነኚህን ተማሪዎች ዛሬ ስለ

ድንገተኛ ህክምና እያስተማርኳቸው ነው። ግር እንዳይልህ ብዬ ነው…" ብላ ማብራሪያዋን ቀጠለች ።

"ሁለተኛው ደግሞ በጤና ተቋሙ የሚሰጠው ህክምና ነው። ተገቢ የድንገተኛ ህክምና አገልግሎትን ለመስጠት የተቋሙ አቅምና ዝግጁነት ለአገልግሎቱ ጥራት ወሳኝነት አለው። ህሙማን ድንገተኛ ክፍል ከደረሱበት ደቂቃ ጀምሮ የሚሰጣቸው ህክምና፣ የቀዶ ጥገና፣ የከፍተኛ ህክምና ክትትል፣ የማዋለጃ የመሳሰሉት ክፍሎች ሙሉውን 24 ሰዓት የሚያስፈልጋቸውን የህክምና መሳሪያና የሰው ኃይል አሟልተው መገኘት ይኖርባቸዋል። ለስሙ ሆስፒታል ተብሎ እግዚአብሔር በነፃ እንድንተነፍስ የሰጠንን ኦክስጅን እንኳን አዘጋጅቶ በቅጡ መስጠት ካልቻለ፣ በጉዳት የሚፈስን ደም ማቆም፣ ወይም በወሊድ ምክንያት ችግር የሚገጥማትን እናት ማስተናገድ ካልቻለ የጤና ተቋም ሳይሆን በእግዚአብሔር ቁጣ ተገትሮ እንደቀረው የባቢሎን ግምብ ሲብስም የፈረሰ ቤት በሉት።"

"ጥያቄ አለኝ" አለ ከተማሪዎቹ አንዱ ወደ ነመራ እየተመለከተ። "እንደተረዳነው የነመራ ሁኔታ በጣም ከባድ ነበር። እንዲህ ያለው ጉዳት በደረሰበት አካባቢ ያሉ የጤና ተቋማት ለማከም እንዲችሉ ምን መደረግ አለበት?"

ሲስተር ስምረም፣ "ቀደምከኝ… ቀጥዬ የማስረዳው ጥያቄህን ይመልስልሀል፣" ብላ ረጅም ፀጉሯን ዳግም ነሰነሰችው። "ሦስተኛው ደረጃ ጉዳተኛው ከጤና ተቋሙ ወደ ሌላ ከፍተኛ የህክምና ተቋም የሚላክ ከሆነ ወደ ተረካቢው ሆስፒታል ሲላክ የሚሰጠው አገልግሎትና እንዲሁም ልንከተላቸው የሚገባቸው መርሆዎች ናቸው። ዋና ዋናዎቹ መርሆዎች ጉዳተኛው ወይም ህመምተኛው ተጨማሪ ጉዳት እንዳይደርስበት ማድረግ፣ ከተረካቢው የጤና

ተቋም ጋር በቅድሚያ በስልክ ግንኙነት ማድረግ የመሳሰሉትን ያከትታል፣" አለች የነመራን አል,ጋ እንተደገፈች።

"በሀገራችን በኢትዮጵያ በጤና ተቋማት ደረጃ ከሚደረገው አናሳ ዝግጅት በቀር የቅድመ ሆስፒታል ህክምና አገልግሎትም ሆነ ከአንዱ ጤና ተቋም ወደ ሌላው ለሚደረግ የህሙማን ሽግግር ትኩረት አልተሰጠውም፣ ዝግጅትም አይደረግበትም። የነመራን ታሪክ እንደተረዳችሁት ከነቀምት ሆስፒታል የሚያመጣው አምቡላንስ ስላልተገኛ ከደዴሳ ማሰልጠኛ ማዕከል ፒካፕ መኪና ተገኝቶ ነው እዚህ ሊደርስ የቻለው። በመንገድ ላይ ብዙ ችግር ገጥሞታል..." አለች ነመራን እየተመለከተች። ነመራም አንገቱን በትንሹ እየነቀነቀ አዎንታውን ገለፀ።

"የሀገራችንን አምቡላንሶቹን በተመለከተ ለስሙ አምቡላንስ ተባሉ እንጂ ከመሥሪያ ቤቶች የመስክ መኪኖች አይሻሉም። ከኋላ አንድ አል,ጋ ዘርግተው፣ በላያቸው ላይ ቀይ ወይም አረንጓዴ መስቀል ከመለጠፍና ጥሩምባ እያናፉ መብራታቸውን ከማብለጭለጭ በስተቀር አንዳችም ለአምቡላንስነት ብቁ የሚያደርጋቸው መለያ የላቸውም።

"ወላድ ምጧ ቢፀና እነኚህ አምቡላንስ ተብዬዎች ውስጥ ማዋለድ አይቻልም። አምቡላንሱን የሚያጅቡት ባለሙያዎች ዝግጁነትና ብቃት እጅግ አጠያያቂ ነው። አምቡላንሶች ከጤና ተቋማቱ ጋር ቀጥተኛ የስልክና የሬድዮ ግንኙነት ስለሌላቸው ህሙማን ይዘው ከአንዱ ሆስፒታል ወደ ሌላው ሆስፒታል ይንከራተታሉ። ለምሳሌ መዲናችንን አዲስ አባባን ብትወስዱ በአንድ መስተዳድር ስር እየተኖረ የቀይ መስቀል፣ የፖሊስ፣ የእሳትና ድንገተኛ፣ የጤና ቢሮ አምቡላንስ ወዘተ. የመሳሰሉ ስፍር ቁጥር የሌለው ስም ይዘው ከብዛቱ የተነሳ ግራ የሚያጋባ ስልክ ቁጥር

ጀርባቸው ላይ ለጥፈው ጡሩምባቸውን ሲያፎጮሁ ይውላሉ። እንደውም በበዓላት ወቅት ህመምተኞችን ሳይሆን ከሰል ወይም በግ ጭነው ጡሩምባቸውን እያናፉ በከተማው ውስጥ ሲሄዱ ማየት የተለመደ ሁኗል።" የሲስተር ስምረ ፊት በንዴትም፣ በቁጭትም ተኮማትሯል፡፡ ሲብስባት "የተዘነጋ የህክምና ዘርፍ ነው፣" አለች፣ ጠጠር ባለ ድምጽ። ገለጻዋን ስትቀጥልም ይህ የቁጭት ስሜት እየተናነቃት ነበር፡፡

"ለችግሩ መፍትሄው ለብቻ ተበታትኖ ከመሮጥ በዘመናዊ መልኩ ተደራጅቶ አንድ 'ጥምር የድንገተኛ አገልግሎት ተቋም' ማቋቋም ይመስለኛል። እናንተስ እንዴት ታዩታላችሁ?" ብላ ጠየቀች። ከተማሪዎቹም አንዷ "አሁን በገለፅሽልን መልኩ ሳላላየነው ጥሩ አገልግሎት ይሰጣሉ ብለን ነበር የምንገምተው። ብዙ እንደሚቀረን ተረድቻለሁ፣" አለች።

ሲስተር ስምረም፣ "ትክክል ብለሻል፣" አለች፡፡ "ጥምር የድንገተኛ አገልግሎት ተቋም ለአንድ ከተማ አንድ የጥሪና ስምሪት ክፍል፤ እንዲሁም ዋና ሥራ አስኪያጅ ከበቂ በጀት ጋር ቢመደብለት ችግሩ መቀረፍ የሚጀምር ይመስለኛል። አንድ ወጥ የሆነ የአሥራር ስርአት ይኖረዋል። ለአምቡላንስ፤ ለፖሊስ እንዲሁም ለእሳት አደጋ ጥሪ ያልተንዛዛ እንደ '911' አይነት አጭር የወል ስልክ ቁጥር ቢኖር ለተጠቃሚውም ሆነ ለአገልግሎት ሰጪው ጊዜና ገንዘብ ይቆጥባል። ህብረተሰቡም በቀላሉ የጥሪ ማዕከሉን ስልክ ቁጥር ሊይዘው ይችላል። ይሄ ደግሞ የድንገተኛ ህክምና አገልግሎትን ለመጀመር ወሳኝ የሆነ ሚና አለው። በአደጉት ሀገራት ህብረተሰቡ ጥሪ ባደረገ ከአምስት እስከ ሰባት ደቂቃ ውስጥ በስፍራው ይደርሳሉ። የእኛን ሀገር አምቡላንስ አገልግሎት ችግር የቀመሰው ያውቀዋል። ለዚህ ማረጋገጫ የነመራን ህክምና ታሪክ መመርመሩ በቂ ነው።

"በእርግጥ..." አለች ሲስተር ስምረ ትምህርታዊ ፅሁፎችና መጻህፍት ከምትይዝበት ቦርሳ ውስጥ የአምቡላንስ ምስሎችን የያዘ ማህደር አውጥታ እያሳየች፣ "አምቡላንሱን ስላዘጋጁ ብቻ አገልግሎቱ የተሟላ ይሆናል ማለትም አይደለም። የህብረተሰቡ የመጀመሪያ እርዳታ አሰጣጥ ግንዛቤና እውቀት፣ አሽከርካሪዎች ስለ አምቡላንስ አገልግሎት ያላቸው ግንዛቤ እንዲሁም መንገዶችም ሆኑ ህንፃዎች ሲገነቡ በድንገተኛ አደጋ ጊዜ ሊሰጥ የሚገባውን ህክምና ወይም እርዳታ ታሳቢ በማድረግ ሊያሟሏቸው የሚገቧቸው ነገሮች ቢካተቱ፤ ለመጨረሻው ውጤት ከፍተኛ የሆነ አስተዋፅኦ ይኖራቸዋል። ሰማይ ጠቀስ ፎቅ ተሠርቶ በውስጡ ከሁለተኛው ፎቅ ጀምሮ በአንዱ ላይ የሚሠሩት ወይም የሚኖሩት ሰዎች የልብ ድካም ህመም በድንገት ሲያጠቃቸው፣ ውብ የሆነ ሆቴል ተሠርቶ ያረፈ እንግዳ ወይም ለመዝናናት የገባ ሰው ከገነቡት ህንፃ ውስጥ ሲስተናገድ ድንገት ቢታመም ወይም አደጋ ቢደርስበት ፎቁ ላይ ወጥቶ ህይወቱን ለማትረፍ በጣም ያዳግታል። ውጭ አገር ሄዶ የመታከም አቅሙ ወይም የህይወት ዋስትና መድህን ቢኖረው እንኳን የተቀላጠፈ የድንገተኛ ህክምና አገልግሎት ሰጪው ክፍል ተቀናጅቶ በወቅቱ እርዳታ ሰጥቶ ለሚቀጥለው ክፍል ካላቀበለው በቀላሉ ህይወት ሊያልፍ ይችላል።

አምቡላንስ በኢትዮጵያ

አምቡላንስ በጀርመን

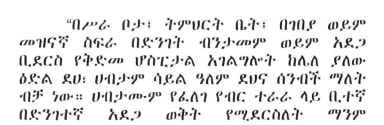

"በሥራ ቦታ፣ ትምህርት ቤት፣ በገበያ ወይም መዝናኛ ስፍራ በድንገት ብንታመም ወይም አደጋ ቢደርስ የቅድመ ሆስፒታል አገልግሎት ከሌለ ያለው ዕድል ደህ፣ ሀብታም ሳይል ዓለም ደህና ሰንብች ማለት ብቻ ነው። ሀብታሙም የፈለገ የብር ተራራ ላይ ቢተኛ በድንገተኛ አደጋ ወቅት የሚደርስለት ማንም

አይኖርም። በሚሊዮን የሚቆጠር ብር በዛች ወሳኝ ሰዓት የሰባራ ሰንቲም ያህል ዋጋ የለውም።

"እንደምታውቁት ስስታሙ የሰው ልጅ አንጎል ከሦስት ደቂቃ በላይ ሊጠብቅ ወይም ሊታገስ አይችልም። ስለሆነም በአደጋ ወይም በድንገተኛ የጤና መታወክ ወቅት ፈጥኖ ካልተደረሰ ህይወት በቀላሉ ሊጠፋ ስለሚችል የተቀናጀ የድንገተኛ ህክምና አገልግሎት ክፍልን በቅድሚያ ማዘጋጀት የሁሉም ሰው ኃላፊነት መሆን አለበት።

"ይህን ሁሉ የምነግራችሁ ያለፈን ታሪክ ለቃቅሜ ሳይሆን በየዕለቱ የምታዩት፣ አሁን ከዚህ ግቢ ስትወጡ በቀላሉ የምትረዱት ችግር ነው። ከምስሎቹ እንደምትረዱት ብዙ ይቀረናል።" ተማሪዎቹ ምስሎቹን አተኩረው ያዩ ጀመር። "እነኚህን የሀገራችንን ችግሮች አጥንቶ የወደፊቱን ማስተካከል የእናንተ ፈንታ ነው። በነመራ ላይ የደረሰ ስቃይ በሌሎች እንዳይደገም ኃላፊነት አለባችሁ። በእርግጥ ከባዶ አትነሱም። ጅምሮች አሉ። ለኢትዮጵያ ብቻ ሳይሆን ለጎረቤት አገሮችም ምሳሌ የሚሆን ሥራ ቀደም ባሉ ባለሙያዎች ብዙ ተሠርቷል። ለምሳሌ ያህል ከ1988 ዓ.ም. ጀምሮ የአዲስ አበባን ቀይ መስቀል፣ እሳት አደጋ፣ ጤና ቢሮ፣ መከላከያ፣ አየር መንገድ፣ ፖሊስ እንዲሁም መንገድ ትራንስፖርትን በማሰባሰብ አንድ ወጥ የሆነ የተቀናጀ የድንገተኛ ህክምና አገልግሎትን ለመፍጠር የተደረገውን ጅምር ከመጻሕፍት ቤት ወይም ከኢንተርኔት መረጃ መረብ ፈልጋችሁ መረጃዎችን ብታነቡ ብዙ ትማራላችሁ። እኔ የዚህ ጅምር መሰረተ ሀሳብ ጠንሳሽ፣ የሆስፒታላችን የህክምና ባልደረባ ከሆኑት ባለሙያ የመማርና አብሮ የመሥራት ዕድሉ ገጥሞኝ ብዙ ለመገንዘብ ችያለሁ። እናንተም ሳይንሳዊ ፅሁፎቻቸውን ብታነቡ ብዙ ጠቃሚ የመፍትሄ ሀሳቦችን ታገኛላችሁ። የጎደለውን በማሟላት

የወደፊቱን ልታጠናቅሩት ትችላላችሁ ብዬ እገምታለሁ።

"የህንፃ አልባው ተቋም ህክምና አገልግሎት ሲጠናከር እንደ ነመራ ያሉ ጉዳተኞችም ሆኑ ወላዶች ብዙ ሳይንገላቱ በጉዞ ላይ እያሉ ተገቢው ህክምና እየተደረገላቸው በአስቸኳይ አግባብ ካለው ጤና ተቋም ሊደርሱ ይችላሉ። ከነመራ ታሪክ እንደምትማሩት የዚህ ህክምና ዘርፍ የተደራጀ ቢሆን ኖሮ ነመራ መምጣት የሚገባው በመኪና ጀርባ ተሰቅሎ እየነጠረ ሳይሆን ሙሉ ህክምና እየተደረገለት በሄሊኮፕተር ነበር። በእርግጥ ነመራ በጣም ዕድለኛ ነው። ምንም እንኳን የአንጀቱ ጉዳይ ዛሬ ችግር ቢፈጥርም በጣም ለውጥ እየታየበት ነው። ከእንዲህ ያለ ሁኔታ የሚተርፉ ሰዎች እጅግ በጣም ጥቂት ናቸው፣" ብላ የነመራን ሆድ ደባበሰች።

"የወደፊቷ ኢትዮጵያ ባለቤት እናንተ ናችሁ። ተምራችሁ የጋን መብራት እንዳትሆኑ። ለችግሩ መፍትሄ ጥሩ ንድፈ ሀሳብ ካላችሁና ለለውጡ ያለመታከት ከጣራችሁ ሰሚ ማግኘታችሁ አይቀርም፣" አለች። ተማሪዎቹ የነመራን አልጋ ዳግም አስተካከሉለት። "አሰችገርን፣ አይደል!" አለች ሲስተር ስምረ። ነመራም "ደግሞ ምን አፍ አለኝ ለናንተ!" አለ በተቆራረጠ ድምፅ።

ምዕራፍ 23

ነመራ ሆዱ እንደተወጠረ በክፍሉ ውስጥ በባለሙያዎቹ ድጋፍ ሲዘዋወር አምሽቷል። ቀኝ አዝማች እንዳሉት 'ፈስ' ምንም ቢደረግላት ልትገኝ አልቻለችም። ባለሙያዎቹ የቀራቸው የመጨረሻ አማራጭ በፊንጢጣው በኩል በትንሽ መሳርያ ወይም በጣታቸው አካባቢውን መነካካት ብቻ ነው። አልነሳ ያለን የእህል ወፍጮን ለማስነሳት መከራውን እንደሚያይ የወፍጮ ቤት ሠራተኛ እነሱም ይህችን መከረኛ 'ፈስን' ፍለጋ ያልፈነቀሉት ድንጋይ የለም።

ዕለቱ ዓርብ ነበር፡፡ ነመራ ቀዶ ጥገናው ከተደረገለት ሰባተኛ ቀኑን ይዟል። ህመሙ ፀንቶበት ሌሊቱን ሲያቃስት ነበር ያደረው፣ ሰውነቱ በላብ ርሷል። ሽቅብ ይለዋል፤ ይጓጉጠዋልም።

ዶክተሮቹ የዘወትር የህሙማን ጉብኝታቸውን ከመጀመራቸው በፊት ሲስተር ስምረ በትንሽ ትሪ በመሰለች ነገር እንደ ጣት የወፈረች፣ እንደ ካሮት የረዘመች ብረት፣ የእጅ ጓንቶች፣ የጥርስ ሳሙና መያዣ በመሰለ ቱቦ ነገር ውስጥ ያለ ፈሳሽ ቅባት ነገር ደርድራ ከአንድ ዶክተር ጋር ወደ ነመራ አልጋ ተጠጋች።

የጨርቅ መጋረጃውን ዙሪያውን በተዘረጋው ብረት ላይ አሽከርክራ የነመራን አልጋ ሙሉ ለሙሉ ሸፈነችው። ፈሳሽ ቅባቱን በትንሽ ጨርቅ ላይ አፍስሳ እንደ ካሮት የሾለችውንም ብረት ትቀባባት ጀምር። ነመራ ብረቷን አተኩሮ ይመለከታል – ምክንያቱ አልገባውም ነበርና።

ዶክተሩ ድምፃቸውን ዝቅ አድርገው፣ "ነመራ፣" አሉ፡፡ "የሆድህ መወጠር ዋና ምክንያት አንጀትህ ስለማይንቀሳቀስና ጋዙን ወደ ውጭ ስለማያስወጣ ነው። አሁን ያለን አማራጭ ይቺን..." አሉት በቅባት

የራሰችውን ብረት እያሳዩ "...በፌንጢጣህ በኩል በማስገባት ነካክተን የተኛው አንጀትህን ለማስነሳት መሞከር ነው። የተጠራቀመው ጋዝ ሙልጭ ብሎ ስለሚወጣ ህመምህ ይጠፋል። አንጀትህም በደም እጥረት ምክንያት ከመሞት ይድናል..." ሲሉ አስረዱት።

የነመራ ዓይኖች በድንጋጤ ፈጠጡ፡፡ "ዶክተር! እኮ ይሄ ብረት በእኔ ፊንጢጣ ሊገባ!" አለ ያየውን ለማረጋገጥ ዓይኖቹን እያንከራተተ።

"አዎ፣" አሉት ዶክተሩ፡፡ "የፊንጢጣህን አካባቢ በዚህ መሳሪያ ወይም በጣታችን ከቅባት ጋር አድርገን ከነካካነው የተዘጋው መስመር ሊከፈት ይችላል፡፡"

"በፍፁም አይሞከርም!" አለ ኃይለኛ ጉንፋን እንዳፈነው ሰው በጎረነነና በሚንሾካሽክ ድምፅ። "ፍግም፤ ድብን ልበል እንጂ እኔ ነመራን ይሄ ብረትም ሆነ የእናንተ ጣት አይነካኝም!" በመቀጠልም በቀኝ እጁ መዳፍ መቀመጫውን ጨምድዶ እግሮቹን አጠላለፈ። "በጭራሽ አይሆንም ዶክተር..." አለ ዓይኖቹ እንደ ፈጠጡ።

ዶክተሩ ሊመጣ ስለሚችለው ችግርና የተደረጉለት ጥረቶች ከንቱ ሆነው ህይወቱ አደጋ ላይ ሊወድቅ እንደሚችል አስረዱት፡፡ ሊያግባቡትም ሞከሩ፡፡ በመጨረሻ "ዛሬን ካልመጣ ባይሆን ነገ እንነጋገርበት እንጂ አሁን በፍፁም የምቀበለው አይደለም፣" አለ፣ ፍርጥም ብሎ፡፡ "ከፈለጋችሁ መድሀኒቱን አውልቁልኝ ወይም ዝጉልኝ፡፡ ስሮጥበት የሆዴ እብጠት ድምጥማጡ ይጠፋል። እናንተ አታውቁ ይሆናል እንጂ አገር ቤት እኮ አሬራ ጠጥተን ሆዳችንን ከወጠረን ስንሮጥ ወዲያው ነው የሚሻለን..." ሲል በአሻፈረኝነቱ ቀጠለበት። ዶክተሩ ምንም ማድረግ አልቻሉም፡፡ "ለማንኛውም የሥራ መውጫ ሰዓት ከመድረሱ በፊት መጥቼ አይሀለሁ። አንጀትህን

ለማትረፍ የቀረ ጊዜ ያለን አይመስለኝም…” ብለውት ዶክተሩና ሲስተሯ ወጡ።

ነመራ በእልህ ይመስል ከአልጋው ተደግፎ ወረደ። ብቻውን ግሉኮሱን አንጠልጥሎ ለመንቀሳቀስ ሲስተርን አስፈቅዶ ወጣ። ከከፍተኛ ህክምና ክትትል መግቢያ በር ፊት ለፊት ከሚገኘው ክብ ቦታ ላይ እየተሽከረከረ ሰውነቱን ያፍታታ ጀመር። አምስተኛ ዙር ገደማ ላይ እንደደረሰም አንጀቱ የሆነ ድምፅ አሰማ። ነመራ ሰው አየኝ አላየኝ ብሎ ወደ መጸዳጃ ቤቱ ተንደረደረ። ገና በሩ ላይ እንደደረሰ ሆዱ በማከታተል ድምፅ አሰማ – የሚተረተር ጣቃ አይነት ድምፅ። በሩን ዘግቶ ከግማሽ ሰዓት ላላነሰ ጊዜ ጭንቱን አራገፈ። ከመፀዳጃ ቤቱ ሲወጣም ሆዱ የተነፈሰ ጎማ መስሎ ነበር።

ነመራ በሀሳቡ “ይሄው አንዛረጥኩላቸው ቀኛዝማች” ሲል፣ እሳቸውም “እንኳን ማርያም ማረችህ” ብለው በነገር ሲወጉት እየታየው ፈገግ ብሎ ወደ አልጋው ዘለቀ። አልጋው ላይ በጀርባው ተንጋሎ “ተመስገን! ከዚህ ጭንቅ የገላገልከኝ አምላክ አንተ ታውቃለህ፡፡ ተመስገን አምላኬ፣ ተመስገን…” ሲል ሽቅብ እያየ ምስጋና አደረሰ።

የክፍሉ ሠራተኞች ወደ አልጋው ተጠግተው አበረታቱት። የቀረ ጋዝ ካለም እንዳይጨነቅና አልጋው ላይም ቢሆን እንዲያስወጣው ነገሩት።

ነመራ ከጭንቀቱ በተገላገለ ማግስት ቀኛዝማች መንገሻ በተሽካርካሪ ወንበር በአንድ ዘመድ እየተገፉ ወደ ከፍተኛ ህክምና ክትትል ክፍል መጡ። የሥራ መውጫ ሰዓት ስለደረሰ ሠራተኛው ለመውጣት ይጣደፋል። ሁሌም በሰዓቱ ከማትወጣው ከሲስተር ስምረ በስተቀር ተረጋግቶ የተቀመጠ ሰው የለም።

ቀኛዝማች የክፍሉን ዋና በር ዘልቀው ከፍ ባለ ድምፅ "እንደምን ዋላችሁ?" አሉ፡፡ "ሁላችንም እግዚአብሔር ይማረን። ይማረን የምለው ሁላችንም ህመምተኛ ስለሆንን ነው፤ ዘንድሮ እንደሆነ ጤና ጠፍቷል" አሉና ወደ ነመራ አልጋ አመሩ።

የእግዚአብሔር ሰላምታ ተለዋውጠው ሲጨርሱ፤ ነመራ በጣም ተለውጦ ስላገኙት ቀኛዝማች የተንዠረገገ ነጭ ፂማቸውን በቀኝ እጃቸው እያሻሹ "በጣም ተሽሎሀል፣ ወንድም ነመራ፡፡ ሆድህም ከበሮነቱ ቀርቶ ባዶ ስልቻ ሁኗል ጃል! ለመሆኑ በሰላም ተገላገልክ?" ሲሉ ነመራ የሚጠብቀው ጥያቄ ስለነበር ፈገግ አለ ።

ነመራም እንደማፈር እየቃጣው "ቀኛዝማች በጣም አስቸጋሪ ነበር፣" አላቸው፡፡ "ፈስ እኮ በጣም አዋርዳኛለች! ብትጠበቅ እምቢ ብላ በመጨረሻ ዶክተሩ ከሲስትር ጋር አልጋዬ አጠገብ መጥተው የመጨረሻው መፍትሄ አንድ የተድበለበለ..." የሌባ ጣቱን እያሳየ "ይሄን የሚያክል ብረት ይዘው ቅባት እየቀቡ በብረቱ ወይም በጣታቸው ፊንጢጣህ መነካካት አለበት ሲሉኝ..." ሲል ቀኛዝማች አቋረጡት...

"በተሰቀለው መድኃኔዓለም! ጭራሽ በዚህ መጡ!" ብለው አማተቡ። "ኸረ መዋረድ! ይሄው ነበር የቀራቸው። እኮ ማማስያ፤ የፈረንጅ ማማስያ ይዘው መጡ ነው የምትለኝ! ጉድ ነው ጎበዝ!" ብለው...

እሪ በል ሰቆጣ እሪ በል ኮረም

እሪ በል ወልድያ እሪ በል ጎጃም

ኸረ እሪ በል ሐረር

እሪ በል ጎንደር

ኸረ እሪ በል ትግራይ እሪ በል ወለጋ

እሪ በል ወልቂጤ ኸረ እሪ በል ቦንጋ

እሪ በል ዋሸራ እሪ በል ዋልድባ

ነገር ተድበልብሎ ከቤትህ ሳይገባ

አሉ የወሎ ዝየራ በመሰለ ዜማ። "እናስ ምን አደረግህ? ወይ በቁም መዋረድ! ነገሩ ሁሉ 'ሰተት ብለህ ግባ ይረበሽ መንደሩ' ሆኗላ!" አሉ በመዳፋቸው ታፋቸውን እየደበደቡ።

"እምቢ አልኩኝ።"

ቀኛዝማችም "በቃ ሐኪም ቤት ከተገባ ሁሉም ቀዳዳ መፈተሽ አለበት? አዬ የዘንድሮ ዕውቀት! አ እግዝትነ ማርያም መህረነ እግዞ!" እያሉ የቀኝ እጅ የውስጥ መዳፍ ጣታቸውን አንዷ በአውራ ጣታቸው እየነካኩ አሥራ ሁለት ጊዜ ይቆጥሩ ጀመር። ሲጨርሱም ላብ አስምጧቸው ከንፈራቸውን በብስጭት ነክስ ለቀቅ አደረጉ፡፡ "ከዚያስ ምን ሆነ? መቼም እንዳማሩ መሞት የለ.. ወይ ዘንድሮ፣ ለምንኩስናም ላንበቃ ነው! ጎበዝ ተዋረድን! አንተ አምላኬ ሌላ ጉድ ሳታሳየኝ በጊዜ ውሰደኝ" ሲሉም አንጋጠው ፈጣሪን ተማጸኑ፡፡

"ሀኪሞቹ መንቀሳቀሱ ጥሩ ነው ባሉት መሰረት ከአልጋ ወረድኩ፣" አለ ነመራ፡፡ "ከበሩ ውጭ ባለው ክብ ቦታ ስሽከረከር ሳላስበው ይንጣጣለዎት ጀመር። ከዚያማ ምኑን ልንገርዎት፣ የነበረው እንዳልነበረ ሆነ። ፈንጂ ወረዳ እንደገባ ወታደር እያከታተልኩኝ አንጣጣሁት ነው የምልዎ!"

ቀኛዝማችም "ድሮስ ታድያ ይዋል ይደር እንጂ የታፈነ ነገር መፈንዳቱ አይቀር! ጎሽ እንኳን ተነፈስክ። ታዲያ እንዲያ ሲጠብቁት የነበረውን ጋዝ እንደ ልብ ስታጨስላቸው ምን አሉ?" አሉ በአሽሙር እነ ሲስተር ስምረን ለመንካት?

ነመራም "እንኳን ተገላገልክ፣ ከመጣ አልጋህ ላይም ቢሆን አስወጣው ነው ያሉት፣ ሌላ ምን ይላሉ!" አላቸው፡፡

"መታገስህ አድኖሀል። በል ወንድሜ በደንብ ልቀቅላቸው..." ብለው ተሰናብተው ወጡ። ሲስተር ስምረ የዕለት ዘገባዋን እየጫረች ሳቅ አፈናት። መቆጣጠር ሲያቅታት የታፈነ የሚመስል. ድምፅ አሰምታ ብስል ቀይ ፊቷ ደም መስሎ የሳቅ ዕንባ ዓይኖቿን አብለጨለጫቸው፡፡

ምዕራፍ 24

ነመራ ለተጨማሪ ስድስት ቀናት በዚሁ ክፍል ውስጥ ቆየ። የከፍተኛ ህክምና ክትትል ክፍል ባለሙያዎች በተለይ ሳምባው ችግር እንዳያመጣ ሰዓት እየቆጠሩ በፈረቃ ጀርባውን መደለቃቸውን አላቆሙም። ቁስሉ ሳያመረቅዝ ደርቋል። አንገቱ ላይ ከተከፈተለት የመተንፈሻ መስኮትና ጥርሱ ላይ ከታሰረው ብረት በቀር ብዙም የሚያስቸግረው ነገር አልነበረም። በምግብ ረገድም ቢሆን "ጋዝ" እንደ ልቡ መውጣት ከጀመረበት ዕለት አንስቶ መጀመሪያ በንፁህ ሻይ፣ ቀጥሎ አጥሚት እያለ በፈሳሽ መልክ መመገብ ጀመረ።

የውስጥ ደዌ፣ የጥርስ፣ የስነ ልቦና፣ መታሻና ሙቀት ክፍል እንዲሁም በቀዶ ጥገናው ላይ የተሳተፉት በለሙያዎች ነመራን በየቀኑ ይጎበኙታል። ለውጡ እጅግ የሚያበረታታ ነበር። ለህመም ብቻ የሚወጋው መርፌ ታዞለት በደም ስሩ ለ10 ቀን በተከታታይ የሚሰጡት መድሀኒቶች እንዲቋረጡ ከተደረገ ሦስት ቀናት ሆነዋል። የመጨረሻው የህመም ማስታገሻ ከተሰጠው ሁለት ቀኑ። ገጽታውም የደስታ ፀዳል መላበስ ጀምሯል።

ነመራ በሆስፒታሉ ራጅ ክፍል ሲደርስ በድንጋጤ ታሞ የነበረው ስዊድናዊ ዶክተርም ጎብኝቶት ራሱን ታዝቦ ሄዷል።

በሲስተር ስምረ የሚመራው የከፍተኛ ህክምና ክፍል ቡድን ነመራን እንደሚሰበር ዕንቁላል ተንከባክቦ ከዚህ አድርሶታል። በተለይም አንገቱ ላይ ለመተንፈሻ የተከፈተችው ቀዳዳ እንዳታመረቅዝ በየቀኑ ዙሪያዋን እያፀዱ፣ እጅግ በጣም አደገኛ የሆኑ ቆዳችን ላይ የሚኖሩ ረቂቅ ጥገኛ ህዋሳት ከዚች ቀዳዳ አካባቢ ተንስተው ወደ ሳምባው በመዝለቅ የመተንፈስ ሲብስም እስከ ሞት የሚያደርስ ችግር እንዳያመጡ ባደረጉት ያላሰለሰ ጥረት የነመራ ሳምባ በቀላሉ አገግሟል። ወደ መደበኛ ህክምና ከፍል ከመዘዋወሩ በፊት የመተንፈሻ ቀዳዳዋን ያለ ቀዶ ጥገና በራሷ እንድትዘጋ የ “ጋ” ቅርፅ ያላትን የመተንፈሻ ቱቦ አውጥተው በትንንሽ ነጫጭ ጨርቆች ደራርበው ሸፈኗት። ከቀዶ ጥገናው ሦስት ሳምንታት በኋላ ጊዜያዊ መተንፈሻ ቀዳዳው ሙሉ በሙሉ ደፈነ። የድንገተኛ ህክምና አገልግሎት እንደ ዱላ ቅብብል ስፖርት ነው እንደሚባለው ነመራ በከፍተኛ ህክምና ክትትል ክፍል ውስጥ የሦስት ሳምንታት ቆይታውን ጨርሶ ወደ ቀጣዩ መደበኛ ክፍል እንዲዛወር ተወሰነ።

ነመራ ወደተዘጋጀለት ክፍል ለመሄድ የራሱ የሆኑ ጥቂት ቁሳቁሶችን አሰባስቦ "ከከረሙት ሙያተኞች ከጥቂቶቹ ጋር የመታሰቢያ ፎቶግራፎችን ተነሳ።

ተኝቶ የከረመባትን ክፍል ዙሪያዋን ቃኘ፡፡ "ወንድሞቼ፣" ሲል ጀመረ፡፡ "ወንድሞቼ፣ እህቶቼ ዳግም ቆሜ እሄዳለሁ ብዬ አልገመትኩም ነበር። እንደምታውቁት ሰው ይወድቃል፤ ይነሳል። የኔ ውድቀት ግን መነሻ የሌለው የመጨረሻው ነው ብዬ አምኜም ነበር። ለብዙዎቻችሁ እዚህ ላላችሁትም ሆነ ከዚህ ውጭ ባኮ፣ ወሊጋ ነቀምት ላሉ ሰዎች ሁሉ

እንቅልፍ ማጣትና መጨነቅ ምክንያት ሁኜ እንዳስቸገርኩኝ ይገባኝ ነበር።

“በአንድ ወቅት ተቸግሬ በማስቸገሬ ተስፋ ቆርጬም ራሴን ለማጥፋት ሁሉ አስቤ ነበር። ሆኖም የእናንተ ጥረትና ያለመታከት፤ ጉጉትና ፍቅር ጉልበት ሆኖኝ ከወደቅሁበት ተነሳሁ። የተስፋ ብርሀንም በርቀት አየሁ። ከሚታየኝ ብልጭ፣ ብልጭ ከሚለው መብራት ጋር ‘አይዞህ በርታ፤ ፈተና ለጥንካሬ ምክንያት ነው። ወርቅ እንኳን ወርቅነቱ የሚታወቀው በእሳት ተፈትኖ ነው፣ አይዞህ...’ የሚል ድምፅ እየደጋገመ በጆሮዬ ገባ። ለመዳኔ ምክንያት ሆናችሁኝ፡፡

"አበው እንዳሉት መወለድ ቋንቋ ነው። ደከመኝ፣ ሰለቸኝ ሳትሉ የእኔን አንድ ተራ ሰው ህይወት ለማዳን ሳትሰለቹ መረባረባችሁን ሳስበው መልስ አላገኝለትም። ይህን ሁሉ ያደረጋችሁት ሙያዊ ግዴታችሁን ለመወጣት ብቻ ነው ለማለት ይከብደኛል። ሥራችሁ ግዴታን ብቻ ሳይሆን ፍቅር መላበስን ቢጠይቅ ነው እንጂ እንዲህ አትሆኑም ነበር። ሰው ሰውን መውደድ እንዳለበት ባውቅም፤ እንዲህ ይጨነቃል ብዬ ግን አልገመትኩም።

"ለእኔ ሁላችሁም ከዚህ በፊት ደማቸውን ከደሜ ደባልቀው በባድመ የጦር አውድማ እንደቆሰሉትና እንደሞቱት ጓደኞቼ ከድር፤ ተክላይና ቢሰጥ እናንተም እውነተኛ ወንድሞቼና እህቶቼ ናችሁ። እኔ ውለታችሁን መክፈል አልችልም። እሱ ዋቆ ይክፈላችሁ። እጅግ በጣም አመሰግናለሁ፣" አለ በሁለት ጉንጮቹ በዮች የቀደደው ዕንባው ዓይኖቹን ሞልተው የፈሰሱ የውሀ ኩሬዎች አስመሰሏቸው፡፡ እንደ ሲቃ ሲቃጣው ሲስተር ስምረ ተነስታ አቀፈችው። ጀርባውንም በቀኝ እጇ መዳፍ ታሻሽለት ጀመር። ክንዷን ትከሻው ላይ ጣል እንዳደረገች ወደ በሩ ዘለቀች።

ከሙያተኞቹ አንዱ የነመራን ህክምና ታሪክ መዝገብ፤ በላስቲክ የተቋጠሩ ቁሳቁሶቹንና ከነመራ አንገት የወጣውን በጨርቅ የተጠቀለለ ጦር አንጠልጥሎ፣ የልዕልት ፀሐይ ሀውልት በነበረበት ስፍራ በኩል ባለው ደረጃ ነመራ ያለድጋፍ እየተራመደ ወደ ተመደበበት ሰርጅካል "ቢ" ክፍል አመሩ።

ምዕራፍ 25

ነመራ ከሆስፒታሉ ህሙማንና ሠራተኞች ጋር ለመላመድ ብዙም ጊዜ አልፈጀበትም። በተጨማሪ ታሪኩ ለየት ያለና የብዙውን ሰው ልብ የነካ በመሆኑ ከሰዎች ጋር ለመተዋወቅ መንገዱን አቅልሎታል።

የጥርስ ባለሙያዎች በተወሰነ ጊዜ ወደ ክፍላቸው እያስጠሩት ጥርሶቹን ያፀዳሉ፤ እንደ ማገር ከበው የያዙትን ሽቦዎች ያላላሉ ወይም ያጠብቃሉ። የሙቀት ክፍል ባለሙያዎችም እንዲሁ እያስጠሩት ከአካል እንቅስቃሴ በተጨማሪ አንገቱ አካባቢ ሙቀት እየሰጡ ያሹታል።

ነመራ ንፁህ አየር ለመተንፈስ አልፎ፣ አልፎ ወደ ገመቹ አደባባይ ብቅ እያለ ቀኛዝማችን ጨምሮ ከሌሎች ህሙማን ሻይ ቡና ይዘው ይጫወታሉ። የጦር ሜዳ ውሏቸውን፤ የቤተሰብ ጉዳይ እንዲሁም በሬድዮ የሰሙትን ወይም በቴሌቪዥን ያዩትን እያነሱ ይከልሳሉ።

ቀኛዝማች ባለጎማ ተሽከርካሪ ወንበራቸውን ራሳቸው እያሽከረከሩ መጓዝን ለምደዋል። ወንበሯ ላይ እንደተቀመጡ እግራቸውን እስከ እምብርታቸው በጋቢ ሸፍነው የተጎዳው አካላቸው አይታይም። አንድ ቅዳሜ ተሽከርካሪ ወንበራቸውን እያሽከረከሩ ገመቹ አደባባይ ውስጥ ባለችው ዋርካ ስር ደርሰው ስኳር አልባ ሻያቸውን ፉት እያሉ ከነመራ ጋር ሲጫወቱ አመሹ።

ቀኛዝማች የጦርነት ታሪክ ሲወራ፣ ሲፎከር፣ ሲሸለል ቢውል አይሰለቻቸውም። በተለይ የድምፅ መረዋው ይርጋ ዱባለን ሽለላ እንደሚወዱት ዘወትር ይናገራሉ። በተሽከርካሪ ወንበራቸው ላይ ሆነው ያለ ማሲንቆ በድምፅ ብቻ ለሁለቱ ብቻ በሚሰማ ድምፅ ያዜሙት ጀመር፡፡

ኸረ ገዳይ! ኸረ ደኑ! ኸረ ደኑ!

ገዳይ በየወንዙ በየሸንተረሩ
ገዳይ በየወንዙ፣ በየመራመሩ
ይፈለግ የለም ወይ ያዳኝ ውሻ ዘሩ፣
መድፉ ሲያጉረመርም መትረየስ ሲያጓራ
ቤዛንቲ ተጠምዶ እንደጉድ ሲፈላ
ቀዩ ሰው ሲጠቁር ጥቁሩ ሰው ሲቀላ
እርሳስ ሾልኮ ሲሄድ በሰውየው ገላ
ልብ አይታመንም እንኳን ባልንጀራ፣
ኧረ ደኑ! ኧረ ገዳይ! ኧረ ዘራፍ!
የተጣደ ምጣድ ከኋላዬ ኑሮ
ለካስ ጥላት ብቻ ሁኛለሁ ዘንድሮ፣
ጠላት በጨለማ እንደምን ይገኛል
ጊዜ አይቶ መጣላት ይሻል ይመስለኛል
ኧረ ገዳይ! ኧረ ገዳይ! ኧረ ገዳይ!
አንበሳን ለጫካ ዝንጀሮን ለገደል
ወተት ይሸፍታል እንኳን ሰው ሲበደል፣
ደመናው ሲደምን ይወረዛል ገደል
ይዘገያል እንጂ መች ይረሳል በደል…
ኧረ ገዳይ ተው! ተው! ተው!

ብለው ሽለላቸውን ጨረሱና ተንፈስ አሉ፡፡ “ምን ያደርጋል፣ እኛ በድላችን ቁጭ ብለን ስንኩራራ የእኛ መፈቃቀርና ህብረት ውጋት የሆነበት ጠላት መርዙን ከትቦ እያስከተበን ባዶ አደረገን…” ብለው ተከዙ።

ነመራም ከልጅነት እስከ እውቀት፣ ከዴዴሳ ማሰልጠኛ እስከ ባድመ ጦርነት፣ በመጨረሻ በጦር እስከተወጋበት የነበረውን የህይወት ታሪኩን አወጋቸው። ቀኛዝማችም በስሜት ተውጠው አዳመጡት።

ቀኛዝማች በተራቸው የራሳቸውን ታሪክ ይተርኩ ጀመር፡፡ "የተወለድኩት በመፅሐፍ ቅዱሱ እንደተገለፀው አዳም በገነት ምድር ላይ ሲኖር የምድር ገነትን ከከበቧት ወንዞች በአንዱ ከግዮን መነሻ ጣና መዳረሻ ዳንግላ አካባቢ ነው። እንዳሁኑ ዘመናዊ ትምህርት ቤት ስላልነበር በቄስ ትምህርት ቤት ፊደል ቆጥሬ፣ ወንጌሉን አንብቤ፣ ዳዊት ደግሜ ስጨርስ ወደ ድቁናው ትምህርት ገባሁ። በመቀጠልም በቤተክህነት ትምህርት ዜማ፣ ቅኔ፣ አቋቋም፣ ድጓ፣ ፆመ ድጓውን ከአንዱ ደብር ወደ ሌላው ደብር እየዞርኩኝ በቆሎ ተማሪነት ለምኜ እየበላሁ ስማር ክህነቴን ሳልጨርስ የጣልያን ወራራ መጥቶ ነገሩን ሁሉ አበላሸው። መቼም ከሀገር በላይ ምንም የለም። ጠላት ኢትዮጵያን ሲወር የሀገሩ ነገር ያልከነከነው አልነበረም፡፡ እኔም ሆንኩ አዛውንቱ አባቴ በወቅቱ መሳሪያ ባይኖረንም አንዱ ባለ መሳሪያ ዘማች ሲሞት ወይም ሲቆስል ነፍጡን አንስተን ለመዋጋት ነፍጥ ያነገበን ዘማች ተከትለን ጣልያንን ለመውጋት ዘመትን።

"ይተም የነበረውን ዘማች ላስተዋለ የሰው ዘር በቤቱ የቀረ አይመስልም ነበር። ሁሉም አጋስሱን እየጫነ በጎበዝ አለቃው ስር ተሰባስቦ ከሸዋ፣ ወለጋ፣ ጅማ፣ ወሎ፣ ባሌ፣ ሐረር በሙሉ ወደ ሰሜን ተመመ። እኛ በዘመትንበት አቅጣጫ የነበረው ዘማች አብዛኛው ከወለጋ አካባቢ የመጣ ነበር። ህዝቡ ፈረሱና በቅሎውን ሸልሞ፣ ጎፈሬውን አጥልቆ፣ ጦርና ጋሻ፣ ጎራዴውን ታጥቆ እየፎከረ ነበር የሚተመው።

"ሁሉን ብተርክልህ ወርም ብንቀመጥ ጊዜ አይበቃንም፡፡ አንዱን ብቻ ላውጋህ፡፡ በአንዱ የጦር ሜዳ ውሎ ላይ አንድ ከወለጋ አካባቢ የመጡ ኃይለኛ አልሞ ተኳሽ ዕድሜ ጠገብ አባት ጦረኛ ስንቱን ሰላቶ በምንሽራቸው ሲለቅሙ ውለው ጣልያን ከአውሮፕላን በተኮሰው ጥይት ይሞታሉ፡፡ አባቴ የእሳቸውን ጠመንጃ አንስተው ውጊያቸውን ቀጠሉ። አባቴ መተኮሱንም ሆነ መሳሪያውን እየፈቱ መግጠምን እዚያው ጦር ሜዳው ነበር ያስተማሩኝ። እኔም አባቴን እየተከተልኩኝ በወሎ በኩል የመጣውን ጠላት ለመመከት ወርደን ስንዋጋ ጣልያን በመርዝ ጭስ ፈጀን፡፡ የተረፍነው ሸሽተን የአባይ በረሀን ተሻግረን ሸዋ ዘለቅን። በሸዋው ውጊያ አባቴም ከወገን ተመሳስሎ በተጠጋ ሹም-ባሽ ወታደር በተተኮሰ ጥይት ህይወታቸው አለፈ። እኔም በተራዬ ነፍጡን አንስቼ መዋጋቴን ቀጠልኩኝ። ምንሽሩ አሁን ድረስ ገጠር ዘመዶቼ ዘንድ ደብቄው ይገኛል።

"ንጉሥ ተፈሪ ከአገር ሲወጡ ከየአቅጣጫው የተሰባሰበው ወንድ ሴቱ በጎበዝ አለቃና በመሪ አርበኛ ተከፋፍለን መዋጋት ቀጠልን። እኔ..." አሉና ለአፍታ ያህል ፀጥ ብለው ቆዩ፡፡ "የተመደብኩት ከአርበኛው ራስ አበበ አረጋይ ዘንድ ነበር፡፡" የቀኛዝማቹ ዓይኖች ዕንባ አቆሩ፡፡ "ራስ አበበ አንድ ዓይናቸውን ያጡት በዚያው ውጊያ ላይ በጥይት ተመተው ነው። ታድያ ምን ያደርጋል እንደ ወንበዴ ተቆጥረው፤ ፊውዳል በዝባዥ ተብለው ተማርን ባሉ ሰዎች በ1953 የታህሣሡ ግርግር ስድስት ኪሎ በሚገኘው ቤተመንግሥት የአሁኑ አዲስ አበባ ዩኒቨርስቲ ከሌሎች አባቶቻችን ጋር ያለ ፍርድ በጥይት ደበደቧቸው፡፡

"ልክ እንደ እናንተ ለዚች አገር ብዙ ሰው ደክሟል። እነ አርበኛ አበራ ካሣ፤ ደጃዝማች ባልቻ፤ ደጃች ዘውዱ፤ የልጅ አዋቂና አረበኛ አብቹ፤ ኃይለማርያም ማሞ፤ ጃጋማ ኬሎ... ኸረ ስንቱ በባዶ

እግር እሾሁ፣ ጠጠሩ እየወጋን በዱር በገደሉ ያልቧጠጥነው ተራራ፣ ያልፈነቀልነው ድንጋይ አልነበረም። ጠላት የመርዝ ጢስ ከሰማይ ሲያወርድብን የሰው ስጋ በቁሙ እየተበጨቀ፣ እየተገሸለጠ ከላዩ ላይ ይወድቅ ነበር። ከመርዙ የተረፈውንም ሴት፣ ወንድ ሳይሉ ከሰማይ በቦምብና በጥይት ይጠብሱት ጀመር። የእኛ ዘማች ደግሞ ለእንዲህ ያለው ውጊያ አልተዘጋጀም። የሰው ልጅ ሬሳ እንደ ገብስና ስንዴ ነዶ በየቦታው ተከመረ። የነበረው አማራጭ ወደ ሸዋ ማፈግፈግ ብቻ ነበር። ዘማቹም…

በሰማይ መጣ እንጂ በማናውቀው አገር

በምድር ቢሆን ኑሮ መች ይበልጠን ነበር

እያለ አፈገፈገ። ከአምስት ዓመት መራራ ትግል በኋላ ጣልያንን በመጣበት እግሩ በጥይት አረር እየጠበስን መለስነው። ታድያ ምን ያደርጋል ጣልያን ከኢትዮጵያ ቢወጣም በየዋሻውና በየገደሉ የቀበረው ቦንብ እየፈነዳ፣ በየቦታው መሬት ሰርስሮ የደበቀው መርዝ ጊዜ ጠብቆ እየተነነ የሰው ህይወት መቅጠፉን፣ ሀገር መበከሉን፣ አካል መቁረጡን አልተወም። ችግሩ ሲለበልበን ኖሮ ከእኛ አልፎ ለእናንተም ተረፈ…" አሉ ፊታቸውን የሀዘን ጥቀርሻ አልብሶት።

"ያለፈው ትውልድ ያን መከራና ስቃይ ለዚች ሀገር ባይከፍል ኖሮ የአሁኑ ትውልድ ዛሬ በየሄደበት አንገቱን ቀና አድርጎ 'በቅኝ ግዛት ያልተገዛች ብቸኛ አፍሪካዊ ሀገር የኢትዮጵያ ልጅ ነኝ' ብሎ በኩራት ለመናገር አይበቃም ነበር። እንደዛ ባይሆን ኖሮ ሴቱ ሁሉ በሮማና በሌሎች የጣልያን ከተሞች የሰላቶ የጭን ገረድ፣ ወንዱ ደግሞ ቋንጃው እየተቆረጠ አንካሳ ወይም እግረ ሙቅ ገብቶለት የሰላቶ ፓስታ ቀቃይ ሆኖ ይቀር ነበር።" ቀኛዝማች በስሜት ሲናገሩ ከበርካታ አስርት ዓመታት በፊት ስለነበረ የታሪክ ሁኔታ የሚተርኩ

ሳይሆን ከሁለትና ሦስት ሳምንታት ቀደም ብሎ ስለተፈጸመ ታሪክ የሚያወት ይመስሉ ነበር፡፡

"ልጄ፣ ታዲያ ምን ያደርጋል፣ አበው እስከ ባህረ ነጋሽ ጠረፍ ድረስ የሞቱላትን የጥንቱን ታሪክ ክደና ደምስሶ በአዲስ መስመር አዲስ ምዕራፍ ከፍቶ እኛ አሻፈረኝ ያልነውን የጣልያንን ምኞት ይህ ትውልድ ሲያሳካ ማየት ያሳዝናል። ይቆጫል!፣ ያንገበግባል! ለዚህ ነበር ወይ ያን ሁሉ መከራ ያየነው ያሰኛል!" ብለው ፀጥ አሉ።

ነመራም በጥሞና ሲያዳምጥ ቆይቶ "ያሳዝናል፣" አለ፡፡ "ይህን ሁሉ መከራ ያሳለፉ፣ ለዚች ሀገር የደከሙ አልመሰለኝም ነበር። እውነት ብለዋል፣ አሁንም በጦርነት እሳት እየተለበለብን ነው። አባቴ እንደነገረኝ የእኔም አያት በልጅነታቸው ከእምዬ ምንሊክ፣ ከባልቻ አባ ነፍሶና ከራስ ሙሉጌታ ጋር ዘምተው ጣልያንን ገጥመው ድል የተቀዳጁ ነበሩ። በማይጨው ጦርነት ጣልያን ከ40 አመት በኋላ ቀን ቆጥሮ ቂሙን ሊወጣ ዳግም በ1928 ዓ.ም. ሲዘምትብን ምንሽራቸውን ከሰቀሉበት አውርደው እንደ ደጃዝማች ባልቻ አባነፍሶና ራስ ሙሉጌታ ጣልያንን ዳግም የመግጠም ዕድሉ ከደረሳቸው ጥቂት አዛውንቶች መሀል አንዱ ነበሩ። አያቴ ኦቦ ደበሌ ነገዎ..." ሲል ቀኛዝማች "ስማቸውን ማን አልክ?" ሲሉ አቋረጡት፣ የሰሙትን በመጠራጠር።

"ኦቦ ደበሌ ነገዎ፣" ሲል ደገመላቸው፡፡

"ወይ አለማወቅ!..." አሉ ቀኛዝማች ድምጻቸው ጨምሮ፡፡ "አንተ የእኛ ጀግና ዕድሜ ጠገብ አባት የልጅ ልጅ ነህ? አላምንም!"

ነመራም በበኩሉ ግራ ገባው፡፡ "ቀኛዝማች አያቴን እንዴት ሊያውቋቸው ቻሉ? በስመ ሞክሼ እንዳይሆን!"

"በስመ ሞክሼ አይደለም ልጄ፡፡ ገጠር የደበቀሁት ምንሽር ሰደፉ ላይ 'አቦ ደበሌ ነገዎ የወለጋው' የሚል ፅሁፍ አለበት። ቅድም እንዳልኩህ አባቴ መሳሪያውን ያነሱት የአንተ አያት ሲወድቁ ነው። አያትህ አንዲት ጉብታን ተገን አድርገው ስንቱን ጣልያን ግንባር ግንባሩን እየተገተጉ አላነቃንቅ ሲሉ ከአውሮፕላን ላይ በተተኮሰ ጥይት ተመተው ህይወታቸው ሲያልፍ የእኔ አባት ተተኩ። አያትህ ሲሞቱ እኔም እዚያው ነበርኩኝ። የእኔም አባት ብዙም ሳይቆዩ አያትህ በሞቱ በአሥረኛው ቀኑ ሞቱ። በተራዬ አባቴ የያዙትን የአያትህን ምንሽር አንስቼ ውጊያውን ቀጠልኩ። በአርበኝነት ዘመን ብዙ ነገር አይቻለሁ። የሁሉም የሀገር ፍቅር ስሜት በጣም ከፍተኛ ነበር። ወይ አለመተዋወቅ! ወይ አለመመርመር! ታሪክህ ታሪኬ፤ ደምህ ደሜ መሆኑን አለማጤን! በል ልጄ ና እቀፈኝ፣ አንተ ኅበዝ የጀግና ዘር!" የዛሬው ትውልድ ነመራና የትናንቱ ትውልድ ቀኛዝማች ተቃቅፈው ይላቀሱ ጀመር።

ቀኛዝማች ዕንባቸውን ጠራርገው "የአንተም አያት፣ የእኔም አባት ለዚች 'ጥርስ ለገባች አገር' በክብር ሳይቀበሩ የጅብ እራት፤ የአሞራ ሲሳይ ሆነው ቀርተዋል። አስታውስ ልጄ ሁልጊዜም የእነዚህ አዛውንቶች ድምፅ ይጣራል፡፡ 'ይህችን የተቀደሰች ሀገር ከጠላት ጠብቁ። አትተኙ፤ አንድ ሁናችሁ በፍቅር አብራችሁ ኑሩ' ይላል፡፡

"በል እንግዲህ እንጠያየቅ። ዕድሜ ከሰጠን አገር ቤት፤ ከገጠሩ ዘልቀን የአያትህን ምንሽር አሳይሀለሁ፣ እንደውም እሸልምሀለሁ..." ብለውት ተሰነባበቱ።

ምዕራፍ 26

ነመራ የማገገምያ ጊዜውን አጠናቆ ከሆስፒታል መውጫው የቀሩት ጥቂት ቀናት ናቸው። ከሁለት ወራት በኋላ ጥርሱ ላይ ያለው ብረት ተፈታለት። ብዙም ክትትል ስለማያስፈልገውም ከነበረበት ሰርጅካል "ቢ" ክፍል ከሆስፒታሉ ጀርባ ወደሚገኘው ኬስፓኖች በአንዱ ሁኖ አስተዳደራዊ የሆኑ ጉዳዮችን ይከታተላል። ለዘመዶቹም በስልክ ጤንነቱ እንደተስተካከለ፣ ወደ ቤቱ እንደሚመለስም አስረድቷል። ዘመዶቹም ወንጀለኛው ማን እንደሆነ፣ እንዴት እንደተያዘ፣ ከዚያ በኋላ የተፈጠረውን ሁሉ በዝርዝር አስረድተውታል። ነመራም አዝኖ ከርሟል። በተለይ የእዱሳ ነገር ከንክኖት፣ "ለምን? በልጅነት የነበረ ፉክክርና ቅናት ለዚህ ያበቃል?" መልስ ያላገኘላቸው በአእምሮው የሚመላለሱ ጥያቄዎች ነበሩ።

የመጋቢት ወር የመጀመሪያ ሐሙስ ለነመራ የተለየች ዕለት ነበረች። በመከራ የተፈተነው፣ ይሞታል እንጂ አይተርፍም የተባለው ነመራ ሙሉ ወታደራዊ ልብሱን እንደለበሰ ከሆስፒታሉ ከፍተኛ ህክምና ቦርድ ዘንድ ወታደራዊ አገልግሎቱን በተመለከት ውሳኔ ለማግኘት ቀረበ። በሆስፒታሉ ዋና ዳይሬክተር የሚመራው አምስት አባላት ያሉት ውሳኔ ሰጪ አካል የነመራን ጉዳይ ለማየት ብዙም ጊዜ አልወሰደበትም። በወታደራዊ አገልግሎቱ ወቅት በዋነኝነት በጦር ሜዳ በደረሰበት ጉዳት መሰረት "በክብር ከሰራዊቱ አባልነት በቦርድ ከሙሉ ጥቅማጥቅሙ ጋር ተሰናበተሀል። ጥቅማጥቅሙ ህክምናንም ያካትታል..." የሚል ውሳኔ ሲሰጠው ነመራ ለመጨረሻ ጊዜ በወታደራዊ ልብሱ ወታደራዊ ሰላምታ ሰጠ።

በሳምንት ጊዜ ውስጥም መሟላት የሚገባቸውን የስንብት ሰነዶች አሟልቶ ወደ ባኮ ለመመለስ ዝግጅቱን አጧጧፈው።

ባኮ ሞቅ ደመቅ በምትልበት የገበያ ቀን ቅዳሜ ለመግባት ከሆስፒታሉ ጥቂት እቃዎቹንና ጠሩን በትንሽ ባለ ቁልፍ የእጅ ሻንጣ አንጠልጥሎ በታክሲ ወደ መርካቶ አመራ። ወሊጋ ሆቴል አልጋ ከመያዙ በፊት ለዘመዶቹ ጥቂት ነገሮችን ለመግዛት መርካቶ ምዕራብ ሆቴል አካባቢ ከታክሲው ወርዶ በእግሩ ማዝገም ያዘ፡፡ ድንገትም አጠገቡ ይጓዙ በነበሩ ዕድሜያቸው በግምት ከ45 በላይ የሚገመት ወንድና ሴት መሀል ፀብ ተጀመረ። ነገሩ እየተካረረ ድብድብ ሲጀመር ሴቷ ተንደርድራ “ወንድም አስጥለኝ፣ ባለቤቴ ነው፣ አብሿም ነው፣ አእምሮውን ይነካዋል፣ እባክህ አስጥለኝ!” ብላ ነመራ እግር ላይ ተጠመጠመች። ነመራ ሻንጣዋን በእጁ እንደጨበጠ መሬት ላይ አስቀምጦ አጎንብሶ ሴቲቱን አነሳት። እንደ አስታራቂ ሽማግሌ ሁለቱንም ወቅሶ፣ “ባይሆን ችግራችሁን በቤት ለመፍታት ሞክሩ እንጂ በየአደባባዩ ገመናችሁን ማውጣት ተገቢ አይደለም። ሰድቦ ለሰዳቢ መስጠት ነው። ሰው አፍም ትገባላችሁ፣” ብሎ አስማምቶ ለቀቃቸው።

ባልና ሚስት ነን ያሉት ሰዎች በደቂቃዎች ጠቡን ረስተው እየተሳሳቁ ፈጠን፣ ፈጠን እያሉ መሄድ ጀመሩ፡፡ ነመራ ድንግትም ትከሻውን ከበደው፡፡ ምንድን ነበር ደስ ያላላው? ሻንጣው! የሻንጣው ክብደት ቀሏል፡፡ ወደ ደረቱ ጠጋ አድርጎ ሲፈትሽ ሻንጣ ተከፍቷል። እንደ ዘጋው እርግጠኛ ነበር፡፡ እጁን ሰደድ አደረገ፣ ነዘረውም፡፡ ከወታደራዊ ልብሱና ቁሳቁሶች በስተቀር ሌሎች ዕቃዎችንና በተለይም በጨርቅ የተጠቀለለውን ጦር ሞጭልፈውታል።

ዓይኖቹን ማመን አቃተው። "ከምኔው!" አለ በማይሰማ ድምፅ፡፡

ከእንቅልፉ እንደባነነ ሰው ፊቱን ጠረግ አድርጎ ስንት የተለፋበት፣ የተደከመበት ጦር ከሌባ መዳፍ፣ ከዱርዬ እጅ ይውደቅ! "ኢልማን ሳ.." ብሎ ካጠገቡ እየራቁ ከሰው መሀል ጭንቅላታቸው ብቻ የሚታየው ባልና ሚስት ነን ያሉትን ጭልፊቶች "ቀበ! ቀበ ጉርባ!" እያለ እያነከሰ ይከተል ጀመር። ሌቦቹ ጆሮዋን ቀስራ ሳር እየጋጠች ኮሽታን እንደምትጠብቅ ጥንቸል እየተገላመጡ ነመራን ያዩ ስለነበር ገና የመጀመሪያውን እርምጃ ሲሰነዝር በምዕራብ ሆቴል ወደ ጭድ ተራ በሚወሰደው መንገድ ታጥፈው በሩጫ ይሽሎኮለኩ ገቡ። ነመራ ቢያነክስም እጥፍ፣ እጥፉን እየተራመደ ይከተላቸው ገባ።

አህያ፣ መኪና፣ ሰው እኩል በሚጋፋበትና አስፋልት መሆኑ በሚያጠራጥረው መንገድ ላይ ለግላጋው ነመራ አንገቱን አንጋጦ "ያዘው ሌባ! ያዘው እሱን ባለ ቀይ ሸሚዙን!" ይላል – ሰሚ የሚያገኝ መስሎት። አንዷ ገበያተኛ ትሁን ቀማኛ ያልለየች ሴት "ትቀልዳለህ! መስረቅ በመርካቶ መደበኛ ሥራ እንደሆነ አታውቅም! ጤብሎ ይልቅ የቀረውን ጠብቅ እሱንም እንዳታጣው፣" አለችው፡፡ ነመራ አልሰማትም፣ "ያዘው፣ ቀበ ጉርባ!" እያለ ሩጫውን ቀጥሏል።

በደህናው ዘመን ከግርግም ያመለጠች እንቦሳ ጥጃን አሳዶ የሚይዘው ነመራ እያነከሰም ቢሆን ከዚያ ህዝብ በሞላበት መንገድ እየተሽሎከለከ ቁልፍ ተራ መዳረሻ ላይ ባለ ቀይ ሸሚዙን ሌባ ደርሶበት ማጅራቱን ጨምዶዶ ያዘው።

ሌባውም "ምን ሆንክ ወንድም? ሰው ጠፋብህ፣ ምን ሆነሀል?" እያለ መሬጫህ ጀመረ። ነመራ "ምንም ባነክስ መሮጥ የማልችል መሰለህ! ኢልማን ሳ...! ከዚህ

ሻንጣ የወሰድከውን እቃ በተለይ ጦሩን አምጣ! ስንት ሰው እንደ ደከመበት አላወቅህ!”

“የምን ጦር ነው የምታወራው? እኔ አላየሁም፣” ሲል ሌባው ድርቅ አለ፡፡

“የሳጥናኤልን ጦር ነዋ! የጋኔሉን፣ ሳጥናኤልን ጦር አምጣ። ውርድ ከራሴ ከእኔ እጅ ከወጣ ብዙ ሰው ይፈጃል!” አለ ነመራ እያለከለከ። ጦሱ ለአንተ ብቻ ሳይሆን ለዘመዶችህም ይተርፋል። ይልቅ አሁኑኑ አምጣ ብዬሀለሁ!” ብሎ ሸሚዙን ጨምድዶ ያዘው።

ሌባው ባዶ እጁን እያሳየ “እኔ አልወሰድኩም፣” ሲል ጮኸ፡፡ “ከፈለግህ ፈትሸኝ! ኧረ አንገቴን! እባካችሁ አስጥሉኝ!”

ነመራም በከፍተኛ ድምጽ “ጦሬን መልስ!” እያለ በተራው ይጮህል። ህዝቡ ከቧቸው ትርኢቱን እየተመለከተ ነበር። የሸሚዙን ኮሌታ ጨምድዶ ከቆርቆሮ ግድግዳ ላይ አጣበቀው። በቀኝ እጁ በቡጢ ጥርሱን ሊያረግፍለት በሀይል ሰነዘረው። የተጨበጡ ጣቶቹ ከሌባው ፊት ላይ ሊያርፉ ጥቂት ርቀት ሲቀራቸው ነመራ ድንገት እጁን ሰበሰበ። “አሳዛኝ! ባንተ ምክንያት እንደገና ሌላ እዳ አልገባም። አሁን እቃዬን አምጣ!” የሰባተኛ ፖሊስ ጣቢያ እስር ቤት፣ ያልተቋጨው ቀጠሮ፣ እስር ቤቷን የሞሉት ቁንጫና ጥገኛ ህዋሳት በአእምርው እየታዩት።

በዚህ ወቅት አንድ ጎረምሳ እንደ ገላጋይ ገብቶ ሁለቱንም በኩል አዳመጣቸው። ከሌቦ ጋር ይተዋወቃሉ ወይም አለቃው ነው መስል ገላጋይ የተባለው የደፈረሰ ዓይኖቹን እያጉረጠረጠ ሌባውን ገላመጠው። እንደሚተዋወቁ ግልጽ ነበር፡፡ ነመራ ከሌቦ የተረፈውን እቃ አሳየው፡፡

የሌቦቹ አለቃም “አሁን ይሄ ምስኪን ወታደር ምን አለው ብላችሁ ነው የምትወስዱበት! ባይሆን

የወፈሩትን ፌትሹ እንጂ እንዲህ ያለውን ሰው መንካት አይገባችሁም ነበር፣" ካለ በኋላ የነመራን ፊት ትኩር ብሎ እያየ "ስማ፣ ማን አልከኝ ስምህን?" አለው፡፡

"ነመራ፡፡"

"እሺ ነመራ፡ ወታደር ከሆንክ ታዲያ እንዴት በዚች በተራ ሽወዳ ትታለላለህ? በእኔ ዘመን የነበረው ወታደር እስከማውቀው ድረስ ንቁና ቆቅ ነበር። ወታደር ባልሆንም አብሬ ስለኖርኩኝ ትንሽ አውቃለሁ። ከራሱ አልፎ የሰው ንብረት ይጠብቃል። ሌቦችም ይፈሩታል። ከሞከሩት እንኳን አስቀድሞ ስለሚያውቅባቸው ትተውት ነው የሚያልፉት። ታዲያ አንተን ቆመህ ከተማውን ስታደንቅ ወይም ፎቆ ስትቆጥርና የሰው ሱቅ ስትቃኝ ነው ከብብትህ ስር ንብረትህን የጠለፉት? በል ነቃ ብለህ ተራመድ፡፡ አለበለዚያ በብልጭልጬ ተማርከህ ወሬ ስታደንቅ እርቃንህን ቀርተህ ለማኝ ነው የምትሆነው። በቁምህ አታንቀላፋ፣ ንቃ!" አለውና ሌባውን "ደምበጃን" አለው፡፡

ሌባውም "አቤት..." ሲል መለሰለት፡፡

"በቃ መልሱለት..." ብሎ ንግግሩን ሳይጨርስ ሌባው.. "እቃው እኮ ወደ ኢንዶኔዥያ ተሻግሯል። እንደርስበታለን ብለህ ነው!" ሲል ጠየቀ።

"በል ቶሎ ብለህ የአድዋው ቶራ-ቦራን ጥራው፣" አለ ጎረምሳው፡፡ "ብረቱ ቀልጦ ከወርቅ ሳይደባለቅ ፈጠን በል" ሲል አጭር ትዕዛዝ አስተላለፈ። ደምበጃን እየበረረ ብረታ ብረት ሲቀልጥና ሲቆረጥ ወደሚውልበት ሲዳሞ ተራ ገባ።

የሌቦቹ አለቃ ከአንድ ዙሪያዋን ቆርቆሮ ከሆነች የሽቀጣ ሸቀጥ ሱቅ በረንዳ ስር ከነመራ ጋር ቆሞ የነቶራ-ቦራን መምጣት ይጠባበቅ ጀመር።

የመርካቶ ነገር ነመራን ግራ አጋብቶታል። እሱ ከሌቦች አለቃ ጋር ቆሞ የተሰረቀበትን ጦር ሲጠባበቅ የደንብ ልብስ የለበሱ ፖሊሶች ጥንድ፣ ጥንድ እየሆኑ ክንድ ከግማሽ የሚሆን የትድበለበለ ቆመጥ ዱላ አንግበው ላይ፣ ታች ይንጎራደዳሉ። ሌቦቹ ያለምንም ፍራቻ በጠራራ ፀሐይ ይሰርቃሉ፤ በነፃ ይሽሎከሎካሉ። ነመራም፣ "ስማ ወንድም፣ ፖሊስ ባለበት፤ ሰው እንዲህ እየተርመሰመሰ እያለ ሌብነቱ የተጧጧፈው ለምንድነው?" ሲል ጠየቀው፡፡

የሌቦቹ አለቃም "እውነት ነው፣ ዘንድሮ ሌብነቱ ከፍቷል፣" ሲል መለሰለት፡፡ "የሌቦች ቁጥርም ቀላል አይደለም። በመርካቶ ከትንሽ ነገር እስከ ትልቅ ነገር ይሰረቃል። እቃውም ባይኖር አየር ባየር ይሸጣል፣ ይለወጣል። ብረት ወርቅ ነው ተብሎ ተጠፍጥፎ የሚወጣበት ቦታ ነው። ሙሉ ሥራዬ ብሎ ሲሰርቅ የሚውል፤ ግማሹ ደግሞ መደበኛ የመንግሥት ወይም የግል ድርጅት ውስጥ ሲሠራ ቆይቶ በትርፍ ሰዓቱ አንድ ሁለት ዙር ሞክሮ ወደቤቱ የሚዘልቅም ሞልቷል። እኔም ብሆን በአንድ ድርጅት ውስጥ ሠራተኛ ነኝ። ቢሮ ውስጥ ያለቁ ድርድሮችን እዚህ ተቀብዬ አቀብላለሁ። ፖሊሶቹ የሚሠራውን ያውቁታል። የሚያመልጣቸው ነገር የለም። ነገር ግን ሽወዳውን ምክንያት አድርገው ወይም እያዩ እንዳላዩ ይሆናሉ። ሀቀኛ ነኝ አላስበላም ወይም አላሠራ ካሉም በነቶራ-ቦራ በኩል ሥራቸውን ሊያጡ ወይም ሊዛወሩ ይችላሉ። ስለዚህ ብዙዎቹ መስለው ይኖራሉ እንጂ በልባቸው ደስተኛ አይደሉም። ለመሆኑ ይሄ አንገትህ ላይ ያለው ጠባሳ ምንድነው፤ ምን ሆነህ ነው?" ብሎ ጨዋታውን ሳይጨርስ እነቶራ-ቦራ በጨርቅ የተጠቀለለውን ጦር ይዘው ከተፍ አሉ።

ነመራ የተጠቀለለውን ጨርቅ ገልጦ ጦሩ መኖሩን ካረጋገጠ በኋላ፤ "ስንት ሰው የደከመበት ጦር

ነው፣" አለ፡፡ "ሰው ወርውሮብኝ አንገቴ ላይ ተሰክቶ ከስንት ስቃይና ችግር በኋላ ጦር ኃይሎች ሆስፒታል ነው ያወጡልኝ።" የአንገቱን ጠባሳ እያሳየ "ይሄ ዶክተሮቹ ቀደው ያወጡበት ቦታ ነው፣" ብሎ ያሻሸው ጀመር። ሌቦች ደነገጡ፡፡ "ሰው ወርውሮት! ይሄ ምን ሰው ነው፤ ሰይጣን ነው እንጂ..." እያሉ ከንፈራቸውን ይመጡ ጀመር። ነመራም ቀጠለ... "ለዚህ ነው ቅድም የሳጥናኤል ጦር ነው ያልኩት። በሉ ልሂድ አመሰግናለሁ። እኔ ጦርነት ጥይት የሚንጣጣበት፤ ቦምብ የሚፈነዳበት ብቻ ይመስለኝ ነበር። ለካስ ምሽግና ጥይት አልባ ጦርነት ውስጥ ገብተናል! ሰላም ዋሉ..." ብሎ ቦርሳውን ከጎኑ አጣብቆ ወደ ገበያ አዳራሽ ከነፈ።

ከመርካቶ ገበያ አዳራሽና አካባቢው ለሚስቱ፣ ለልጆቹና ለዘመዶቹ ስጦታዎችን ገዝቶ ሌሊቱን መርካቶ አውቶብስ ተራ ከለመደበት ከወለጋ ሆቴል አሳልፎ ቅዳሜ ጠዋት በአንደኛው ነቀምት በራሪ ካቻማሊ ላይ አንዱን ሻንጣ ከእቃ መጫኛው ላይ አስጫነ። ለትንሹ ልጁ በገዛት የትምህርት ቤት ቦርሳ ውስጥ በጨርቅና በላስቲክ የጠቀለለውን ከአንገቱ የወጣውን ጦር ከትቶ በእጁ አንጠልጥሏት እንደገባ ከእግሮቹ ስር አስቀምጦ የአውቶብሱን መንቀሳቀስ ይጠባበቅ ጀመር።

አውቶብሱ ጉዞ ከመጀመሩ በፊት ረዳቱ ወደ ነመራ ተጠግቶ "ሰውዬ፣ እግርህ መሀል ያለውን ሻንጣ የሚገባ ከሆነ ከላይ መደርደርያው ላይ ክተተው። ካልሆነም ውጭ እቃ መጫኛው ላይ ይጫንልህ፣ ወንበር መሀል ማድረግ ለመንገደኞች ችግር ይፈጥራል፣" ብሎ አለቃና አጋፋሪው እሱ መሆኑን ለማሳወቅ የፈረጠመ ጡንቻውን ወጣጥሮ ተጠጋው።

"ወንድም፣ እንኳን ውጪ ሊጫን እዚህ ውስጥ መደርደሪያውም ላይ አላስቀምጠውም። ባይሆን

ቦርሳውን ወንበሩ ላይ አድርጌ እኔ እቆማለሁ እንጂ ከዓይኔ ለደቂቃም ቢሆን ላጣው አልፈልግም፣ አለ ነመራ፡፡

“እንዲህ የተንሰፈሰፍክለት ሜርኩሪው ነው እንዴ!” አለ ረዳቱ በማሽሟጠጥ።

“ምን እንደምታወራ አልገባኝም። የያዝኩት ከሳጥናኤል እጅ የተወረወረ ጦር ነው፡፡ ከእጄ ከወጣ እዳው ለአንተም፣ ለሌላውም ይተርፋል። እዚሁ እግሬ ውስጥ አጣብቄው እጓዛለሁ እንጂ ከዚህ አይወጣም…” ብሎ ቁርጥ ያለ መልስ ሰጠው። ረዳቱም ብዙም መከራከር ባለመፈለግ ትቶት ሄደ።

አውቶብሱ በቡራዩ በኩል የታጠቅ ጦር ሰፈርን ዋና መግቢያ በር፣ ሆለታ፣ ግንጪን አማርኛና ኦሮምኛ ሙዚቃዎችን በረጅሙ ለቆ ጎዞውን ተያያዘው። ነመራ አምቦ ከተማ የአንበሳው ኮሎኔል ዳዲ ብሩን የትውልድ መዲና በመስኮት እያየ ድምፁን ከፍ አድርጎ ያንጎራጉር ጀመር፡፡

“አምቦ እንደ ፀበልሽ
ጎበዝ ፈለቀብሽ፣
አምቦ የሁሉም ተስፋ
ዝም አትይም ሰው ሲከፋ፣
አምቦ የዳዲ ሀገር
የአገር እምባ የአገር ክብር፣
ቀረ ከባድመ ወንዱ ልጅሽ
ቀና ብሎ ዳግም ላያይሽ፣
እንደተመኘው ልጁን ሳያይ
ሆነ የአውሬ ሲሳይ፣”

ሲል ተሳፋሪዎቹ የዳዲን ገድል ባያውቁም ጀግንነትና፣ ክብር ካባቸው ነውና የአምቦ መለያ ፀበኋና ስሚ ሲጠራ ድጋፋቸውንና ደስታቸውን በጭብጨባ ገለፁ። ካቻማሊው አምቦን አቋርጦ መክንፍ ሲጀምር ሲንጫጫ የነበረው ተሳፋሪ ሁሉ ፀጥ አለ።

ነመራ ከዘመዶቹ በስልክ የሰማውን ነገር እያጠነጠነ ነበር። "እዱሳ አዲስ አባባ ገባ? የፍርድ ቤት ቀጠሮ…? ምን ማድረግ አለብን! ፍትህ ለማግኘት ከዘመድ አዝማድ መማከር?…" ወዘተ. የመሳሰሉ ሀሳቦችን በአእምሮው እያውጠነጠነ ይጓዝ ጀመር። ከሀሳቡ ሲመለስ… "አዎ፣ አንቺ መንገድ በድቅድቅ ጭለማ ነበር ያቋረጥኩሽ፣" አለ ለእሱ ብቻ በሚሰማ ድምፅ፡፡ "ዛሬ ግን ተመስገን ለዚህ ደርሻለሁ። ይተርፋል ያሉ በጣም ጥቂቶች ነበሩ። ላንተ ግን ምን ይሳንሀል!" አለ ሽቅብ አንጋጦ፡፡

እግዚአብሔርን እያመሰገነ ሲጓዝ ካቻማሊው ባኮ ከተማ ደረሰ።

ምዕራፍ 27

ባኮ ሞቅ ደመቅ ብላለች፣ ከቅዳሜ ገበያተኞች በተጨማሪ በነመራ ዘመድና ጓደኞች ሞልተዋታል። የነመራን መምጣት የሰሙ ዘመዶች በቅሎ ሸልመው፣ ፈረስ ለጉመው ላያቸው ሙሽራ ሊያጅብ የተዘጋጁ ሰርገኞች ይመስላሉ።

ነመራ ከአውቶብሱ ሲወርድም ደስታና እልልታ ሆነ፡፡ በናፍቆትና በጭንቀት እንቅልፍ አጥተው የከረሙት ሦስቱ ልጆቹና ባለቤቱ ዲምቱ ሰፈሩበት። ዲምቱ አንገቱ ላይ ተጠምጥማ፣ ልጆቹ ከግራና ከቀኝ ሲጎትቱት፣ ሲደባብሱት፣ ሲለጠፉበት፣ እያገላበጡ ሲመጨምጩት እስከ ወዲያኛው የሚላቀቁ አይመስልም ነበር፡፡

ጨቡዴና አንጌሳ ልጆቹ ላይ ተደርበው ነመራን አቀፉት። ፊታቸው በደስታና ውስጣቸው በሚንተከተክ የቁጭት ስሜት ተዥጎርጉሯል፡፡ እማማ አስካለ ሳይሰሙት ከፊቱ ተንበርክከው ሁለት እጆቻቸውን ወደ ሰማይ እንደሰቀሉ "ገለቶማ ዋቆ.. ገለቶማ.... እልልል.." አቀለጡትና ሁለት እግሮቹ ላይ ተጠምጥመው ተንሰቀሰቁ። አውቶብሱ ላይ የቀሩት የነቀምት መንገደኞች ደንግጠው ትርኢቱን ያያሉ፡፡ ሾፌሩ ረዳቱን "ስማ ሳናውቀው የባኮን ከንቲባ ነው እንዴ ይዘን የመጣነው?" ብሎ ቀለደና ፈገግ አለ። መኪናውን ዳግም እያስጓራም ወደ ነቀምት አቅጣጫ ወነጨፈው።

ነመራ የባኮን መንገድ ተከትለው በተሠሩት ቤቶች በሰው ታጅቦ ሲጓዝ ገሚሱ ከፊቱ እየሮጠ "ባለ ጦሩ ሰውዬ አልሞተም መጥቷል፣" እያለ ወሬውን ይቀባበላል። የሰውን ግርግር ያዩ ውሾችም እየጮሁና ቱስ፣ ቱስ እያሉ ህዝቡን አጅበው ይጓዛሉ። የከተማዋ ፖሊሶችም ክላሻቸውን በትከሻ አንግበው፣ ቆመጣቸውን እየወዘወዙ ወደ ግርግሩ ተንደረደሩ – ያለ ፈቃድ ሰላማዊ ሰልፍ የወጣ ህዝብ መስሏቸው፡፡ ሆኖም

ይሞታል የተባለው የመንደራቸው ሰው እንደ ታቦት ታጅቦ ሲያዘግም ሲያገኙት በተራቸው ደነገጡ፡፡ ቆመጣቸውን እያሻሹ "እንኳን አተረፊህ፤ እንኳን ለቤትህ አበቃህ..." እያሉ ህዝቡን ተደባለቁ።

የነመራ ቤት መዳረሻ በሰው ተጥለቅልቋል። አጀቡ ወደ ቤቱ እየተጠጋ በሄደ ቁጥር እልልታው እየደመቀ ልክ "አናስገባም ሰርገኛ እደጅ ይተኛ..." እያለ እንደሚጨፍር የሙሽሪት ቤተኛ ደጁ አድምቆት ግፊያው ጠነከረ። የደስታ ጣራ የነኩት አዛውንቱ የነመራ አባት ምንሽር ጠመንጃቸውን አከታትለው ወደ ሰማይ አንጣጡት።

ቤቱ መዳረሻ ካለችው አነስተኛ ሜዳ ሲደርሱ ነመራ ትንሿ ሻንጣ ውስጥ የተጠቀለለውን ጨርቅ ፈትቶ ጦሩን በሁለት እጆቹ ወደ ላይ ከፍ አደረገው፡፡ ጨቡዴና አንጌሳ በተራቸው ምንሽሩን ተቀብለው እየሮከሩ ተራ በተራ አንዷንዱት፡፡ ሌሎች አዛውንቶችም ጭስ የጠጣ ጠመንጃቸውን አንስተው ወደ ሰማይ ይለቁት ጀመር። ፈርዳ ጎዳ የታሰረበትን ገመድ በጥሶ ድምጽ እያሰማ ወደ ነመራ ሮጠ። ሰላምታ በሚመስል እንቅስቃሴ የፊት እግሮቹን ሰቀለ። አይናገር እንስሳ ሆኖ እንጂ የሆዱን መናገር ቢችል ስንቱን ባስለቀሰ። ነመራም እንደ ሰው አንገቱን አቅፎ እያሻሸ ሳመው። ሁሌም ፈረስ ሲሮጭህ በሮ የሚወጣው ውሻው በተራው ተንደርድሮ ሁለቱን የፊት እግሮቹን የነመራ ደረት ላይ ሰቅሎ የልቅሶ የሚመስል ድምፅ አሰማ።

ነመራ የግቢውን ዋና በር ለመግባት ጥቂት እርምጃዎች ሲቀሩት ዘመዶቹ በቀኝ በኩል ነጭ መሲና፣ በግራ በኩል ወርቃማ ቀለም ያለው በግ አረዱ። ነመራ ደሙን ተራምዶ እንደገባ እማማ አስካለ ምኔ ቤታቸው ገብተው እንደወጡ ባይታወቅም ጨሌያቸውን አንገቱ ላይ አጠለቁለት። ከአፈ ሰፌ ቅል

ትኩስ ቅቤ አውጥተው መሀል አናቱ ላይ ለጥፈው በቀለማት የደመቀ የመሶበ ወርቅ ክዳንም ደፉለት። ነመራ አባቱን አቅፎ ጠሩን ሰጣቸው። እነ ጨቡዴ ዳግም ጥይቱን ወደ ሰማይ አንጣጡት።

ከቤት ገብተው ቤት ያፈራውን፣ ዘመድ ያመጣውን ምግብና መጠጥ ሲመገቡና ሲጠጡ ቆይተው ቤቱን በባህላዊ ዘፈናቸው አደመቁት። ነመራም...

አፉን በርቱ አፉን በርቱ ሾሌ ዳ

አረንገልተ ማሬ አረንገልቱ ቦሬ ዳ

እያለ ያንን የሚወደድ መረዋ ድምፁን ሲለቀው ወንዱ፣ ሴቱ ክብ ሠርቶ አንገቱን ሽቅብ ሲሰብቅ አመሸ። እኩለ ሌሊት ላይ ሁሉም ሲዳከሙ መርቀው በሰላም ተሰነባበቱ። ነመራም ዳግም ይህን ለማየት ያበቃውን ዋቃን አመስግኖ ዲምቱን አቅፎ ናፍቆቱን ሲወጣ አደረ።

ለተከታዮቹ ሁለት ሳምንታት ከነመራ ቤት እንግዳ አልጠፋም። ሲበላ፣ ሲጠጣ ተከረመ። በአንደኛው ቀን ምሽቱን ብቅ ያሉት ጨቡዴና አንጌሳ ፊልተር ጠላቸውን በረጅሙ ብርጭቆ ፉት እያሉ እዶሳን እንዴት እንደያዙትና የፈርዳ ጉዳን ውለታ በዝርዝር አስረዱት። የአባቶችን ቃል አክብረው እንጂ እዶሳን በህይወት ማምጣት እንዳልነበረባቸውም ቁጭታቸውን በእግራቸው መሬት እየደበደቡ ነገሩት። ዲምቱ፣ አቶ ኤሊያስና ደገፉም የፍርድ ቤት ቀጠሮው ሁለት ጊዜ እንደተላለፈ፣ እዶሳም በህመም ተሳቦ ወደ አዲስ አበባ እንደተወሰደና ዳግም ባኮን እንዳልረገጠ አስረዱት።

ነመራም በረጅሙ ተነፈሰ፡፡ “በመጀመሪያ በዚህ መከራ ወቅት ከባለቤቴና ከልጆቼ ሳትለዩ የችግራችን ተካፋይ ለሆናችሁት ሁሉ አመሰግናለሁ። ደሜ በከንቱ

ፊሶ እንዳይቀር በፍትህ አደባባይ ለመፋረድ ተሰባስባችሁ እያደረጋችሁ ላለው ጥረት ውለታውን ዋቆ ይክፈላችሁ። እኔም እስከ መጨረሻዋ እስትንፋሴ ደመኛዬን ልሚገተው ወስኛለሁ። ስለዚህ አቶ ኤሊያስና ደገፉ ለፍርድ ቤቱ ቀጠሮ የቀረ ማሟላት ያለባችሁ ነገር ካለ ጠይቁኝ። ይህን የመንደር አውደልዳይ በአደባባይ መሳቂያ፣ መሳለቂያ ማድረግ አለብን። ጦር ወርውሮ ለመግደል ያነሳሳውን ምክንያትም በችሎት ፊት ቆሞ ያስረዳታል...” ሲል ዲምቱ እስከ አፍጢሙ ሞልታ በእጇ የያዘቸው ብርጭቆ አምልጧት ወለሉ ላይ ተከሰከሰ፡፡ እማማ አስካለ “ጦስሽን፤ ጠላትሽን ይዞት ይሂድ...” ሲሉ እሷም “አሜን፣ አሜን...” አለች፡፡ በልቧም “ይዞት ይሂድ! ይዞት ይሂድ!” አለች እርግማኑ ለእዶሳ እንዲሆን እየተመኘች። ነመራ ሁኔታው ደስ አላለውም። ዲምቱን የጎሪጥ አያት። ድምፁም ከፍ አድርጎ “ማል ታቴ! ...ምን ሆንሽ፤ ተርበተበትሽ፤ ችግር አለ እንዴ? አለ።

“ምንም አልሆንኩ...” አለች ዝቅ ባለ ድምፅ።

ነመራ ከአቶ ኤሊያስ ጋር በመሆን ተጨማሪ መረጃዎችንና የወጣውን ጦር ጨምሮ ጉዳዩን ለያዘው መርማሪ ፓሊስ ኢንስፔክተር ሮቢ አሟልተው ሰጡ። ኢንስፔክተሩ ነመራን ለሁለት ሰዓት ያህል ቃለ መጠይቅ አድርጎለት ተጨማሪ ዘገባዎችን አጠናቅሯል። ያዘጋጀውን ዘገባና ተጨማሪ ማስረጃዎቹን ለፍርድ ቤቱ እንደሚያቀርብና በቀጠሮው ቀን በሰዓቱ እንዲገኙ አሳስቧቸው ተለያዩ።

ምዕራፍ 28

ነመራ ባኮ በገባ በሦስተኛው ሳምንት በዕለተ ሰኞ በቀጠሯቸው መሰረት በዘመድና ጠበቃው ታጅቦ ጉዳዩን ከያዙት ዳኛ ነቀምት ፍርድ ቤት ሶስተኛ ችሎት ቀረቡ። ከጠዋቱ 4:30 ነበር። የፍርድ ቤቱ ትርምስ ከወትሮው ብሶበታል። ጥንድ፣ ጥንድ ሆነው እጅና እጃቸው የታሰሩ በርካታ ወጣት ወንዶች ካቴናቸው እየተፈታ በጠመንጃ ታጅበው ወደ ችሎቱ ይጎርፋሉ። በግቢው ውስጥ የሚታዩትን የታሰሩ ወጣቶች ብዛት ለተመለከተ “ለመሆኑ ለትምህርት ቤት የተረፈ ወጣት አለ?” ብሎ ራሱን እንዲጠይቅ ይገደዳል፡፡ ችሎቱ ውስጥ ያሉት አግዳሚ ወንበሮች ሞልተው ገሚሱ ታዳሚ ግድግዳ ተደግፎ ቁሞ ይጠባበቃል፡፡ ዳኞቹ ከመሰየማቸው ቀደም ብሎ የደንብ ልብሱን በቅጡ ያልተኮሰ ስነ ስርዓት አስከባሪ ፖሊስ የዳኞቹን መምጣት አበሰረ። ካሰሹ፣ ተከሳሹና ታዛቢው በሙሉ ከመቀመጫቸው ተነሱ።

መሀል ዳኛዋ ከፊታቸው የተደረደሩ ወፋፍራም መዝገቦችን ተራ በተራ እያነሱ አገላብጠው የመጀመሪያውን ተከሳሽ ጉዳይ መስማት ጀመሩ። በዚህ መልኩ ችሎቱ ሲካሄድ ቆይቶ በአራተኛ ደረጃ የነመራ መዝገብ ተነሳ፡፡

እዱሳ ያን ዕለትም በችሎቱ አልተገኘም። የመሀል ዳኛዋ የተከሳሽ ጠበቃን ደንበኛቸው በችሎቱ ያልተገኘበትን ምክንያትና ባለፈው ችሎት እንዲያቀርቡት የተላለፈው ጥብቅ ውሳኔ ለምን እንዳልተከበረ እንዲያስረዱ ቆጣ ብለው ጠየቁ፡፡

ተከላካይ ጠበቃውም አንደኛ ደንበኛቸው ህመሙ ከልብ ጋር የተያያዘ በመሆኑ ከፍተኛ ክትትል ለማድረግ ልዩ የልብ ስፔሻሊስቶች ካሉበት አካባቢ ብዙ መራቅ ስለማይገባውና በተጨማሪም አዲሱ ሥራው ከሀገር ደህንነት ጉዳይ ጋር የተያያዘ በመሆኑ

ለደቂቃዎች እንኳን እረፍት እንደሌለው አስረዱ። ሥራ እንዲቀንስና እረፍት እንዲወስድ የሀኪሞችን ምክር ሳይቀር በመጣስ ሌት ተቀን ለዚች ሀገር እንደሚደክም አስረዱ፡፡ አያይዘውም በቅርቡ ደግሞ የአንድ ሚንስትር አማካሪ ሆኖ በመሾሙ ብዙ ጊዜ ወደ ውጭ ሀገር ስለሚሄድ ቀጠሮውን ማክበር እንዳልቻለ ተናገሩ።

"በተጨማሪም…" አሉ፣ "የተከበረው ፍርድ ቤት… ክሱ የግድያ ወንጀል ተብሎ ስለነበር፣ አሁን እንደምታዩት ተጎድቷል የተባለው ሰው ጉዳቱ ለክፉ የማይሰጥ መሆኑና ይህንንም ማረጋገጫ ጉዳተኛው ከፊታችን ቆሞ ስለሚገኝ ችግሩ እንደማናቸውም በሰዎች መካከል ሊፈጠር እንደሚችል ፀብ ተቆጥሮ ክሱ ውድቅ እንዲደረግ ወይም በሽምግልና እንዲያልቅ እንጠይቃለን፡፡ ክሱ የሚቀጥል ከሆነ ግን ደንበኛዬ ባለባቸው የሥራ ኃላፊነትና የጤንነት ምክንያት ሰለማያመቻቸው ጉዳዩ ወደ አዲስ አባባ እንዲዛወርልን ስል በአክብሮት እጠይቃለሁ…" ብለው ሳይጨርሱ ፋይሉን ያገላብጡ የነበሩት የመሀል ዳኛዋ በፍርድ ቤቱ ዋና መዝገብ ቤት በኩል አቶ ኢሊያስ ያስገቡትን ተጨማሪ ማስረጃዎችና ምስሎች ሲያዩ "በስመ አብ፣ ወወልድ ወመንፈስ ቅዱስ.." ብለው በቀኝ እጃቸው አፋቸውን ያዙ፡፡ ግንባራቸውን ላብ አወረዛው። ላባቸውን በሌባ ጣታቸው እየጠረጉ "የከሳሽ ጠበቃ የሚሰጡት መልስ አለ?" ሲሉ ጠየቁ። ደገፉ ከነመራ ጎን ቆሞ አተኩሮ ዳኞቹን ያያል በልቡ የጃፉ (ያፎ) ብርቱካን የመሰለችውን ቆንጆ የመሀል ዳኛ እያደነቀ ፈዟል፡፡

"አዎን የተከበረው ፍርድ ቤት…" አሉ አቶ ኤልያስ። "መቼም ከእግዚአብሔር በታች ትክክለኛውን ፍርድ ከዚህ ችሎት እንደምናገኝ ተስፋ አለን።

እናንተንም ትክክለኛውን ፍርድ እንድትሰጡ ቸሩ እግዚአብሔር ይርዳችሁ።

"በመጀመሪያ ደንበኛዬ በህይወት ተርፎ ከመሀላችን መቆሙ የእግዚአብሔር ተአምር፤ ድንቅ ሥራ ነው። ምክንያት ሆነው ለዚህ ላበቁት ሰዎች በሙሉ ምስጋና ይግባቸው። ደንበኛዬ ለሀገር ሊሞት የተሰለፈ፤ በጦር ሜዳ ቆስሎ ለማገገም በሰላም ከቀዬው ገብቶ በተቀመጠበት ለዝሆን ወይም ለአንበሳ በሚወረወር ጦር መነሾ ግልፅ ባልሆነ ምክንያት እዱሳ የተባለ የከተማዋ ባለስልጣን ነመራን ከሞት አፋፍ አድርሶታል። ምኑን ተመኝቶ እንደሆነ ወይም ቂም ይኑረው አይታወቅም..." ዲምቱ ትን ብሏት አከታትላ ትስል ጀመር። ችሎቱንም ላለመረበሽ በነጠላ አፏን እንደሸፈነችም ወጣች። ነመራ በዓይኑ ገረመማት። ለምንድነው የእዱሳ ስም ሲጠራ የሆነ ነገር የምትሆነው? የነመራ ልቡ በድጋሚ እሳት ጫረ። ጠበቃው አቶ ኤሊያስ ቀጠሉ፡፡ "በሀብት ቅናት ነው እንዳይባል ነመራ ገበሬ የነበረ ምስኪን ወታደር ነው። የሚያሳዝናው ደግሞ ከልጅነት ጀምሮ አብሮ አደጎችና ከስር መሰረቱ ጀምሮ የሚተዋወቁ መሆናቸው ነው። ከለላ መከታ መሆን ሲገባው የወንድሙን ህይወት ለማጥፋት ቆርጦ የተነሳ ወንጀለኛ ሰው ነው።

"የተከበረው ፍርድ ቤት፣ መቼም ከህግ በላይ የሚሆን ሰው የለም። ሁሉም ሰው በህግ ፊት እኩል በመሆኑ በዚህ ችሎት ፊት ላለመቅረብ በተከላካይ ጠበቃ በኩል የሚቀርቡት ምክንያቶች ውድቅ እንዲደረጉልን። ተከሳሽ ሹመት በሹመት ቢሆኑም ህጉን ማክበር አለባቸው ብለን እናምናለን።

"ክቡር ፍርድ ቤት፣ እልቅና የበለጠ የህግ ተገዢ ያደርጋል እንጂ መረን አያስለቅቅም! በተጨማሪ አለቃ ሲኮን ምሳሌ መሆን ያስፈልጋል። ኃላፊው ህግ ሲያከብር ጀሌው በምሳሌነቱ ይከተለዋል። ጎበዝ

ጄኔራል የሚመራው ወታደር እንደ አለቃው ጀግና ይወጣዋል። አለቃው ሌባ ከሆነ ግን ጭፍራውም ቀማኛ ነው የሚሆነው። አበው እንዳሉት የተፃፈው ሁሉ የወረቀት ላይ ነብር ሆኖ 'አባቱ ዳኛ ልጁ ቀማኛ' ከተሆነ ፖሊስና ዳኛ የሌለበት፤ ስርዓት አልበኝነት የሰፈነበት ስፍራ ነው የሚሆነው።

"የተከበረው ፍርድ ቤት፣ በተጨማሪ ጉዳዩ ወደ አዲስ አበባ ከተዘዋወረ ደንበኛዬ እየተመላለሰ የማስፈፀም አቅሙም፣ ገንዘቡም የለውም። ስለሆነም ይህ ችሎት የደንበኛዬን በደል ተረድቶ ተገቢውን ፍርድ እንዲሰጠን..." ሲሉ ችሎቱን በአክብሮት ጠየቁ። ዲምቱም ወደ ችሎቱ ተመልሳ ገባች።

የተከላካይ ጠበቃው የመልስ መልስ መስጠት ጀመሩ፡፡ "የተከበረው ፍርድ ቤት፣ በተዘዋዋሪ ታመው እንኳን ሀገራዊ ግዴታን የሚወጡትን ደንበኛዬን 'ሌባ' እያለ እየሰደበብን ስለሆነ የጠነከረ የስነ-ስርዓት እርምጃ በከሳሽ ጠበቃ ላይ ይወሰድልኝ። በተጨማሪ አቶ ነመራ ጦሩ ተሰክቶበት ታየ እንጂ ደንበኛዬ አቶ እዶሳ ሲወረውር ያየው ማንም የለም። ለመወርወሩ ማረጋገጫ ስለሌላቸው ክሱ ውድቅ እንዲሆንልኝ አመለክታለሁ፡፡"

"ጨለማን ተገን አድርጎ የሚመጣ ነፍሰ ገዳይ ጥሩንባ እያስነፋ፤ እየለፈፈ አይመጣም..." አሉ አቶ ኤልያስ በተራቸው፡፡ "ክቡር ፍርድ ቤት በእኛ በኩል ከተበዳይ በተጨማሪ በቂ ምስክሮች አሉን። ወንጀሉን ለምን እንደፈጸመም ፖሊስ መርምሮ ይደርስበታል ብለን እናምናለን..." ሲሉ ዲምቱም በልቧ "አዎን እመሰክራለሁ! የሆዴን ቁስል፤ በደሌን ዘርዝሬ ለክቡር ፍርድ ቤቱ አስረዳለሁ" አለች ።

መሀል ዳኛው ሁለቱንም ወገኖች አዳምጠው ግራና ቀኝ ካሉት ዳኞች ጋር በሹክሹክታ ይነጋገሩ ጀመር። ብዙም ሳይቆዩ ጉሮሯቸውን አንድ፣ ሁለቴ አጠሩ፡፡ "ፍርድ ቤቱ ጉዳዩን የማየት ስልጣን ስላለው

ክርክሩ በዚሁ ፍርድ ቤት ይቀጥላል፡፡ በተጨማሪም ሰው ራሱን እንደ እግዚአብሔር ካልቆጠረ በቀር ማንም ከህግ በላይ አይሆንም። ይህ ደግሞ ለተማረ የህግ ባለሙያ የማለበት የመጀመሪያው መርህ ነው። ይህ ፍርድ ቤት ግራ ቀኙን አዳምጦና ጭብጥ ሀሳቡን መርምሮ ተከሳሽ አቶ እዶሳ በቀጠሮው ቀን ያለምንም ምክንያት ፖሊስ ይዞት እንዲያቀርብው፤ ይህ ተለዋጭ ቀጠሮ የመጨረሻ መሆኑን ታውቆ ለመስከረም 27 ከጠዋቱ ሦስት ሰዓት እንዲገኙ፤ ተከሳሽን በዚህ ዕለት ፖሊስ ማቅረብ የማይችል ከሆነ ይህ ችሎት ተከሳሹ በሌለበት ጉዳዩን አይቶ የፍርድ ውሳኔ ይሰጣል...” ሲሉ ማስጠንቀቂያ አዘል ውሳኔያቸውን ጠረጴዛውን ሁለት ጊዜ በመዶሻቸው ደልቀው አበሰሩ።

የነመራ ወገኖች በደስታ “ምናለ ወላድ እንዳንቺ ያለውን መንታ መንታውን ብትወልድ! እንዳንቺ ያለ ደፋር እውነተኛ ዳኛ አይደለም ከመቶ ከሺህ አንድ አይገኝም፣” ሲሉ እርስ በእርስ እየተንሾካሾኩ ከፍርድ ቤቱ ቅጥር ግቢ ወጡ። የእዶሳ ጠበቃ ጠማማ ቆባቸውን አጥልቀው በብስጭት ፂማቸውን እየጎተቱ “ከየት ነው የመጣችው ይቺ ሞገደኛ ዳኛ” አሉ ጮክ ብለው ነመራንና ዘመዶቹን እየገላመጡ። ደገፉም “ሞገደኛ አሏት ጌታዬ? ሞገደኛ አትመስልም። ምናልባት መንገደኛ ዳኛ ሳትሆን ግን አትቀርም...” ብሎ ይስቅ ጀመር።

“ነገረኛ...” አሉ የእዶሳ ጠበቃ፡፡ “ድሮስ ከተማሪ ምን ይጠበቃል። የምታውቂት ነገር መሰንጠቅ ነው። አንተም እንደ እሷ ሞገደኛ ሳትሆን አትቀርም። እንደዚች ያለችውን ዳኛ ከማፍራት ትምህርት ቤት ተጠርቅሞ ቢዘጋ ይሻላል፡፡”

ምዕራፍ 29

ነመራ በባኮ አዲስ ህይወትን ጀምሮ ደፋ ቀና ማለቱን ተያይዞታል። የግብርና ሥራውን ለመሥራት ጤንነቱ ባይፈቅድለትም አራሽ ሰው አፈላልጎ ማሳውን አሳርሷል።

የቦርድ አበል በወር 200 ብር ቤተሰቡን ለማስተዳደር ስለማትበቃው ተጨማሪ ገቢ ለማግኘት ሲል ከቤቱ አቅራቢያ በሚገኝ የእህል መጋዝን ውስጥ በጥበቃ ሠራተኛነት ተቀጥሯል። የልጅነት ጓደኞቹ ቢጠሯቸው አይሰሙም። 'አንቱ' የተባሉ ሀብታሞች ሆነዋል። አልፎ፣ አልፎ ሲያገኙትም ገሚሱ ይሳለቅበታል። አንዱ "ሞት እምቢ" ሲለው ሌላው በከዘራው ተደግፎ እያነከሰ ስለሚሄድ "ባጃጅ መጣ" ይለዋል። በቤቱ ውስጥ ግን በጣም ደስተኛ ነው።

ከስድሰት ወራት በኋላ ነመራና ዘመዶቹ በቀጠሮው መሰረት ነቀምት ፍርድ ቤት ደርሰው 'ዛሬስ የመጨረሻ ያደረገው' ብለው እየጸለዩ ችሎቱ ገቡ።

ስነ ስርዓት አስከባሪው ፖሊስ ተነሱ ብሎ የዳኞቹን መምጣት አብስሮ ሲጨርስ እንደወትሮው በሴቷ ዳኛ መሪነት ተከታትለው ይመጡ የነበሩት ዳኞች በዛን ዕለት ሦስቱም ተቀይረው አይተዋቸው የማያውቋቸው ፀጉረ ልውጥ ወንዶች ዳኞች ቦታቸውን ያዙ።

እዱሳ በዛን ዕለትም በችሎቱ አልተገኘም። መዝገቡን ሲያገላብጡ ቆይተው የመሀል ዳኛው "ቀደም ሲል ጉዳያችሁን ያዩ የነበሩት ዳኞች ወደ ሌላ አካባቢ ስለተቀየሩ ጉዳያችሁን እንዲያይ አዲስ ዳኞች ተሹመናል፣" አሉ፡፡ "በዚህ ግር እንዳይላችሁ..." አሉና የከሳሽ ጠበቃ ያላስገቡት ማስረጃ ወይም አዲስ ነገር ካለ እንዲያቀርቡ ዕድሉ ተሰጣቸው።

የከሳሽ ጠበቃውም በከሳሽነት ስማቸው የተመዘገበው ወይዘሮ ዲምቱ ስለ ጉዳዩ የምለው አለኝ፣ ነገር ግን ቃሌን ፍርድ ቤት እንጂ ለፖሊስ አልሰጥም ስላሉ፤ በተጨማሪም ተበዳዩ ራሳቸው በግንባር ስለተገኙ ወይዘሮ ዲምቱ ከከሳሽነት ይልቅ ምስክር እንዲሆኑ፤ አቶ ደገፉ ጭኮም ከከሳሽነት ይልቅ የቤተሰብ አማካሪ መሆናቸውን፤ በምትካቸው ሙሉ ከሳሽ አስር አለቃ ነመራ እንደሆነ ማስተካከያ ደብዳቤ ማስገባታቸውን ገለፁ።

በጉዳዩ የተከላካይ ጠበቃ ተቃውሞ እንደሌለው ገልፆ የበፊተኛው ችሎት የሰጠውን ትዕዛዝ መፈፀም እንዳልተቻለ፤ ደምበኛው ለአስቸኳይ መንግሥታዊ ሥራና እግረ መንገዳቸውንም የጤና ምርመራ ለማድረግ ወደ ታይላንድ እንደተጓዙ አስረዱ። ፍርድ ቤቱ ከዚህ በፊት የቀረቡትን ምክንያቶች በድጋሚ ተመልክቶ የመንግሥት ሥራ እንዳይበደልና የደንበኛቸውን ጉዳይ በጥሞና ተመልክቶ ጉዳዩን ወደ አዲስ አበባ እንዲያስተላልፈው ጠየቁ።

የከሳሽ ጠበቃም ሀሳቡን በመቃወም ደንበኛቸው አዲስ አበባ እየተመላለሱ የማስፈፀም አቅሙ ስለሌላቸው፤ የዕለት ኑሮአቸውን ለመምራትም ሆነ የልጆቻቸውን ጉሮሮ ለመሙላት ስለተቸገሩ ህመማቸውን እንኳን በወጉ ሳያስታምሙ በጥበቃ ሥራ ሌሊት በብርድ ሲጠበሱ እንደሚያድሩ አስረዱ።

"በእርግጥ መመላለሱ ሊከብድ ይችላል፣" አሉ መሀል ዳኛው፡፡ "ነገር ግን የግለሰብ ችግር ከሀገር በላይ የሚሆንበት ምንም ምክንያት የለም። ተከሳሹ በከፍተኛ የሀገር ደህንነትና ጥበቃ ሥራ የተጠመዱ በመሆናቸው በዚህ ክስ ምክንያት እዚህ እየተመላለሱ ለማስፈፀም ጊዜ ስለሌላቸው ፍርድ ቤቱ ጥያቄያቸውን በጥሞና ተመልክቶ ጉዳዩ የፌዴራል ጠቅላይ ፍርድ ቤት የክልል ዘርፉን ስለሚመለከተው ጉዳያችሁን ከአሁን

በኋላ በዚያ በኩል ተከታተሉ…" አሉ፡፡ የከሳሽ ጠበቃ ወደ ነመራ ጠበቃና ደገፉ ዞር ብለው የበለዘ ጥርሳቸውን ብልጭ አድርገው ዳኞቹ እንዳይሰሟቸው ዝቅ ባለ ድምፅ "መንገደኛ ዳኛ፣ ድሮስ!" ብለው ገላመጧቸው። መሀል ዳኛውም አልጨረሱም ነበር፡፡ "ሌላው አማራጭ ጉዳዩን በሽምግልና መጨረስ ነው…" አሉ፡፡

ደገፉ ጣልቃ ገብቶ "የፍትህ ያለህ!" ሲል ጮኸ፡፡ "ይሄ ግፍ ነው፤ ከበደልም በደል። ከባኮ አዲስ አባባ ድረስ የወንድማችንን ደም የዘራውን ሰይጣን በፍርድ ቤት እንፋረደዋለን ስንል ደክሞን ሰልችቶን ክርክሩን እንድንተው የሚደረግ ዘዴ ነው እንጂ ፍርድ አይደለም! ማንም ከህግ በላይ አይደለም…" እያለ ሲጮህ የመሀል ዳኛው "ስነ-ስርዓት…" ብለው ፖሊስ ተጣርተው ፍርድ ቤት በመዳፈሩ በቁጥጥር ሥር እንዲውል አዘዙ።

የነመራ ጠበቃም "ክቡር ፍርድ ቤት ትንሽ አእምሮውን ነካ ሰለሚያደርገው ይቅርታ ይደረግለት፤ ዳግም ከዚህ ፍርድ ቤት ደጃፍ አይደርስም እባክዎትን…" ብለው ከአንገታቸው ዝቅ አሉ። ከመቅፀበት ሁለት የፈረጠሙ ፖሊሶች እጁን ጠምዘው እየገፈተሩ ከችሎት አስወጡት። ቀሪዎቹ የነመራ ዘመዶች አንገታቸውን ደፍተው ከክፍሉ ወጡ። ደገፉ ነቀምት እስር ቤት እንዳይገባ 500 ብር መቀጮ ከፍለው አስለቀቁት። ተሰባሰበው ወደ ባኮ ሲጓዙ ጨቡዴና አንጌሳ "እዶሳ በእጃችን እያለ ነበር ፍርዱን መስጠት የነበረብን…" እያሉ ይበሰከሰኩ ጀመር፡፡

"ነገሩ ሁሉ ጅብ ከሄደ ውሻ ጮኸ ሆኗል…" አሉ ሁሌም የማይለዩት እማማ አስካለ። ዘመድ በሙሉ እንዳዘነ ከነመራ ቤት ደረሱ።

ምዕራፍ 30

ነመራና ዘመዶቹ እንዳዘኑ ብዙ ቀናትን አሳለፉ። በአንድ በኩል ተጠርጣሪው እዶሳ ህይወትን የሚያህል ነገር ለማጥፋት ወንጀል የፈፀመ ሰው መሀል ከተማ ገብቶ በነፃነት ሲሽከርከር መስማት እየረበሻቸው እልህ ይዟቸዋል። በሌላ በኩል የፍርድ ሂደቱን ከባኮ አዲስ አባባ ተመላልሶ ለመከታተል የሚጠይቀው ጊዜና ገንዘብ ያሳስባቸዋል።

የነቀምት ፍርድ ቤት ውሳኔ በተሰጠ በስድስተኛው ቀን በሰንበት ዕለት ከቀትር በኋላ ዘመድ በሙሉ ስለ ጉዳዩ ለመወያየት ወደ ነመራ ቤት አመራ። ቤቱ ሞልቶ ገሚሱ ከቤቱ ታዛ ስር ተደረደረ። ጨቡዴና አንጌሳ በተቀመጡበት አላስችል ብሏቸው ይቁነጠነጣሉ። የነመራ አባት ለእንግዶቹ ሞቅ ያለ ሰላምታ ከሰጡ በኋላ ስብሰባውን በምረቃና በፀሎት ከፈቱ።

ቤት ያፈራውን እየበሉ እየጠጡ ስብሰባው ለሦስት ሰዓታት ያህል ቀጠለ። አንዱ የአንዱን ሀሳብ ሲደግፍ ወይም ሲቃወም ቆይተው በአንድ ነጥብ ላይ ባለመስማታቸው ሦስት አማራጮችን ይዘው ለባኮና አካባቢዋ ገዳ አባት በነመራ አባት በኩል ለማቅረብና ህዝቡ ተሰብስቦ ውሳኔ እንዲሰጥ ተስማምተው ስብሰባው ለተከታዩ ቅዳሜ ቢሆን ምርጫቸው እንደሆነ አስታወቁ። ጨቡዴና አንጌሳ ምንም እንኳን ለውሳኔው ተገዢ ቢሆኑም እንደ አማራጭ ያቀረቡት ሀሳባቸው ያለምንም ተቃውሞ እንዲያልፍ ጥረው ነበር። እንዳሰቡት ባለመሆኑ እየተበሳጩ የቀረበላቸውን አረቄ በላይ በላዩ ጨለጡት።

የነመራ አባት የቤተሰብ ውሳኔን ለገዳው አባት አሳውቀው ስለነበር በጥያቄያቸው መሰረት ስብሰባው ለቅዳሜ ጠዋት ተጠራ። የባኮ ከተማ ነዋሪም ነቅሎ ወጣ – የነመራ ቁስል ያላመመው አልነበረምና። ሴቱ

ነጠላውን ወንዱ ካፖርታውን ደርቦ ከተለመደው ዋርካ ስር በማለዳ ተደርድሮ ተቀምጧል። ዲምቱም "እስከመቼ ሁሉን በሆድ! ጨጓራዬ ከሚላጥ አውጥቼ አፈርጠዋለሁ..." ብላ ወስና ከስብሰባው ተገኝታለች። የገዳው አባትና አማካሪዎቻቸው እንደ መንግሥት ፍርድ ቤት ዳኛ ቦታ ቦታቸውን ይዘው የነመራን አባት ከቤተሰብ የቀረ ወይም የሚጠብቁት እንዳለ ጠየቁ። የነመራ አባት በእሳቸው በኩል ሁሉም የተሟላ መሆኑን ሲገልፁ አባቶቹ ስርዓቱን ለማስጀመር ጸሎት ሲያሰሙ ህዝቡ እየተቀበለ አሜን ይላል፡፡

ህዝባችን ሰላም ይደር

በቀያችን ሰላም ይስፈን

ልጆቻችን በሰላም ይደጉ

ምቀኛ ቀናተኛውን ያስወግድልን

የታመሙትን ይፈውስልን

ቡቃያችን ይለምልም

ከብቱም፣ አውአፉም በሰላም ውሎ ይግባ

ልባችን ንፁህ እንዲሆን ዋቆ ይርዳን...

ጸሎቱ እንዳበቃም የተሰበሰቡበትን ዓቢይ ምክንያት ለማሳወቅ የገዳው አባት በአጭሩ ስለ ነመራ ጉዳይ እንደሆነ ፍርድ ቤቱ ጉዳዩን ወደ አዲስ አበባ እንዳስተላለፈው እንዲሁም እዶሳ ታመመ ተብሎ ወደ አዲስ አባባ እንደሄደ አስረድተው፣ "ጉዳዩን በተመለከተ የነመራ ቤተሰብ የሚለውን ሰምተን በእኛ በኩል ውሳኔ ለመስጠት ነው..." ሲሉ ህዝቡም በሀሳቡ መስማማቱን ለመግለፅ አጨበጨበ።

"በቅድሚያ..." አሉ የገዳው አባት፣ "ቤተሰብ በጉዳዩ ሦስት አማራጮችን ይዞ ስለቀረበ ሰምተን እንወያይበታለን፡፡ የቤተሰብ ወሳኔዎቹን አቦ ገመቹ

የነመራ አባት ያቀርቡልናል፣" ብለው ዕድሉን ሰጧቸው፡፡

የነመራ አባት የደረቡትን ጋቢ ጫፉን አመሳቅለው በግራና በቀኝ ትከሻቸው ላይ አስተካክለው፣ ጉሮሯቸውን አጥርተው መናገር ጀመሩ፡፡ "የተከበራችሁ የገዳው አባቶች፣ ወንድሞቼ፣ እህቶቼ እንዲሁም ልጆቼ፣ ሞት አፋፍ የደረሰውን ልጄን፣ ውድ ወንድማችሁ ላይ የደረሰውን በደልና ስቃይ አይታችኋል። መቼም ወላድ ይፍረድ! እንዲህ ያለው ዱብ ዕዳ በልጅ ላይ ሲወድቅ አንጀት ምን ያህል እንደሚላወስ ወላጅ ናችሁና ልትገምቱት ትችላላችሁ። በእግዚአብሔር ፈቃድ ዳግም ሰው ለመሆን በቅቷል፡፡ እንደምታዩት ይሄው መሀላችን ይገኛል..." ሲሉ ጭብጨባውና እልልታው አስተጋባ፡፡

"የልጄ ደም ፈሶ አይቀርምና ለጥፋተኛው ተገቢውን ቅጣት ለመስጠት ቤተሰብ ተሰብስቦ በአንድ ሀሳብ ስላልተስማማ ይዘን የመጣነው ሦስት ሀሳቦችን ነው። ከእናንተ ጋር ተወያይተን በአንዱ ላይ እንሰማማለን ብለን እንገምታለን።

"አንደኛው የወንድማችን ደም ፈሶ በከንቱ መቅረት የለበትምና የመንግሥት ፍርድ ቤት ተገቢውን ቅጣት የሚሰጠው ባለመሆኑ ጊዜ ጠብቆ ወይ እዶሳን ወይም ከቅርብ ዘመዶቹ መሀል የአንዱን ደም ማፍሰስና ተመጣጣኝ የአካል ጉዳት በማድረስ ደማችንን መበቀል አለብን የሚል ነው።

"ሁለተኛው ደግሞ ደምን በደም መመለስ የሚለው መንገድ አያዋጣንም። ከእኛም ከእነሱም እንዲሁ እየተገዳደልን ዘላለም መኖርና መቆሚያ የሌለው እልቂት ይሆናል፣ ስለዚህ በእኛ ይብቃ። እዶሳ ጉማ (ካሳ) ከፍሎ በሽምግልና ነመራንና የገዳ አባቶችን ይቅርታ ጠይቆ ይታረቅ የሚል ነው።

“ሦስተኛውና የመጨረሻው ውሳኔ ጉዳዩ በፍርድ ቤት ስለተያዘ እስከመጨረሻው ፌዴራል ፍርድ ቤት እየተመላለስን በፍርድ አደባባይ ፍትህ እናገኝ የሚል ነው…” ብለው ተቀመጡ።

የገዳው አባትም “ደምን በደም የሚለውን የመጀመሪያው አማራጭ እንዴት ይታያል?” ሲሉ ህዝቡን ጠየቁ፡፡

በቅድሚያ ጨቡዴና አንጌሳ ተራ በተራ እየተቀባበሉ “የእኛ ሆድ እንደቆሰለ የእነሱም ሆድ መቁሰል፣ ማረር አለበት። የወንድማችን ደም ከባኮ አዲስ አባባ ተዘርቶ ጀብ ልሶት እዶሳ በየሜዳው እያንዛረጠ ከኖረ የባኮ ህዝብስ ነመራን ባየ ቁጥር ምን ይለናል? ‘ምነው ደም መላሽ ወንድም፣ ዘመድ ወይም ወንድ ልጅ የለም እንዴ’ እየተባለ መጠቃቀሻ የምንሆንበት ምክንያት የለም። በእኛ በኩል ለጦር ብቻ ሳይሆን ግንባራችንን ለጥይት ለመስጠት ቆርጠናል፡፡ ለዚህም ዝግጁ ነን። ዘመናዊ ታጣፊውን 30 ጎራሽ መሳሪያ አፈላልገን ዘሩን እንለቅምለታለን። ስለዚህ የእኛ አማራጭ ተቀባይነት እንዲኖረው እንጠይቃለን። ከመዋረድ መሞት ይሻለናል…” አካኪ ዘራፍ ብለው ስብሰባውን ቀውጢ አደረጉት። የሚደግፋቸው ሰው አልጠፋም። ትክክል ብለዋል፣ የወንድማችን ደም ፈሶ አይቀርም ብለው ተንጫጩ በተለይ ወጣቶቹ። ረብሻ ሆኖ መደማመጥ ጠፋ። ከቁጥጥር ውጪ መሆን ሲጀመር የገዳ አባቶቹ ብድግ አሉ። እነኚህ ልጆች ምን ነካቸው? እንደማመጥ ሲሉ የአባቶችን ቁጣ ፈርተው የሚንጫጩት ወጣቶች ፀጥ አሉ፡፡

ከህዝቡ መሀል ኦቦ ጫላ ለተባሉ አባት የመናገር ዕድሉ ተሰጣቸው፡፡ “በእርግጥ ነው የወንድም፣ የልጅ ቁስል ያማል፡፡ በተለይ እንዲህ ያለ ዘግናኝ የሰይጣን ሥራ ያንገበግባል። ቢሆንም ለቁስል ቁስል እየተፈጠረ፣ የዳነን ጠባሳ እየነካኩ ማመርቀዝ

ወይም አዲስ ጠባሳ መፍጠር አይገባም። እኛ እርስ በእርስ ቂም ይዘን ስንቋሰልና የጎሪጥ ስንተያይ ሌላው ያላወቅነው ጠላት ደስ ይለዋል። በርቀት እያየ እየሳቀ ያላግጥብናል። እሳት ጭሮ ነዳጅ እያርከፈከፈ ያባብሰዋል። ስለዚህ ይህን አማራጭ ልንቀበለው አይገባም…” ብለው ተቀመጡ። ከጨቡዴ፣ ከአንጌሳና ከጥቂት ሰዎች በቀር ህዝቡ ሀሳባቸውን ደግፎ ከዳር ዳር አጨበጨበ።

የገዳው አባት ቀጠሉና “ጉማ ከፍሎ በሽምግልና ይታረቅ የሚለውን ሁለተኛው ሀሳብስ እንዴት ይታያል?” ሲሉ ጠየቁ፡፡

የመናገር ዕድሉ ለነመራ አባት ተሰጣቸው፡፡ “ቅድም እንዳልኩት አሁንም ወላድ ይፍረደኝ፡፡ የልጅ ህመም ምን ያህል እንደሚያምና እንደሚያንገበግብ። ተበዳዮቹ እኛ ብንሆንም ቀደም ሲል ኦቦ ጫላ እንዳሉት ደምን በደም በሚለው ሀሳብ እኔም አልስማማም፡፡ ወንድም ለወንድም ደም እየተቃባን ማቆሚያው የሚሆነው ሁላችንም ያለቅን ዕለት ነው። ስለዚህ ልጄ ህይወቱ ተርፏል፣ ተመስገን። በዚህ ላይ እዱሳ ምንም ቢበድለኝም ልጅ ሆኖ ከልጄ ጋር አብሮ ያደገ ጓደኛው፣ እኔም ብሆን እንደ ልጄ አየው የነበር ሰው ነው። መቼም ሰይጣን ገፋፍቶት ወይም አዙሮ እንዳያይ ከጊዜ በኋላ የመጣው የጫንቃው ውፍረት አግዶት ይሆናል እንጂ አብሮ አደጉን ልጄን እንዲህ አያደርገውም ነበር። ስለዚህ በደንቡ መሰረት ለልጄ ጉማ ከፍሎ ነገሩ በሽምግልና ይለቅ…” ብለው ተቀመጡ።

ጨቡዴና አንጌሳ የመናገር እድሉ ሳይሰጣቸው እየተነሱ በፍፁም አይሆንም። ዘመዱን ብቻ ሳይሆን የምናድነው ከብቱንና አጋሰሱን ጭምር ነው። የዘመዶቹ የእርሻ ማሳና ጎጆ ሳይቀር እሳት ይለቀቅበታል። ለዚህ ደግሞ ዝግጁ ነን፡፡”

ስነስርዓት! እናንተ ልጆች አሉ የገዳው አባት።

ከህዝቡ መሀል ሁለት አባቶች የነመራን አባት ሀሳብ በመደገፍ ተጨማሪ ምክር የተሞላበት ንግግር አደረጉ።

የገዳው አባትም “ጥሩ እንግዲህ…ሦስተኛውን ሀሳብ በፍርድ ቤት እስከመጨረሻው መከታተል የሚለውስ እንዴት ይታያል?” ሲሉ ጠየቁ፡፡

ከነቀምት ፍርድ ቤት አምስት መቶ ብር መቀጮ ከፍሎ እንዲወጣ የተደረገው ተማሪው ደገፉ “እኔ በበኩሌ ደምን በደም ወይም በሽምግልና የሚለውን አማራጭ በፍፁም አልቀበለውም፣” አለ፡፡ “የአንዱን በደል ለመካስ የሌላ ሰው ደም ማፍሰስና ሌላ ወላጅ ማስለቀስ ተገቢ አይደለም። ጉማ ተከፍሎ በሽምግልና እርቅ ይውረድ የሚባለውንም አልሰማማበትም፡፡ ምክንያቱም ክቡር ለሆነው የሰው ልጅ ህይወት መጥፋት የሚመጥን ምንም ካሳ የለምና ነው። ይህን አማራጭ ከደገፍን ገንዘብ ያለው ወይም ብዙ ከብት ያለው የናጠጠ ሀብታም እየገደለ የሚጣልበትን ጉማ እየከፈለ በሰላም ይኖራል ማለት ነው። በእኔ እምነት ይህን ሰው እስከመጨረሻው ህግ ፊት ልንሞግተው ይገባል። ከሞት በስተቀር ሌላ ማንኛውንም የፍርድ ውሳኔ እደግፋለሁ። የሞት ፍርድን ግን አልደግፍም፡፡ ምክንያቱም ህይወትን መስጠትም፤ መውሰድም የሚችለው ፈጣሪው እግዚአብሔር ብቻ ነው ብዬ ስለማምን ነው።

“በእርግጥ ፍርድ ቤት ለሙያቸው ሙት የሆኑና እውነተኛ ዳኞች ላይገጥሙን ይችላሉ። ‘ህልም ተፈርቶ ሳይተኛ አይታደርም’ እንደተባለው እኛም ፍርድ ቤትን ቀማኛና ለሆዱ ያደረ ዳኛ እንደ በረሮ ሰፍሮበታል ብለን ፈርተን ይህን አማራጭ መተው የለብንም። እንደ ነቀምቷ ሴት ዳኛ ሀቀኛና ደፋር ሊገኝ ስለሚችል

ጠበቃውን አቶ ኤልያስን ይዘን ክርክሩን እስከመጨረሻው መቀጠል አለብን።

"ብዙ ገንዘብና ጊዜያችንን አጥፍተን ትክክለኛ ፍርድ ላናገኝ እንችላለን። ተመላልሶ ሙግት ከባድ እንደሆነም በሚገባ አውቃለሁ። ወጪው አቅማችንን ስለሚፈታተን ክሱን ተሰላችተን ልናቋርጥም እንችል ይሆናል። በእኔ በኩል ክሱ አዲስ አበባ ይታይ የሚለውን ውሳኔ አልስማማበትም። ባይሆን መንገድ ፈልገን የፍርድ ሂደቱ በዚሁ በአቅራቢያችን ነቀምት እንዲሆን ማስደረግ አለብን። እዶሳን የነቀምት ማረሚያ ቤትን ካጣበቡት ወጣት ጓደኞቹ ጋር ትንሽ ጊዜ አብሮ እንዲያሳልፍና ህይወት በእስር ቤት ምን እንደምትመስል እንዲያይ እመኛለሁ።

"እኔም ብሆን አምቦ ኮሌጅ የጀመርኩትን ትምህርቴን የሚያስቀጥሉኝ ስላልሆነ ምርጫዬን ለውጬ በግል ትምህርት ቤት የህግ ትምህርት ተምሬ ከአቶ ኤልያስ ጋር ይህን የጣምራ ቁስል ወንጀለኛና መሰሎቹን በህግ ፊት ልክ ለማስገባት ወስኛለሁ። እንደምታውቁት የዘንድሮ ፍርድ ቤት ቀጠሮ ለዓመታት ስለሚዘልቅ የቀጠሮ ጊዜው አንድ አይደለም የሁለት ወይም የሦስት ዲግሪ ትምህርት ያስጨርሳል። ስለዚህ ሙግታችን በነቀምት ችሎት ይቀጥል እላለሁ..." ብሎ ተቀመጠ። ብዙ ሰዎች በጭብጨባ አጀቡት።

"ነመራና ዲምቱ የምትጨምሩት አላችሁ?" ብለው የገዳው አባት ጠየቁ፡፡

"መቼም ከአባቶች ውሳኔ አንወጣም፣" አለ ነመራ፡፡ "አባቴ እንዳሉት እዶሳ ጓደኛዬና አብሮ አደጌ ነው። በልጅነት መቼም ልጅ ከልጅ ሳይጋጭ አያድግምና በፈረስ ውድድር ላይ ትንሽ ስለምበልጠው ይቀና እንደነበር አውቃለሁ። ከዚያ ውጭ ግን ምንም ትዝ የሚለኝ ነገር የለም። ህይወቴን ለምን ለማጥፋት

እንደተመኘ ግራ ገብቶኛል ብሎ ሳይጨርስ ዲምቱ፡ አዎ፤ እዱሳ አፉ ቅቤ፤ ውስጡ ጩቤ የሆነ ሰው ነው ብላ ጨመረችበት። ነመራ አሁንም በጥርጣሬ ዓይን ተመልክቷት ንግግሩን ቀጠለ። መቼም በመከራ የተረፈች ህይወት ይገፍ የሌላ ሰው ህይወት ይጥፋ አልልም። ስለ እኔ የእዱሳ ሚዛን ወዴት እንደሚደፋ ባለውቅም እሱ ለእኔ ወንድሜ ነው። ስለዚህ አባቴን፤ ባለቤቴ ዲምቱን፤ ልጆቼን እንዲሁም በእኔ ምክንያት የተንገላቱትን ዘመዶቼን በሙሉ ይቅርታ ቢጠይቅ ደስ ይለኛል። የመጨረሻውን ውሳኔ ከመደበኛው ፍርድ ቤት ካጣሁት ከእኔ ይልቅ ህዝቡ ፍርዱን ይስጥ፤ ህዝብ ይፍረደኝ!”

ዲምቱም ፈራ ተባ እያለች “አዎ እዱሳ የበደለው ብዙ ሰው አለ። ‘ሆድ ይፍጀው’ ሆኖብን ነው እንጂ ብዙ ማለት ይቻላል። አባቶች ፊት ቀርቦ ጥፋቱን በዝርዝር ይናዘዝና ይቅርታ ይጠይቅ…” አለች ዓይኖቿን መሬት ላይ ተክላ። ነመራ ዳግም በትዝብት ዓይን ተመለከታት። ሆድ ይፍጀው? የምታውቂው ምስጢር ወይም ግንኙነት አለሽ ማለት ነው! ታወጪታለሽ አለ በልቡ ጥርሶቹን እያፋጨ።

የገዳው አባቶችም የቀረበውን ሀሳብ ሊመክሩበት ለህዝቡ የግማሽ ሰዓት እረፍት ሰጥተው ከህዝቡ ትንሽ ራቅ አሉና ክብ ሠርተው ተቀመጡ። በእንጬጬ የቀረበው እርጎ እየተቀዳ ይጠጣ፤ ከሽምብራ ጋር የተደባለቀው የገብስ ቆሎ እየተዘገነ ይቃም ጀመር፡፡

በገዳው አባቶች መሀል ክርክሩ ጠንከር ብሎ ከተፈቀደው ግማሽ ሰዓት በተጨማሪ አንድ ሰዓት ወሰደ። በሀሳቡ ሲስማሙ ረጋ ብለው እየተራመዱ ዳግም ከዋርካዋ ስር ተሰየሙ። ስብሰባውን ሲመሩ የቆዩት የገዳው አባት የመጨረሻውን ውሳኔ ለመስጠት ፀጥ በሉ ማለትም አላስፈለጋቸውም። ህዝቡ ውሳኔውን ለመስማት ካለው ጉጉት እረጭ ብሏል።

"ሁላችሁም እንደምታውቁት የገጠመን ፈተና እጅግ በጣም ከባድ ነው። ነገር ግን አንድ ውሳኔ መስጠት ስላለብን መክረን ዘክረን ሁላችንም በአንድ የውሳኔ ሀሳብ ላይ ተሰማምተናል።"

ጨቡዴና አንጌሳ በተቀመጡበት እየተቁነጠነጡ ቅጣቱን ከእዶሳ ዘመዶች በአንዱ ላይ እንዴት እንደሚፈፅሙት ማሰላሰል ጀምረዋል። በሀሳብ የአዲሱ ጠመንጃን ቃታ ሲስቡት ታያቸው፡፡ አልፈው ተርፈውም በሀሳባቸው ፈረሱን እየጫኑ የቀን ቀጠሮ ይዘው 'እኔ ነኝ' ጀማሪው እያሉ እርስ በእርሳቸው መፎካከር የጀመሩ ይመስል በተቀመጡበት ይጎሻሸማሉ።

"በመጀመሪያ ደረጃ አዲስ አበባ ድረስ ተመላልሶ ሙግት የጊዜ ቀጠሮ እየሰጡ ስለሚያንገላቱና ክርክሩ ዓመታት ሊፈጅ ስለሚችል አማራጭ አይሆንም። ጉዳዩ ውሳኔ እስከሚያገኝ ድረስ የሚፈጀው ወጪ የነመራ ዘመዶች የቀንድም ሆነ የጋማ ከብቱም፣ ቅርስም ሆነ ጌጣ ጌጡን ሸጠው እንኳን ሊሸፍኑት አይችሉም። ስለዚህ በቁም ደህይቶ ለማኝ ከመሆን ቢቀር ይሻላል።

"ደምን በደም የሚለውንም አማራጭ አንቀበለውም። ወንድም ለወንድም ተብላልቶ በቁስል ላይ ቁስል እየደረብን መጫረስ ነው የሚሆነው። ደም ለመመለስ ተብሎ እርስ በእርስ ስንበላላ ቤታችንን፣ ቀዬአችንን የሚጠብቅ ጠፍቶ የጅብ መፈንጫ ከመሆን መጠንቀቅ አለብን። የዘንድሮ ጅብ እንደሆነ ጠገብኩን አያውቅም፣ እምብርት የሚባል አለፈጠረበትም። ነጯን ላም በልቶ ቀዩን በሬ ወይም ጥቁሯን ጥጃ ተራ በተራ ይጨምራል። ስለዚህ ቂም ቋጥረው ከልጅ ልጅ እያስተላለፉ እርስ በርስ ደም ከመቃባት ይልቅ እዶሳን በገዳው ስርአት መሰረት እንዲቀጣና እንዲገሰፅ ስንል ወስነናል። የተሳለ ጩቤ ካለ ወደ አፎቱ ይግባ።

የተቀባበለ ጠብመንጃም ካለ የጎረሰው እርሳሱ ይውጣ፣ እርስ በርስ መጨራረስ ይብቃን!" ሲሉ ጨቡዴ እግሩን አጣጥፎ ከተቀመጠበት በብስጭት ለመነሳት ሲቃጣው አንድ አባት ልብሱን ጎትተው አስቀመጡት፡፡

የገዳው አባትም "ስነ ስርአት" ሲሉ ቀጠሉ፡፡ "ይሄ ልጅ ትኩሳቱ አልበረደለት እንደሆነ ድንገተኛ ቀጥቅጣችሁ ስጡት ወይም ደብረ ሊባኖስ ወስዳችሁ ፀበል አስሙቱት። ሰይጣን ካልሰፈረበት በቀር የሰው ደም በየሜዳው ካልተዘራ ብሎ ሌት ተቀን እንዲህ እንቅልፍ አያጣም..." አሉ በተግሳፅ መልክ፡፡

"ስለዚህ..." አሉ ንግግራቸውን በመቀጠል፡፡ "ከዚች ሰዓት ጀምሮ በሁለቱም በኩል ምንም አይነት የደም መፋሰስ ወይም የቂም በቀል እርምጃ እንዳይወሰድ። ይህን ውሳኔ የሚተላለፍ ቢኖር በአባቶች ቃል መሰረት ከሞቱት በላይ ከቆሙት በታች ሆኖ የተገለለ ይሁን።

"እዶሳ ከባኮ አባቶች ፊት ቀርቦ የበደለውን ነመራንና ዘመዶቹን እንዲሁም ያሳዘነውን ድፍን የባኮ ህዝብ በሙሉ ይቅርታ እንዲጠይቅ።

"ይቅርታ ከጠየቀ በኋላ አባቶች የሚወስኑበትን ጉማ ለነመራና ቤተሰቦቹ እንዲከፍል።

"ጊዜ ሲፈቅድ ፍርድ ለመስጠት ይረዳን ዘንድ ሌሎች የፈፀማቸው በደሎች ካሉ አባቶች ፊት እየቀረበ በደሉን ያስመዝግብ። ማስረጃዎች በየፈርጁ ተዘጋጅተው ለገዳው አባት ይሰጡ። "ይህ ውሳኔ ተፈፃሚ እስከሚሆን ድረስ እዶሳ እግሩ ባኮን ዳግም ከረገጠ ተመልሶ እስከሚወጣ ድረስ ድፍን የባኮ ሴት ጥቁር (ከል) ትልበስ!

"ቢራብ ምግብ፣ ቢጠማ ውሀ ከባኮ ምድር እንዳይቀምስ!

"ቢሞት በቀያችን እንዳይቀበር!

"በተወለደበት አገር ለወንዙ ለተራራው ባዳ ይሁን!

"ከእድር፣ ከማህበር፣ ከሰው ሁሉ የተገለለ ይሁን!

"ከእዱሳ ገንዘብ የተቀበለ ወይም አብሮ የበላ ገንዘቡ አመድ፣ የበላውም መርዝ ይሁንበት!

"ማንም አባት ወይም እናት ልጁን ለእዱሳ እንዳይድር…" ብለው ደመደሙ!

ከጨቡዴና አንጌሳ በቀር ህዝቡ መስማማቱን በሙሉ ቆሞ በማጨብጨብ ገለጸ። በደለኛ በደሉን ከገዳው አባት ዘንድ ቀርቦ ይግለፅ በተባለው መሰረት ሴቶቹ ከተቀመጡበት መደዳ ዲምቱን ጨምሮ ከሀያ በላይ ሴቶች ተነስተው በሆዳቸው አምቀው ያኖሩትን በደል ለማስመዝገብ ተሰለፉ፡፡ አንጌሳና ጨቡዴ ግን ይዝቱ ጀመር። "አንድ ቀን አይቀርለትም፣ እየጠበቅን በዘመዶቹ ደረት ላይ የጥይት እርሳስ እንሰካለታለን። ይሄ የኛ ውሳኔ ነው፣" አሉ በቁጭት እያጉረመረሙ።

የመዝጊያ ጸሎትና ምርቃት ተደርጎ የአባቶች ቃል በሰማይ በምድር የፀና ይሁን ሲሉ ወንዶቹ ከጉልበታቸው በርከክ፣ ጦራቸውን ከመሬት ሰክተው ቃል ገቡ።

ገሚሱ ሰው ፈንጠር ብሎ ሦስት፣ አራት ሆኖ የሆዱን ሲጫወቱ ከአንድ ሰዓት በላይ ሆነ። ዲምቱም ትንሽ ራቅ ብለው ተቀምጠው የእዱሳን ጥፋቶች ወይም በደል ከሚሰሙት አባቶች ዘንድ እንደተመለሰች ሁሌም ከስሯ የማይጠፉት ከእማማ አስካለ ጋር ተያይዘው ወደ ቤታቸው አመሩ። እማማ አስካለም ዲምቱ ለአባቶች ያስረዳቸውን የእዱሳን ወንጀል ለማወቅ ባላቸው ጉጉት… "ዲምቱ እንተሎ ኪያ (የኔ

ልጅ) ለመሆኑ ለአባቶች ምን አልሻቸው?" እያሉ ይጨቀጭቋት ጀመር። ፍንጭት ጥርሷን ብልጭ እያደረገች "እቤት ስንደርስ በሆዴ ያለውን፣ ያስጨነቀኝን እነግርዎታለሁ፣ እኔም ቸኩያለሁ ከዛሬ ነገ ስል ቀናት አለፉ..." አለቻቸው፡፡ እማማ አስካለ ቀድመው ቤት ደርሰው የሚበላ የሚጠጣውን ለማዘጋጀት እየተጣደፉ ነበር።

ምዕራፍ 31

ነመራና አባቱ፣ ጨቡዴና አንጌሳ እንዲሁም ሌሎች የቅርብ ዘመዶች በርቀት እነዲምቱን ተከትለው ይጓዛሉ። ነመራ በልቡ ለምን የኔ ህይወት መከራና ፈተና በዛበት እያለ መጥፎ ነገርን ያጠነጥናል። እነ ጨቡዴ ምንም እንኳን በአባቶች ቃል ቢታሰሩም ውሳኔውን ከልብ ስላልተቀበሉት በብስጭት መሬቱን አንዴ በያዙት ዱላ፣ አንዴ በእግራቸው እየደለቁት ከነመራ ቤት ደረሱ።

ነመራና አባቱ እንዲሁም ጨቡዴ የግቢውን ዋና በር አልፈው እንደገቡ የነመራ ውሻ እንደተለመደው ከነመራ እግር ላይ ተጠመጠመ፡፡ በዚህ ወቅት ነበር ዲምቱ ምን እንዳለቻቸው ባይታወቅም እማማ አስካለ "እልልል! ገለቶማ ዋቆ ገለቶማ!" እያሉ ወደ ቤታቸው ሮጡ። ከመቅፀበት የጨሌ ሙዳያቸውን ደረታቸው ላይ አጣብቀው፣ "ነመራ አስኩቴ፣ ኮቴ ጉርባ!" ብለው የሙዳዩን ክዳን ራሱ ላይ ደፉለት።

እማማ አስካለ እየደጋገሙ "ዲምቱ በሆዷ ያለውን ነግራኛለች፣ እንኳን ደስ አለህ። በል ቶሎ በል ስም አዋጣ... የልጅ አባት ልትሆን ነው። አራተኛ ልጅ እየመጣ ነው..." ሲሉት ነመራ ከነበረበት መጥፎ ስሜት ወጣ። ዜናው ሁሉን አስረሳው። ሞት ቀብር፣ ስቃይ ጭንቀት ከሚፈራረቅበት ህይወት ወጥቶ ጨቅላ ህይወት ዳዴ ሲል ሲንከባለልና ሲታቀፈው እየታየው። በአንድ እጁ የሙዳዩዋን ክዳን እንዳትወድቅበት አጥብቆ ይዞ ሽቅብ ዘለለ።

"ገለቶማ! ገለቶማ!... እንደተመኘሁት ሆነ... ገለቶማ። ወንድ ከሆነ 'መታሰቢያ፣' ሴት ከሆነች ደግሞ 'ጂቱ' እላታለሁ..." ሲል አባቱ ተንደርድረው ከቤት ገብተው ያወጡትን ነፍጥ ወደ ሰማይ እያከታተሉ

ይተኩሱ ጀመር። ዳግም የደስታ መንፈስ በነመራ ቤት ሰፈነ።

ከቤቱ መግቢያ በር ላይ ደገፉ፣ አንጌሳ፣ ጨቡዴ እንዲሁም ጎረቤቶች በሙሉ ስብስብ ብለው ተቀመጡ። ፊልተር ጠላውን መጎንጨት ጀመሩ። ነመራ ፊቱ የደስታ ፀዳል እንደተላበሰ፣ አዎ መጪዋ ልጄም ሆነች አሁን ያሉት ልጆቼ ከፊታቸው ደስ የሚል ህይወት እንደሚጠብቃቸው አልጠራጠርም ሲል ንግግሩን ጀመረ። እንደ እኔ አይንገላቱም። የምትወልደው ልጄ ጂቱዬ (ሴት እንደምትሆን በመገመት) እትብቷ ከሚቀበርበት ከለምለሚቱ ባኮ ንፁህ አየር ተንፍሳ፣ እንደ ልቧ በሜዳው በጨፌው ፈንጥዛ፣ የሰፈር አድባር የአገር ሽማግሌ መርቋት ስታድግ ይታየኛል። እንደ እናቷ የወጣላት ቆንጆ እንደምትሆንም አልጠራጠርም። ጂቱዬ ብልህና አስተዋይ፣ ንፁህ ልባም ለሌላው ተምሳሌት የምትሆን ተምራ የምታስተምር የሀገር ዳኛ፣ የሀገር አድባር ትሆናለች ብዬ እገምታለሁ፣" አለ ፈገግታ በተሞላበት አገላለፅ።

"አዎን አጎቴ፣ ትክክል ብለሃል" አለ ደገፉ የተቀዳለትን ፊልተር ጠላ በአንድ ትንፋሽ ግጥም አድርጎ ጨልጦ። በረጅሙ በግቢው አጥር ላይ በርቀት የሚስብ ነገር ያየ ይመስል ቆሞ አሻግሮ እያየ፣ "እኔም ይታየኛል፣ ጂቱ ትምህርቷን ባኮ፣ ነቀምት እንዲሁም ከአምቦ ዩንቨርሲቲ እንደ እኔ ሳትጨናገፍ አጠናቃ ከልካይ በሌለበት ፍቅር በሚሰፍንባት ሀገራችን፣ ለጋ ቅቤ ሲጠጣ ያደገውን ፀጉራን እየነሰነሰች የጆቴ ወለጋ ወርቅን ከጆሮዋ አንጠልጥላ፣ ከክንዷ የእጅ አምባሩን ደርድራ፣ ከጉደር የወይን ዘለላውን ቀጥፋ፣ ሬቻን ቢሾፍቱ፣ መስቀልን ወልቅጤ፣ መውሊዲን አንዋር አዲስ አባባ፣ ገናን ወሎ ላሊበላ፣ ለጥምቀት ጃን ሜዳ (ጃንሆይ ሜዳ) አዲስ አባባ ወይም ጎንደር፣ የጥር

ማርያምን አክሱም፣ አሸንዳን መቀሌና ውቅሮ፣ እንቁጣጣሽን አስመራ ላይ ስታከብር እህት ወንድሞቻችን እየዞረች ነገር ካፋችሁ ይራቅ፣ ከከንፈራችሁ ማር ይፍለቅ ብላ እየመረቀች ጣፋጩን የጉደርን ወይን በአፍ በአፋቸው እያጎረሰች ጨፍራ አስጨፍራ እንዲሁም ስትፈልግ ቀዬዋ ያፈራውን የወለጋን ቡና ወይም ይርጋ ጨፌ፣ ሐረር፣ ጅማ፣ የቴፒ ቡናን አቦሉን ወሎ ላይ፣ ቶናን አዋሳ፣ በረካን ናዝሬት ላይ ቀምሳ፣ የራቀውን ስታቀርብ፣ የታመመውን ዞራ ስትጠይቅ፣ የተጣላውን ስታፋቅር ይታየኛል፣" አለ ዓይኖቹን እያሻሸ።

ነመራና ዘመዶቹ ደገፉን ዓይን ዓይኑን ያዩታል። ገሚሶቹም "እውነትም ይህ ሰው አብዷል እንዴ!" እያሉ ይጠይቃሉ እየተንሾካሾኩ። ዲምቱ "ሽረ ይሄ ልጅ ካበደ ቆይቷል። ቀለም አእምሮውን ሳይነካው አይቀርም። ከዚህ በፊት መርማሪው ፖሊስ ቢሮ የክስ ማመልከቻችን ለማስገባት የሄድን ጊዜም እንዲሁ እንደ አሁኑ ይለፈልፍ ነበር፣" አለች የምግቡ ሽታ ስለበጠበጣት አፏን በነጠላዋ ሸፍና።

"እኔ አላበድኩም። በጣም ጤነኛ ነኝ!" አለ ደገፉ፣ እየተንጎራደደ ንግግሩንም ቀጠለ። "ጂቱን ኪኛ በዚህ አታበቃም… መድህኒት ያጣንለት ጥላቻና ምቀኝነትን መድህኒት ፈላጊ፣ በእነእዶሳ በደል የፍትህ ያለህ እያለ የሚያለቅሰውን ሁሉ የምትክስ የወጣላት የሰላም ተሟጋችና አርበኛ ነው የምትሆነው። በተጨማሪ ቀዬውን እየለቀቀ የፈረጠጠን ወንጀለኛ ባህር ማዶ እንኳን ቢሻገር ሞግታ ልክ ታስገባዋለች። ያኔ አንጀታችን ቅቤ ይጠጣል! በህይወት ካለን ማለቴ ነው ሲል…" የነመራ አባት "አይ ማንን ለመነካካት ነው፣" አሉ፡፡ "ይብላኝ ለእኛ እንጂ ይህን ምኞትህን ሳናየው ለምንሞተው እናንተማ ገና ወጣቶች ናችሁ። ከበረታችሁ ታዩት ይሆናል፣" አሉ በደከመ ድምፃቸው።

"እንደውም እነጂቱን መጠበቅም አይጠበቅባችሁ። ከተፋቀራችሁ በእናንተ ዕድሜ እንኳን ብዙ ማየት ትችላላችሁ። በትንሹ በትልቁ አትብላሉ። እንደኛ እንደ ጥንቱ መልሶ መሆን ይቻላል። በእኛ ዘመን የእርስ በእርስ ፍቅራችን በጣም የጠና፤ የጠነከረ ነበር። ጓደኛ ማለት ወንድም ማለት ነበር።

"ቀዬውን ለቆ ዘመድ አዝማድን ለመጠየቅ ሩቅ የሚሄድ ሰው ወይም አሞሌ ጨው ከሀገር ሀገር እየዞረ ሲነገድ እንዲህ ነበር አሉ" … ያሳለፉትን ህይወት፤ የሰሙትን ታሪክ እያስታወሱ፡፡

"ሲራራ ነጋዴዎች እንደልባቸው እየተጓዙ በሄዱበት ቦታ ድንኳን ተክለው ይሸጡ ይለውጡ ነበር። ወደ ምስራቅ ሐረር አባድር ላይ 'አቦ ነገር በቃን' ብለው ፍቅርን ደርበው፤ ጅጅጋ፤ ደገሀቡር ቀብሪ-ደሀር ጎዴ ያሉትን ወንድም፤ እህት 'አሰላም አሌኩም' ብለው ጠይቀው፤ አልፋው ዋቢ ሸበሌን ተሻግረው፤ ባሌ ጎባ ላይ የሸኽ ሁሴንን ዋሻ ጎብኝተው ነገሌና አርሲ ሲደርሱ በአሩሲዋ እመቤት ግቡ ከቤት የሚሉትን አቅፌው ይሰማሉ። ሶደሬን አቋርጠው ተመልሰው ናዝሬት ሲደርሱ በአዋሽ አርባ በኩል ወደ ሰሜን ምስራቅ ሰመራና ኤልደሀር ብሎም ወደ ሰሜን ከፍ ብለው አሰብና ምፅዋ ድረስ ዘልቀው ግመሉም ሆነ ፈረሱ የቀይ ባህርን ውሃ ጠጥቶ፤ ዋና የሚችለው ዋኝቶ ነበር በፍቅር ዘመናቸውን ያሰለፉት፣" አሉ በርጩማ ላይ ለመቀመጥ ራሳቸውን እያመቻቹ።

እኔም ብሆን ዘመድ ጥየቃ ከናዝሬት በሞጆ በኩል ወደ ደቡብ መቂ፤ ዝዋይ፤ ሻሸመኔ ዘልቄያለሁ። ዝሆን ለማደን ወደ ጂንካ ዘልቄም ኢቫንጋዲን ከኦሞ ወንዝ ዳር ጨዋታን አይቻለሁ። አልፎ ተርፎም ሆሳዕና፣ አጋሮ ጅማ፤ ኢሉባቡር ጎሬ እንዲሁም በምዕራብ በኩል የጎጆብና ባሮ ወንዝን አቋርጫለሁ። አባይንም ቢሆን ተሻግሬ የጎጃምን ህዝብ ደግነት

የጣናን ውበት አይቻለሁ። አገሩ ሁሉ ፍቅር የነገሠበት፣ ህዝቡ እንግዳ ተቀባይ ነው። እመሰክራለሁ በእጁ በልቼ ጠጥቼያለሁና፣" አለ በተቀመጡበት።

"አዎ፣" አለ ደገፉ ፊልተሩን በላይ በላዩ እየተጎነጨ፣ "ነበር ሆኖ ቀረ እንጂ። የእኛ ልብ ተመርዟል የሚጠራም አይመስለኝም። ንፁህ የሆነው የነጂቱ ልብ ሰፊ፣ ጥልቅ አሳቢ፣ አእምሮ፣ የአንበሳን ግርማ የተላበሱ ልጆች ነው የሚሆኑት ብዬ ግን አምናለሁ። የመንደር ግድግዳ፣ የክልልን አጥር በጣጥሰው አምስት ስድስቱን የሀገር ቋንቋ፣ በተጨማሪ እንግሊዘኛ፣ ፈረንሳይኛ፣ ስዋህሊ፣ አረብኛውን በሚገባ አቀላጥፈው ከፈለጉ በኢትዮጵያ ምድር የፈለጉበት ቦታ ሰርተው፣ ያፈቀሩትን አግብተው ጎጆ ቀልሰው፣ አልፈው ተርፈው በአፍሪካዊነታቸው ከሞሮኮ ካዛብላንካ፣ ላይቤርያ-ሞንሮቪያ፣ ኬንያ-ናይሮቢ፣ ደቡብ አፍሪካ-ጆሀንሰበርግ፣ ታንዛንያ-ዳሬሰላም፣ ዩጋንዳ-ካምፓላ፣ ሱዳን-ካርቱም...ወዘተ. እየተዘዋወሩ ድንበር የለሽ አንድ አፍሪካን ፈጥረው ሁሉንም በሚገባው ቋንቋ እያናገሩት የሚኖሩ አዲስና ብሩህ የሆነ ትውልድ ነው የሚሆኑት፡፡ ቀኑም እሩቅ አይሆንም።

"የለየለት እብድ፣" አለ አንጌሳ። ""እኛ የቸገረን አንደ እዱሳ ያለን ወንጀለኛን እንዴት ልክ እንደምናስገባው እንጂ ዝም ብለህ የማይገባንን ብትለፈልፍብን ምን ይጠቅመናል። ችግርና ተስፋን መደርደር ይብቃና መፍትሄውን ጠቁም። ደማችንን እንዴት እንደምንበቀል መንገድ ይፈለግ። በእኔ በኩል በሙሉ ልቤም ባይሆን የአባቶችን ውሳኔ ለሁለት ወይም ሦስት ዓመት እንጠብቅ፣ ቃላቸውን እናክብር እላለሁ። በዚህ ጊዜ ገደብ ውስጥ ግን እዱሳ ለፈፀመብን በደል ፍርድ ካላገኛን፣ እኛም እሳቱን እንጭራለን።

አንታገስም በቃ። እስከ መቼ…" አለ አሁንም መሬቱን በቁጭት እየደበደበ አንጌሳ።

ደገፉም "አሁንም ደግሜ ደጋግሜ ልናገር፣" አለ፡፡ "እኔ አብድ አደለሁም፡፡ የምናገረው ምኞቴን ነው። ስማ አንጌሳ፤ ላንተም ለጨቡዴም እንዲገባችሁ፣ ለፍቅር እንጂ ለጥላቻ ቦታ አትስጡት። ትልቅነትን ማየት የጠላው ወይም በሽታ የሆነበት፤ ለእኛ ተንኮል የሸረበ ሁሉ በነጂቱ ዘመን ያፍራል፤ አንገቱን ይደፋል። እነጂቱ አይታለሉም፤ አይሸወዱም። የሚበጃቸውን ራሳቸው አውጥተው አውርደው መወሰን ይችላሉ። ከጥላቻ ይልቅ ፍቅርን፤ ለችግር መፍትሄ ከጡንቻ ይልቅ ምክክርን፤ ከመበተን ይልቅ መሰባሰብን፤ ከብቸኝነት ህብረትን፤ ከትንሽነት ትልቅነትን የሚመርጡ በጎንደር እንደሚገኘው ራስ ዳሽን ተራራ አብጠው ዳግም የተፈሩ የተከበሩ ልጆች ነው የሚሆኑት። መቼም የነጂቱ ትውልድ በነገርና በተንኮል ተተብትቦ ሆዱን በቂም ወጥሮ፤ እንደ አባያ በሬ ወይም የሐረር ሰንጋ ጫንቃውን አሳብጦ የሻረን ቁስል እየቀሰቀሰ፤ ቁስልን ከቁስል እያፋተገ ስቃይን እያሰፋ የሚኖር አይሆኑም ብዬ አምናለሁ ብሎ ሲለፈልፍ። እማማ አስካለ እኔ ያንተ ነገር ብዙም አይገባኝም። ዝም ብለህ እንደ መምሬ ከምታነበንብ የተቀዳውን ጠጣ፤ የማይናገረውን እህል ብላ፣" ብለው የቀዱትን ፊልተር አንስተው ሰጡት። ጠላውን ግማሽ አድርሶ ንግግሩን ቀጠለ፡፡

"እንደ እኔ ምኞትና እምነት የነጅቱ ትውልድ በፍቅር እስከ ባህረ ነጋሽ ድረስ ዳግም አንድ ሆነው በየብስ፤ በባህር እንዲሁም በሰማይ የሚመጣን ጠላት የሚመክት፤ በምድር በጠፈር ተመራማሪ፤ ሀብትና ቅርስ ጠባቂ፤ የቋንቋን አጥር አሽቀንጥሮ የሚጥል፤ በአንድነት ተከባብሮ የሚኖር፤ የታሪክ ባላደራ፤ የአባቶችን ቃል ጠባቂና አክባሪ ተምሳሌ ትውልድ ነው

የሚሆነው…እንደምታውቂት እኛ ወንድም ለወንድም እየተጣላን ሁላችንም ህመምተኛ፣ ቁስለኛ ሆነን እንዲህ ያለውን ህይወት ለማየት አልታደልንም። የአንገት ቁስል፣ የሆድ ቁስል፣ የእግር ቁስል፣ ባጠቃላይ ከጥፍር እስከ ራስ ፀጉራችን ድረስ ቁስል በቁስል ሁነናል። ህመማችን እኛን ማሰቃየቱ ሳያንስ የቁስላችን መጥፎ ጠረን ለውጭ እንግዳ እየደረሰ ሰው የራቀን ሆነናል፣ ለሰው ደራሾች የነበርን ዛሬ ሰው አጥተናል። የእኛ ነገር ተከድኖ ይብሰል "የነበረው እንዳልነበረ ሁኗል…" ብሎ ዓይኖቹ እንባ እንዳቀረሩ ተቀመጠ።

ነመራም "አዎ ትክክል ብለሃል፣" አለ፡፡ "የእኛንስ ዕድል ለልጆቻችን አይስጥ። ሁሉም ነገር በእኛ ይብቃ። ለልጆቻችን ምቀኛና ሸረኞችን ዋቆ ይያዝላቸው። ከሰፈር ምቀኛ ከሰይጣን ቁራጭ ይጠብቃቸው…። ሰው ሲፋቀርና ሲዋደድ ከሚያማቸው፣ በቅናት ሰክረው ሰውን ከሚጠሉ፣ ሰይጣናዊ መንፈስ ከአእምሯቸው ተጣብቆ ነቀርሳ ከሚሆንባቸው አልጠግብ ባይ ሰዎች እግዚአብሔር ልጆቻችንን ይታደግ።

"እንደ እኛ ጓደኛ ጓደኛውን ለመግደል ከመሮጥ፣ ወንድም ወንድሙን ከመካድ ይጠብቃቸው። እግዚአብሔር ዕድሜ ሰጥቶኝ እነጂቱ አንተ ትብስ አንቺ ትብሽ ተባብለው፣ እጅ ለእጅ ተያይዘው በምድር በሰማይ ሲከንፉ ያሳየኝ። በሂዱበት እንደ ጥንቱ እንደ አባቶቻችን ዘመን ዳግም ሲከበሩ ለማየት ያብቃኝ። ለዚህ ዕድል ካልታደልኩ እግዚአብሔር ቢያንስ ጅምሩን እንኳን እንዲያሳየኝ ነው የምለምነው። ይሄ ነው ምኞቴ፣ ይሄ ነው ተስፋዬ፡፡ ሌላ የምለውም የለኝም፣ ጨርሻለሁ፣" ብሎ ተቀመጠ። እማማ አስካለም "አይ የእናንተ ነገር፣ ዕድቁ ቀርቶ በቅጡ በኮነነኝ አለች ሴትዮዋ… እኔስ የጂቱን ዓለም ማየት ቀርቶብኝ ለመወለዷ ባደረሰኝ። ጠዋት ማታ ልመናዬ ጂቱ

ተወልዳ በጨሌዬ አሻሽቼ ሳልስማት እንዳልሞት ብቻ ነው። ለሌላው አልደርስም፣ አርጅቻለሁ፣" ብለው ጠጡ እያለ በላይ በላዬ ፊልተሩን ይቀዱ ጀመር።

ደጁን ድቅድቅ ያለው ጨለማ ወርሶታል። ቀና ሲሉ ከሚታየው የከዋክብት ብርሀን በስተቀር ምንም ነገር አይታይም። ጎረቤቶችና ዘመዶች ተሰናብተው ሲወጡ ጨቡዴ ከነመራ አባት ጠብመንጃውን ተቀብለው ወደ ሰማይ ሦስት ጥይት አከታትለው ተኮሰ– የስንብት ተኩስ፡፡

ከግቢው ውስጥ የታሰረው ፈርዳ ጉዳ የደስታው ተካፋይነቱን ለመግለጽ ይመስል የተለየ ኢሀሀሀ…ኢሀሀሀ… የሚል አይነት ድምፅ አሰማ፡፡

ከባኮ ከተማ መሀል ያሉት ፖሊሶች ተኩሱ የደስታ፣ የሀዘን ወይም ሌላ የቂም በቀል ቁስል መሆኑን ለማወቅ ጓጉተው ጆሯቸውን እንደቀሰሩ ቀሩ።

ነመራ ፊልተሩንና አረቄውን ስለደጋገመ ሰክሯል። እየተንገዳገደ አልጋው ላይ ተዘረረ። ዲምቱ እንደድሮው መስሏት ከጎኑ ስትሸጎጥ አፉ እየተኮላተፈ ቁጣ በተሞላበት ስሜት ሲቆረቁረው የነበረውን ጥያቄ አፈነዳው። "ዲምቱ፣ ነገሮቹን ሁሉ ሳሰላስል የደበቅሽኝ ነገር እንዳለ ጠርጥሬያለሁ። ለምንድነው የእዶሳ ነገር ሲነሳ የምትርበተበቺው? ከእሱ ጋር የጀመርሽው ነገር አለ? ቅድም በሽማግሌዎቹ ፊት ሆድ ይፍጀው ያልሽው ምንድነው? አንቺ እንትን…" ብሎ በአስሩ ጣቶቹ አንገቷን እንቆ ከአልጋው ጋር አጣበቃት።

ያልጠበቀችው ሁኔታ፣ ያላየችው ባህሪ ነበር። "ለመናገር እድል ስጠኝ ነመራ። ምን ብለው ነገሩህ ነመራ? እመነኝ ምንም ነገር አልተፈጠረም። እባክህ ጉልበትህን ከሆዴ ላይ አውርድ። ታውቃለህ ፀንሻለሁ። ላንተም ለኔም ተስፋ የሆነችው ጂቱን ኬኛ የመውለድ

እድሉን አትንፈገኝ። ተው እሞትብሃለሁ!" ብላ ተለማመጠችው።

ነመራም ንዴቱ እየጨመረ፣ "እንጃልሽ ፅንሱ የማን እንደሆነ ፈልጊ… አንቺ የማትረቢ.. ብሎ በጥፊ ሊመታት እጁን ከአንገቷ ሲያነሳ ወለሉ ላይ ተንሸራተተች። እየተንገዳገደ ሲያጎነብስ በፍጥነት ተነስታ፣ "ነመራን ኪያ.. እውነቱን ለመስማት ዝግጁ ከሆንክ ዝርዝሩን አንድም ሳላስቀር እነግረሀለሁ።" ፍርሀት ሰውነቷን ያንቀጠቅጠው ጀመር። "ይሄን ያልለመደብህን ባህሪህን ግን ተው። ስማኝ ነመራ እባክህ በምትወለደው ጂቱ ይገዞሀለሁ" ብላ ደጋግማ ተለማመጠችው።

የነመራ ልብ ተመለሰ። ለጥፊ የተዘጋጁት እጆቹ ተሰበሰቡ። ድምፁ ግን ንዴቱ ገና እንዳልበረደለት ያስታውቃል። "አስረጂኝ፣ ምድነው የተፈጠረው፣ አንዲት ሳትቀር አብራሪያት? ለምንስ አስከዛሬ ደበቅሽኝ? ብሎ አምባረቀ። ዲምቱም እንደ ልጅ ፀጉሩን ታሻሽልት ጀመር። አንገቱን አገጩን፣ ዓይኖቹን እያሻሸች ጆሮዎቹ ላይ ስትተነፍስ ስሜቱ መለወጥ ጀመረ። ቀስ ብላ አልጋው ላይ አስተኛቸው። እውነቱን ታጫውተው ጀመር። "ጓደኛህ ወደጅ መስሎ እኔን ለማባባል ያላደረገው ነገር የለም…" ብላ ጀመረች። "ዛሬ ጥዋትም ለአባቶች ብቻ ያስረዳሁት ይህንኑ ነው ብላ ደመደመች። እውነቱ ይሄ ነው። በአደባባይ ያልተናገርኩት የእኛን ባህል ታውቃለህ።

"የእኔን ጥንካሬ ከማድነቅ ይልቅ ውሸቷን ነው ተደርጓል ብሎ ይደመድማል። ስለዚህ የሆዴን በሆዴ ይዤ እዱሳን ፍርድ ቤት እሚገተዋለሁ ብዬ ወሰንኩኝ፣" አለች።

ነመራ ተጠመጠመባት። ፍቅር ሰፍኖ የምሽት ጦርነት ተጀመረ። ደጋግሞ ሲተኩስ አደረ። ማለዳ ተነስቶ ወደ ጥበቃ ሥራው ተሰማራ። ነመራ ገመቹ

የኦቦ ደበሌ ነገዎ የልጅ ልጅ ህይወትን ለማሸነፍ ዳግም ደፋ ቀና፣ ደፋ ቀና፤ ደፋ ቀና… ማለቱን ቀጠለ፡፡

------------------ // -------------------

ተፈፀመ

አስጀምሮ ላስጨረሰኝ አምላክ ምስጋና ይግባው።

70663360R00157

Made in the USA
Columbia, SC
11 May 2017